'द मिरॅकल इक्वेशन हे फक्त एक पुस्तक नाही, तर ते एक समीकरण आहे. ते मी स्वतः मला कधी शक्य आहे असे वाटले होते, त्यापेक्षाही मोठी कामगिरी करण्यासाठी वापरले आहे. हॅल एल्रॉड यांनी चमत्कारांचे गुपित शोधले आहे आणि ते तुम्हाला तुमच्या जीवनात असाधारण कामगिरी करण्यासाठी एक साधेसोपे आणि सिद्ध केलेले समीकरण देतात. मी तुम्हाला हे पुस्तक वाचण्याची शिफारस करतो.'

–लेविस होज, न्यू यॉर्क टाइम्सच्या 'द स्कूल ऑफ ग्रेटनेस'
या सर्वाधिक खपाच्या पुस्तकाचे लेखक

'तुम्हाला पाहिजे असलेले सर्व काही मिळवण्यापासून तुम्ही फक्त दोन निर्णयांच्या अंतरावर आहात. आणि माझे मित्र हॅल एल्रॉड, यांनी इच्छित परिणाम प्राप्त करण्यासाठी हे दोन निर्णय एका सोप्या समीकरणात गुंफले आहेत. त्यांचे पालन करा आणि तुम्हाला यश मिळेलच याची खात्री आहे. जर तुम्हाला तुमची सर्वांत उच्च ध्येयं, शक्यतेकडून संभाव्यतेकडे आणि संभाव्यतेकडून अपरिहार्यतेकडे न्यायची असतील, तर तुम्ही द मिरॅकल इक्वेशन वाचलेच पाहिजे.'

–मेल रॉबिन्स, 'द ५ सेकंद रूल'
या सर्वाधिक खपाच्या पुस्तकाचे लेखक

'हॅल एल्रॉड हा चमत्कार घडवणारा माणूस आहे. मृत्यूला दोनदा चकवण्यापासून, त्याच्या 'द मिरॅकल मॉर्निंग' या पुस्तकाच्या माध्यमातून जगात बदल करणारा हा माणूस, मिरॅकल इक्वेशन उपयुक्त आहे याचा जिवंत पुरावा आहे. तुम्हाला जीवनात हव्या असलेल्या सर्व मोठ्या गोष्टी निर्माण करायच्या असल्यास हे पुस्तक जरूर वाचा.'

–जे जे व्हर्जिन, न्यू यॉर्क टाइम्सचे सर्वाधिक खपाचे लेखक

‘हाल यांनी जे मोठ्या खेळाडूंना आणि जीवनातील सर्व क्षेत्रांत सर्वोच्च कामगिरी करणाऱ्या लोकांना सक्षम करेल अशी गोष्ट उलगडून आणि सोपी करून सांगितली आहे. आता तुम्हाला जगातील महान कामगिरीचे आश्चर्य वाटण्याची आवश्यकता नाही; तुम्हीही द मिरॅकल इक्वेशन वाचून त्यात सामील होऊ शकता.’

–लैला अली, ४ वेळा जगज्जेती बॉक्सर आणि ‘फूड फॉर लाइफ’ची लेखिका

द मिरॅकल इक्वेशन

अढळ विश्वास आणि असामान्य
प्रयत्नांतून चमत्कार घडतात

हॅल एलरॉड

अनुवाद : मृणाल काशीकर-खडक्कर

MANJUL
मंजुल पब्लिशिंग हाउस

First published in India by

MANJUL

Manjul Publishing House
Corporate and Editorial Office
•2nd Floor, Usha Preet Complex, 42 Malviya Nagar,
Bhopal 462 003 – India

Sales and Marketing Office
•C-16, Sector 3, Noida, Uttar Pradesh 201301 – India
Website: www.manjulindia.com

Distribution Centres
Ahmedabad, Bengaluru, Chennai, Kochi,
Kolkata, Hyderabad, Mumbai, New Delhi, Pune

Marathi translation of *The Miracle Equation* by Hal Elrod

Marathi edition first published in 2025

ISBN 978-93-5543-524-8

Translated by: Mrinal Kashikar-Khadakkar

Printed and bound in India by Gopsons Papers Pvt. Ltd.

एका वेळी एक वाचक, या पद्धतीने जाणीवपूर्वकपणे मानवतेची जागरूकता उंचावणे हे हॅल एल्रॉड यांचं उद्देश्य आहे. 'द मिरॅकल मॉर्निंग' या पुस्तकाचे लेखक म्हणून त्यांचे नवीन पुस्तक 'द मिरॅकल इक्वेशन'देखील अगदी तेच काम करत आहे. अनेक जीवनमरणाच्या प्रसंगांमधून बाहेर आल्यानंतर आणि लाखो लोकांचं जीवन प्रभावित केल्यानंतर, त्यांनी त्यांचं संपूर्ण जीवन इतरांना त्यांच्या आव्हानांवर मात कशी करायची जेणेकरून तेदेखील त्यांच्यातील अमर्याद क्षमतांची परिपूर्ती करू शकतील, यासाठी समर्पित केलं आहे.

अनुक्रमणिका

परिचय

सुरुवात करण्यापूर्वी

मी यापूर्वी आलेल्या माझ्या 'मिरॅकल मॉर्निंग' या पुस्तकाच्या बाबतीत जरा गोंधळच केला.

एका सकाळी दहा लाख लोकांचं जीवन एकाच वेळी बदलणे हे माझं ध्येय होतं. मी ते उद्दिष्ट फार गंभीरपणे घेतलं. त्या ध्येयाला गती येण्यासाठी अठरा महिन्यांहून अधिक काळ अथक जाहिरात केली आणि तिथपर्यंत पोहोचायला मला पाच वर्षांहून अधिक काळ लागला. पण, अखेरीस ते पुस्तक ज्यांना त्या पुस्तकाची गरज होती अशा दहा लाखांहून अधिक वाचकांच्या हाती पडलं. तिथे पोहोचण्यासाठी शेकडो पॉडकास्ट्सवर मुलाखती झाल्या, डझनभराहून अधिक टेलीव्हिजन शोज केले, माझं व्याख्यानांचं कॅलेंडर भरून गेलं आणि वाचकांशी थेट संवाद साधता यावा म्हणून मी एक फेसबुक कम्युनिटी सुरू केली. ज्यांना स्वतःमध्ये सुधारणा करायची होती त्यांना एक साधी-सोपी तरीही अत्यंत प्रभावी दैनंदिन सवय लागावी यासाठी मी हे सगळं केलं होतं.

मी माझं ध्येय साध्य केलं आहे असं वरवर तरी वाटत होतं. जर तुम्ही ते पुस्तक ज्यांनी वाचलं आहे आणि फेसबुकवर मिरॅकल मॉर्निंग कम्युनिटीचा हिस्सा बनलेल्या त्या लाखो लोकांपैकी एक असाल, किंवा मागील दोन शिबिरांमध्ये प्रभावित झालेल्यांपैकी असाल, तर तुम्हाला नक्कीच खूप आश्चर्य वाटेल की एखादं पुस्तक आणि एक संदेश इतक्या लोकांपर्यंत पोहोचला, आणि त्यांना त्याची मदतही झाली- तरी यशस्वी म्हणून गणले जात नाही? मला माहीत आहे. मला स्वतःला हा दृष्टीकोन पचवण्यास वेळ लागला. मला असं म्हणायचं आहे की सर्व निकषांवर मी माझं ध्येय साध्य केलं होतं.

आता शंभरहून अधिक देशांमध्ये लाखो लोक 'द मिरॅकल मॉर्निंग' दैनंदिन सवय म्हणून अमलात आणत आहेत. मला लोकांकडून दररोज संदेश येतात की (अपघातापासून ते कॅन्सरसारख्या आजारातून) आश्चर्यकारकरीत्या त्यांची प्रकृती सुधारत आहे, त्यांनी अनेक किलो वजन कमी केलं, पुस्तकं लिहिली आणि नवीन उद्योगव्यवसाय सुरू केले. लोक एका जागेवरून हलले किंवा त्यांनी हालचाल करायला सुरुवात केली, त्यांनी प्रवास केला,

त्यांना प्रेम गवसलं. साधारणपणे बोलायचं झालं, तर मिरॅकल मॉर्निंगने अगणित लोकांना त्यांच्या स्वतःकडे असलेल्या असामान्य भेटी किंवा क्षमता शोधण्यासाठी मदत केली. त्यामुळे आपल्या सर्वांचं जग सुंदर झालं.

या यशाप्रति मी अत्यंत कृतज्ञ आहे. तरीही, २०१२मध्ये ते पुस्तक प्रकाशित केल्यापासून मला काहीतरी खुपते आहे. दररोज वैयक्तिक विकासासाठी सराव केल्याने तुम्हाला जीवनात जे साध्य करायचे आहे त्यासाठी आवश्यक अंतर्गत गुणवैशिष्ट्ये विकसित करू शकाल. पण, त्यामुळे प्रत्यक्षात कामगिरी होत नाही. हे अर्धवट समीकरण झालं. तुम्ही दररोज ध्यानधारणा करू शकता, वैयक्तिक विकासाची पुस्तकं वाचू शकता, दैनंदिनी लिहून विचारांमध्ये स्पष्टता आणू शकता आणि काहीच न करण्यापेक्षा अधिक ज्ञानी, आत्मविश्वासू बनू शकता व अधिक तयारीत असू शकता. हे कितपत आशादायी आहे?

कदाचित ही परिस्थिती तुम्हाला काहीशी ओळखीची वाटेल. तुमच्याकडे असलेल्या वेळापेक्षा तुमच्या पुस्तकांच्या कपाटातून खूप जास्त ज्ञान ओसंडून वाहत असेल किंवा तुम्ही नेहमी 'जीवन कसं बदलायचं' या विषयावरील व्याख्यानं आणि सभांना नियमितपणे जात असाल. तरीही काहीतरी कमी पडतंय असं तुम्हाला वाटत असेल. परिणाम दिसत नाहीयेत. तुमच्या बँक खात्यात तुम्हाला हवी तितकी रक्कम नाही आहे. तुमच्या वैयक्तिक नातेसंबंधांमध्ये तुम्हाला अपेक्षित परिपूर्णता नाही आहे... कदाचित तुम्ही व्यवसाय उभा करण्यासाठी धडपडत आहात आणि तुम्हाला साजेसं करीअर शोधत आहात किंवा दैनंदिन जीवनात आनंद शोधता आहात. किंवा हे सर्व झालं आहे, तरीही तुम्ही वैयक्तिक किंवा व्यावसायिक यशाच्या पुढच्या पातळीवर पोहोचण्यासाठी तळमळत आहात.

जर तुम्ही स्वतः परिस्थितीत आहात असं तुम्हाला वाटत असेल (विश्वास ठेवा, मला स्वतःला याबाबत दोषी वाटतं), तर तुम्ही (कदाचित अजाणतेपणी) 'वैयक्तिक विकासाने पछाडलेले लोक' या ओसंडून वाहणाऱ्या गटाचा एक भाग असाल. यातून बाहेर पडत असलेला एक सदस्य या नात्याने, मला माहीत आहे की आपल्याला त्या 'अहाहा' क्षणाचा आनंद आवडतो आणि आपण त्याचाच तर पाठलाग करत असतो. पण, आपल्यामध्ये काहीही बदल होत नाही. टिकून राहील असा कोणताच

बदल घडत नाही. आपण फक्त तीच गोष्ट मिळवण्यासाठी चिकाटीने प्रयत्न करत राहतो. मला वाटायचं की मी जितकं ज्ञान गोळा करेन तितका अधिक चांगली व्यक्ती बनेन आणि म्हणून मी पुस्तकामागून पुस्तकं वाचून काढायचो. जणू काही, माझ्या मेंदूत ते ज्ञान सुरक्षितपणे ठेवणं पुरेसं होतं. वैयक्तिक विकासासाठी दैनंदिन सराव करणंच पुरेसं आहे असं वाटणं काही असामान्य नाही. पण, ते तसं नाही आहे. जर तुम्ही ध्येयनिश्चिती करून ती साध्य न झाल्याबद्दल स्वतःला दोष देण्याला कंटाळले असाल, तर तसं करणारे तुम्ही एकटेच नाही आहात (आणि तुम्हाला या पुस्तकातून खूप काही शिकायला मिळेल).

तुम्ही वैयक्तिक विकासाचा सराव सिद्ध पद्धतीने केला पाहिजे आणि अर्थपूर्ण ध्येयं निश्चित करून ती साध्य केली पाहिजेत ज्यामुळे तुमच्या जीवनाची गुणवत्ता सुधारेल. मला अजूनही तो दिवस आठवतो, जेव्हा मी जरा थांबलो, माझ्या जीवनाकडे मागे वळून पाहिलं आणि मला लक्षात आलं की मी अजून जास्त करू शकतो, अजून काही बनू शकतो. मी एवढ्यावर समाधान मानण्यास तयार नाही. तरुण वयापासून मी जास्तीतजास्त निष्पत्ती मिळण्यासाठी आवश्यक असलेले अगदी कमीतकमी प्रयत्न करत आलो होतो आणि मला आता ते पटत नव्हतं. म्हणून, मी फक्त मनात स्पष्टपणे कल्पना केल्याने ते माझ्याकडे चालून येईल अशी अपेक्षा (आशा करण्यासारखेच) करण्यापेक्षा आता माझ्या सर्वांत मोठ्या ध्येयाच्या दिशेने सक्रिय वाटचाल करू लागलो. काही काळाने, मी अशी पद्धत विकसित केली की जी माझ्याकडे असलेल्या वैयक्तिक विकासाच्या सगळ्या ज्ञानाचं विश्लेषण करून ते ज्ञान कृतीत आणेल. मला त्या कृतीतून असं लक्षात आलं, की ती कृती अनेकदा साधी आणि खूप सामान्य असली, तरी त्यातून असामान्य परिणाम मिळू शकतील.

जर वैयक्तिक विकासाच्या जगात तुमचा नियमित वावर असेल, तर तुम्ही काहीही शक्य असतं हे अगोदरच ऐकलं असेल. आणि माझा त्यावर विश्वास आहे. तरीही शक्य असणं हे तुमच्या मोठ्या स्वप्नांना गवसणी घालण्यासाठी रोज सकाळी आंतरिक प्रोत्साहनाने प्रेरित होऊन अंथरुणातून उठण्याकरता पुरेसं नाही. तसं असतं तर किती छान झालं असतं, पण ते तसं नाहीये. लोकांना एखादी अर्धवट योजना देऊ करणं पुरेसं नव्हतं.

माझ्या पुढील पुस्तकात (म्हणजे या पुस्तकात) मला असं काहीतरी निर्माण करायचं होतं, ज्यामुळे तुमच्यासाठी यश शक्य ते संभाव्य आणि कालांतराने अपरिहार्य बनवेल.

'द मिरॅकल इक्वेशन' हीच ती प्रक्रिया आहे. तुम्ही जसजसं शिकाल तसतसं तुम्हाला लक्षात येईल की 'द मिरॅकल इक्वेशन' हे समजावून सांगण्यास सोपं आहे; पण, आपल्या समाजातील अगदी कमी टक्के लोकांना ते प्रत्यक्षात अमलात कसं आणायचं हे समजतं. या समीकरणामध्ये दोन निर्णय आहेत :

पहिला निर्णय म्हणजे अढळ विश्वास आणि दुसरा निर्णय म्हणजे असाधारण प्रयत्न करणे; आणि दृश्य आणि मोजण्याजोगा चमत्कार घडवायचा असेल तर ते करण्याची गुरूकिल्ली म्हणजे या दोन्ही गोष्टी सातत्याने दीर्घ काळ करत राहणं.

आपण जेव्हा जगातील सर्वाधिक उत्पादक कामगिरी केलेल्या लोकांचा, संशोधकांचा, दानशूर लोकांचा, खेळाडूंचा आणि ज्यांनी जगात काही लक्षणीय कामगिरी केली आहे, अशा लोकांचा अभ्यास केला तर आपल्याला असं दिसून येतं की त्यांनी त्यांना हवी असलेली गोष्ट मिळेपर्यंत अढळ विश्वास निर्माण केला, तो कायम ठेवला आणि असाधारण प्रयत्न सुरूच ठेवले. तुम्ही जेव्हा सातत्याने अढळ विश्वास टिकवून ठेवता आणि असाधारण प्रयत्न करता तेव्हा तुम्ही अयशस्वी होत नाही. कदाचित तुम्ही धडपडाल, तुम्हाला अपयश येईल, पण अखेरीस तुमचं यश शक्य... ते संभाव्य... ते अपरिहार्य हा प्रवास करेलच.

तुमच्या ध्येयांपर्यंत पोहोचणं अपरिहार्य होतेवेळी तुम्ही मी ज्याला मिरॅकल मेव्हन म्हणतो ते बनलेले असाल. मिरॅकल मेव्हन्सनी आश्चर्य निर्माण करण्याचं आणि मिरॅकल इक्वेशनप्रमाणे जगण्याचं गुपित उलगडलं आहे. अढळ विश्वास ही त्यांची वस्तुतः मानसिकता असते. असाधारण प्रयत्न करून ते त्यांच्या ध्येयांपर्यंत पोहोचतात. या दोन निर्णयांप्रति बांधील राहिल्याने मिरॅकल मेव्हन्स जगात असाधारण गोष्टी करतात; आणि त्या फक्त त्यांच्यासाठी नाही, तर सर्वांसाठी करतात. आश्चर्य ही त्यांच्या जगण्याची पद्धती असते, ते जे काही करतील त्यात सातत्याने अशा असाधारण गोष्टी निर्माण करतात. मिरॅकल मेव्हन्समध्ये असलेल्या गुणवैशिष्ट्यांचा अंगीकार करणं हे अंतिम ध्येय आहे आणि जेव्हा तुम्ही

या पुस्तकातील युक्त्या वाचून त्या उपयोगात आणाल तेव्हा तुम्हीही त्यांच्याप्रमाणेच असाधारण कामगिरी कराल.

हे पुस्तक वाचण्याचा सर्वांत प्रभावी मार्ग

वैयक्तिक विकासाची काही पुस्तकं तुकड्यातुकड्यांत वाचता येतात हे मला माहीत आहे. तुम्ही तुमच्या इच्छेप्रमाणे काही प्रकरणं गाळून पुढे वाचू शकता. मला असे काही लोक माहीत आहेत जे डोळे मिटून पुस्तक उघडतात आणि जे पान उघडेल त्या पानावरून वाचायला सुरुवात करतात. अशी पुस्तकं वाचकाला त्याने दर वेळी पुस्तक हातात घेतल्यावर काय महत्त्वाचं वाटत या गोष्टीवर नियंत्रण देतात. अशी पुस्तकं महान असतात. परंतु, हे पुस्तक तसं नाही.

या परिचयानंतरची पहिली दोन प्रकरणं दृश्य आणि मोजण्याजोगे चमत्कार निर्माण करण्यासाठीचा पाया आहेत. आपण कशाला चमत्कार म्हणायचं (आणि कशाला नाही) यावर चर्चा करू. त्यानंतर द मिरॅकल इक्वेशनचा आढावा घेऊ की कसे ते दोन निर्णय– अढळ विश्वास आणि असाधारण प्रयत्न एकमेकांसाठी पूरक आहेत आणि या प्रक्रियेला सोपी आणि सहज बनवतात. आपण त्यानंतर माझ्या पहिल्या चमत्काराची गोष्ट पाहू आणि हेही पाहू की मी कसं माझ्या बाविसाव्या वाढदिवसापूर्वी हे समीकरण जुळवून आणलं आणि एकामागोमाग एकेकाला शिकवत गेलो. मलाही आश्चर्य वाटत होतं, की ते जसं मला लागू पडलं तसं त्यांच्यासाठीही ते लागू पडत होतं.

पुस्तकाचा उर्वरित भाग तुम्हाला तुमचे स्वतःचे चमत्कार निर्माण करण्यासाठी आवश्यक असलेल्या संकल्पना आणि टप्पे समजून घेण्यास मदत करतो. तुम्ही यामध्ये खालील गोष्टी पाहाल :

- तुमच्या मर्यादा (ज्यामुळे तुमचं नुकसान होतं) आणि तुमच्यामध्ये असलेली अमर्याद गुणवत्ता यांतील आंतरिक संघर्षावर कशी मात करायची;
- जीवनात काहीही झालं तरी तुमच्या भावनांवर नियंत्रण ठेवण्यासाठी भावनिक अजिंक्यता कशी विकसित करायची (फक्त तुमचे प्रयत्न

हवा असलेला परिणाम देत नाहीत याची आठवण करून देण्यासाठी ही युक्ती खरोखर उपयोगी पडते).

- ध्येय ठरवण्याचा खरा हेतू
- तुम्हाला निर्माण करायचे असलेले पहिले (आणि त्यापुढील) चमत्कार कसे निवडायचे;
- पुन्हा पुन्हा चमत्कार कसे घडवून आणायचे;
- तुमच्या पहिल्या दृश्य, मोजता येण्याजोग्या चमत्काराचा मार्ग निर्माण करण्यासाठी, तुमच्या स्वतःच्या मिरॅकल इक्वेशन- ३० दिवसीय आव्हासासाठी ही सर्व माहिती उपयोगात कशी आणायची.

मी असं सुचवेन, की तुम्ही पहिल्या पानापासून शेवटच्या पानापर्यंत हे पुस्तक सलग वाचावं; कारण यातील एका प्रकरणावर दुसरं प्रकरण आधारित आहे. पुढे जाण्यापूर्वी तुम्हाला त्या प्रकरणातील मजकूर समजून घ्यावा असं वाटेल. एकदा पूर्ण वाचल्यावर, मग तुम्ही पुन्हा कधीही कोणतेही प्रकरण उघडून वाचू शकता. तुम्हाला चमत्कार निर्माण करताना जर मध्ये अडकल्यासारखं वाटलं तर मी विशेषकरून पुन्हा सगळी प्रकरणं वाचावीत असं सुचवेन.

हे पुस्तक वाचताना लक्षात ठेवण्याच्या काही गोष्टी

१. द मिरॅकल मॉर्निंग आणि द मिरॅकल इक्वेशन दोन्ही एकत्रितपणे काम करू शकतात. जर तुम्ही द मिरॅकल मॉर्निंग वाचलेलं नसेल, तर काळजी करू नका. फक्त हे पुस्तक वाचूनही तुम्हाला तुमची गुणवत्ता वापरून अधिक परिपूर्ण जीवन निर्माण करण्यासाठी आवश्यक साधनं मिळतील. असाधारण, मोजण्याजोगे परिणाम (म्हणजेच चमत्कार) पुन्हा पुन्हा कसे मिळवायचे हे तुम्ही शिकाल आणि कालांतराने ते तुम्हाला सोपंदेखील वाटेल. द मिरॅकल मॉर्निंग दिवसाची सुरुवात करण्यापूर्वी तुम्हाला स्पष्टता येण्यासाठी, शांत आणि एकाग्र वाटण्यासाठी मदत करेल. ते कदाचित परिणामाधिष्ठित नसेल, पण तो सिद्ध झालेला दैनंदिन सराव आहे ज्यामुळे तुम्हाला तुमचं ध्येय साध्य करण्यासाठी आवश्यक असलेली व्यक्ती बनण्यास मदत करेल.

२. अनेक संकल्पना पुन्हा सांगितल्या आहेत. द मिरॅकल इक्वेशन हे समजावून सांगायला सोपं आहे, पण अमलात आणायला कठीण आहे. म्हणून मी

कोणत्याही संकल्पनेची फक्त एकदा ओळख करून देऊन सोडून देत नाही. त्याउलट, मी महत्त्वाच्या संकल्पना जाणीवपूर्वक आणि वेगवेगळ्या पद्धतीने पुन्हा समोर आणतो, जेणेकरून तुम्हाला त्या लक्षात राहतील आणि काय सर्वांत जास्त महत्त्वाचं आहे हे लक्षात राहील. तुम्ही एखादी माहिती अनेकदा वाचता तेव्हा ती लक्षात ठेवणं सोपं जातं.

३. एका वेळी एका माणसाच्या बाबतीत मानवतेची जागरूकता वाढवणं हा माझा या पुस्तकाच्या बाबतीतील उद्देश आहे. मी परिचयाच्या सुरुवातीला म्हटल्याप्रमाणे द मिरॅकल मॉर्निंगबाबतीत माझा हेतू एक दिवस एक सकाळ असं करत करत दहा लाख लोकांचं जीवन बदलणं हा होता. एकदा दहा लाख जीवनांत थोडं अधिक चांगलं होण्यासाठी बदल झाल्यावर, मला जाणवलं की कधीकाळी अवास्तव आणि अशक्य वाटलेलं ध्येय केवळ वास्तविक नव्हतं तर ते पुरेसं मोठं नव्हतं.

या पुस्तकाबाबत माझा हेतू एका वेळी एका माणसातील मानवतेची जागरूकता वाढवणे हा आहे. तुम्हाला आत्ता कदाचित हे कठीण वाटेल (तुम्ही कदाचित डोळेसुद्धा फिरवले असाल). पण, हे पुस्तक वाचल्यावर तुम्हाला लक्षात येईल की कोणतंच ध्येय फार महान नसतं. आपण जसजसा आपल्यातील अमर्याद गुणवत्तेचा वापर करू लागतो, तसतशी आपली जागरूकता वाढते आणि ती आपल्या भोवतालच्या लोकांना प्रभावित करते आणि त्यांची जागरूकता वाढवते. आणि जसे आपण दृश्य, मोजण्याजोगे आश्चर्य निर्माण करू लागतो, तसे ते ज्यांच्यावर परिणाम करतात, त्यांना प्रभावित करतात. तुम्ही अमर्याद आहात आणि तुम्ही जे काही ठरवाल ते मिळवण्यासाठी, असण्यासाठी आणि निर्माण करण्यासाठी बनलेले आहात हे समजून घेऊन तुमचा स्वतःचा हेतू निश्चित करण्यासाठी मी तुम्हाला आमंत्रित करतो. तुमच्या भोवती असलेल्या जगात तुम्हाला काय त्रुटी जाणवतात, तुम्ही काय देऊ करू शकाल असं तुम्हाला वाटतं (किंवा काही अंशी वाटतं)? तुमच्यासाठी अंतिम चमत्कार काय आहे? मी तुम्हाला आश्वासन देतो, की कोणतेही ध्येय आता तुमच्या आवाक्याबाहेर नसेल.

चला, आता सुरुवात करू या. आपल्या पहिल्या प्रकरणात चमत्कारांचं गुपित समजून घ्यायचं आहे.

१

चमत्कारांचे गुपित समजून घेणे

दंतकथा ते मोजण्याजोगे चमत्कार

‘चमत्कार निसर्गाशी प्रतिकूल नसतात, परंतु आपल्याला निसर्गाबद्दल जे माहीत असते त्याच्याशी प्रतिकूल असतात.’

–सेंट ऑगस्टीन

चमत्कार. काहीसं रहस्यमय वाटतं ना? म्हणजे, काही विशिष्ट अनाकलनीय घटना, कोणाचा जीव वाचवण्यासाठी किंवा त्यांची स्वप्नं पूर्ण करण्यासाठी दरवाजासमोर येऊन उभी ठाकली आहे असं आकर्षित करून घेणारं काही असेल असं वाटतं ना? तरीही या गूढ प्रवृत्तीमुळे आपला चमत्काराकडे बघण्याच्या दृष्टीकोनात अडथळा येतो.

मी 'टुडे शो'मध्ये एकदा एक कार्यक्रम पाहिला ज्याचं नाव होतं, 'स्काय डायव्हिंग मिरॅकल : माणूस दोन मैलांवरून खाली पडला'. हा कार्यक्रम होता स्काय डायव्हिंग प्रशिक्षक मिशेल होम्स याच्याबद्दल. त्याचं पॅराशूट न उघडल्याने तो १४,००० फुटांवरून खाली पडला. जसजसा तो जमिनीच्या दिशेने येऊ लागला, त्याने पॅराशूट उघडण्याचा प्रयत्न केला, पण ते बिघडलं होतं. त्याने ते तोडून टाकण्याचा प्रयत्न केला, पण तेदेखील होऊ शकलं नाही. आपला जीव वाचवण्याचा शेवटचा उपाय म्हणून, त्याने राखीव पॅराशूट काढलं. पण, तेदेखील कामी आलं नाही. शेवटच्या सातशे फुटांवरून तो जेव्हा कोणत्याही आधाराविना खाली पडण्याचा अनुभव घेत होता, तेव्हा त्याने मृत्यूचा स्वीकार केला होता. आश्चर्यकारक गोष्ट अशी की, तरीही तो मेला नाही आणि तुलनेने त्याला झालेल्या दुखापती किरकोळ होत्या.

तुम्ही डॉनी रजिस्टर यांच्या गोष्टीबद्दल ऐकलं आहेत का? 'डॉनी'ज मिरॅकल'' शीर्षकाची बातमी सर्वत्र गाजली होती आणि ऑप्रा विनफ्रे यांनीही डॉनी'ज मिरॅकलबद्दल विशेष कार्यक्रम केला होता. डॉनी त्यांच्या जुन्यापुराण्या वस्तूंच्या दुकानात कॅश काउंटरमागे उभे असताना एका बंदूकधाऱ्याने त्यांच्या डोक्यात गोळी झाडली. डॉनी यांनी त्यांचे हात चेहऱ्यासमोर धरले. बंदुकीतून झाडली गेलेली गोळी त्यांच्या हातातील सोन्याच्या अंगठीवर आदळून परत फिरली आणि समोरच्याचा नेम चुकला. ज्या गोळीने तत्काळ मृत्यू झाला असता, त्यातून डॉनी अतिशय आश्चर्यकारकरीत्या बचावले.

इतक्या वर्षांत मी अशी अनेक उदाहरणं ऐकली आहेत की जिथे लोक फक्त आशेशिवाय दुसरे काही करू शकत नाहीत अशा गंभीर आजारातून

आश्चर्यकारकपणे बरे झाले आहेत. आणि अशाही लोकांबद्दल ऐकलं आहे, जिथे प्रचंड अंतरावर राहणाऱ्या प्रेमी युगुलांची ताटातूट झाल्यानंतर आश्चर्यकारकरीत्या ते पुन्हा एकमेकांना भेटले आहेत. या सर्व गोष्टी अतिशय मनोरंजक आहेतच; पण त्याच वेळी भीती वाटण्यासारख्याही आहेत.

आपण अशा प्रकारच्या गोष्टींना चमत्कार असंच म्हणू शकतो! परंतु, अनेकांच्या दृष्टीने (कदाचित तुम्हीही त्यांपैकी एक असाल), असे चमत्कार सर्वच प्रकारच्या चमत्कारांना बदनाम करतात. चमत्कारांवर विश्वास न ठेवणारे लोक असं गृहीत धरतात, की अशा असाधारण घटना इतरांसोबतच घडतात. त्यांना विश्वास वाटतो की चमत्कार मायावी असतात. दंतकथा असतात. यादृच्छिक असतात. नशिबाने घडतात. आवाक्याबाहेरील असतात. पूर्णपणे अवास्तव आणि अप्रत्याशित असतात. ते खऱ्या आयुष्यात घडत नाहीत– किमान त्यांच्याबरोबर तर नाहीतच. मलाही पूर्वी असच वाटायचं.

मला म्हणायचं आहे, की मी फक्त असा 'विचार' करू शकायचो, की जर आपल्या सर्वांच्या पत्रपेटीत सात आकडी चेक येऊन आपली वाट पाहत असेल, तर प्रत्येक जणच लक्षाधीश नाही का होणार? आश्चर्यकारकरीत्या आजारातून उठणं हा नियमच होऊन जाईल आणि तुम्हाला त्रास देणारा ग्राहक किंवा सहकारी – जो सतत तुमचं ब्लडप्रेशर वाढवतो – तो... तर तो कदाचित नाहीसा होईल. जर तुम्ही असा विचार करणाऱ्या गटात असाल, तर कदाचित तुम्हाला असं वाटेल की हे जर आम्ही घडताना पाहिलं तर कदाचित त्यावर विश्वास ठेवू.

संशयवादी असणं चांगली गोष्ट आहे. तुम्ही तेच करताय जे आपण सर्वांनी केलं पाहिजे आणि ते म्हणजे गंभीरपणे विचार करून, प्रत्येक गोष्ट तोलून मापून त्यावर प्रश्न उपस्थित करून, सत्याचा शोध घेणे. मी अशाच प्रकारे गोष्टींकडे पाहतो आणि तुमच्याकडूनही तशीच अपेक्षा करतो.

तरीही, संशयवादाची एक अतिशय विनाशकारी संभाव्य बाजू अशीही आहे जिच्या बाबत आपण सर्वांनी जागरूक आणि सावध राहिलं पाहिजे; ती अशी की तो सहजपणे उपहासामध्ये बदलू शकतो. त्यामुळे आपल्या अविश्वासाची पातळी फार वाढून आपल्याला अन्यथा उपलब्ध असलेल्या संधींवर मर्यादा येऊ शकतात. तुम्ही या पुस्तकातून शिकाल की, दोन

प्रकारचे चमत्कार असतात आणि त्या दोन्हींची सांगड घालणे न्याय्य किंवा फायद्याचे नाही.

वर नमूद केलेल्या चमत्कारांना तुम्ही कदाचित 'निष्क्रिय' किंवा 'यादृच्छिक' चमत्कार म्हणाल. ते कदाचित दैवयोगाने घडतात. आपल्याला त्यांच्या अविश्वसनीय प्रकाराचे नवल वाटते. पण, त्यांचं स्पष्टीकरण देण्याचा कोणताही ठरावीक मार्ग नसतो, ते पुन्हापुन्हा घडल्यासच कळू शकतात (आणि मला खात्री आहे की स्काय डायव्हिंग प्रशिक्षक डॉनी रजिस्टर पुन्हा तो अनुभव घेण्यास प्राधान्य देणार नाहीत). अशा घटनांकडे आपण निव्वळ योगायोग म्हणून पाहू शकतो. जर तुम्हाला अशा प्रकारचे चमत्कार घडवून आणायचे असतील, ज्यामध्ये 'प्रार्थना करा आणि वाट पहा', असा दृष्टीकोन असतो; तर मला माफ करा, पण मी तुम्हाला याबाबत सल्ला देऊ शकत नाही. आपण अशा प्रकारच्या चमत्कारांबद्दल या पुस्तकात बोलणार नाही आहोत.

हे पुस्तक, दृश्य आणि मोजण्याजोग्या चमत्कारांबाबत आहे, आणि ते चमत्कार घडवण्यामध्ये तुमचा सक्रिय सहभाग आवश्यक आहे. असे चमत्कार जी तुमची सर्वांत मोठी, भीतिदायक आणि अतिशय अशक्य ध्येयं खरी करून दाखवतील. अशा प्रकारचे चमत्कार, ज्यांवर तुमचं लक्षणीय नियंत्रण असेल, म्हणजेच ते तुम्ही आयुष्यभर पुनःपुन्हा घडवू शकाल; कारण तुम्हाला ती प्रक्रिया कशी घडते ते माहीत आहे. पण, अशा प्रकारचे चमत्कार घडवून आणण्यासाठी, प्रथम तुमचा तुम्हाला जे पाहिजे आहे ते शक्य आहे आणि तुम्ही ते निर्माण करू शकता, यावर भक्कम विश्वास पाहिजे. जर तुम्ही वर उल्लेखलेल्या संशयवाद्यांच्या गटात मोडत असाल, तर मी तुम्हाला विनंती करतो की एक क्षणासाठी तुम्ही तुमचा अविश्वास सोडून द्या, जेणेकरून तुम्ही तुमच्यासाठी काय शक्य आहे याचा शोध घेऊ शकाल. किमान हे पुस्तक वाचताना तरी तसे करा.

आता, माझ्याबद्दल गैरसमज करून घेऊ नका; मी तुम्हाला कोणत्याही अतर्क्य गोष्टीवर विश्वास ठेवायला सांगत नाही आहे. मी तुमच्या मनाला नवीन गोष्टीची शक्यता स्वीकारण्यासाठी खुलं करण्याचा प्रयत्न करत आहे; असे नवीन दुसऱ्या प्रकारचे चमत्कार- जे तुमच्या इच्छेनुसार निर्माण करण्याची ताकद तुमच्यामध्ये आहे. या प्रकरणात आपण आपल्या

संभाषणासाठी दृश्य, मोजण्याजोग्या चमत्कारांची व्याख्या स्पष्ट करू आणि नंतर लोक नक्की कशा प्रकारे चमत्कार घडवतात याकडे वळू; जेणेकरून तुम्हीही असे असाधारण परिणाम निर्माण करू शकाल. मग त्यावर विश्वास ठेवायचा का नाही ते तुमच्या हातात असेल.

कोणीही दृश्य, मोजण्याजोगे चमत्कार निर्माण करू शकते.

चमत्कारांच्या बाबतीत काही प्रश्न आहेत जे लक्षात घेणं आपल्यासाठी उपयुक्त आहे, जसे की चमत्कार फक्त विशेष लोकांना अनुभवता येतात का खास 'निवडलेल्या' लोकांना? चमत्कार यादृच्छिकपणे घडतात का? चमत्कार दैवनिर्मित असतात का कोणा अन्य गूढ उच्च शक्तीने निर्मिलेली असतात? किंवा आपण प्रत्येक जण अमर्याद गुणवत्ता आणि क्षमता घेऊन जन्मत असण्याची शक्यता आहे का? जर काही लोकच खूप यशस्वी होतात, तर त्यांना जी गुणवत्ता सर्वांकडे जन्मजात असते अशी त्यांच्याकडे असलेली निष्क्रिय गुणवत्ता कशी सक्रिय करायची हे समजलेलं असतं का? जर ती गुणवत्ता कशी सक्रिय करायची या निर्णयापासून तुम्ही एक-दोन पावलंच दूर आहात हे तुम्हाला समजलं तर?

हे समजलं तर तुम्ही ज्या आकाराची आणि आवाक्याची ध्येयं निश्चित करण्यास इच्छुक आहात आणि ज्या प्रकारचं जीवन जगू इच्छित आहात, त्याकडे बघण्याचा तुमचा दृष्टीकोन बदलून जाईल. जर साधारण गोष्ट असाधारण बनायला हवी असेल, तर तुम्ही ज्यास 'साधारण' समजता, ती पातळी उंचवा. अशी कल्पना करा, की तुम्हाला आणि तुम्हाला माहीत असलेल्या प्रत्येक व्यक्तीला त्यांच्यातील संपूर्ण गुणवत्तेची जाणीव झाली आणि जर प्रत्येकाला स्वतः लादलेल्या मर्यादांवर मात कशी करायची हे समजलं आणि आपण आपल्या जीवनात हवं असलेलं सर्वकाही निर्माण करता करता जगाला प्रभावितही करू. जर आपण सर्व जण मिरॅकल मेव्हन्स बनलो तर?

मिरॅकल मेव्हन्स म्हणजे काय?

मेव्हन या शब्दाचा उगम यिद्दिश शब्द 'मेईन' आणि हिब्रू शब्द 'मेभिन'पासून झाला आहे, ज्याचा अर्थ 'ज्याला समजते तो' असा होतो.

मिरॅकल या शब्दाचे बरेच अर्थ असले तरी आपल्यासाठी इंग्लिश ऑक्सफर्ड लिव्हिंग डिक्शनरीमधील सर्वांत उपयुक्त अर्थ आहे तो म्हणजे, 'एक उल्लेखनीय घटना किंवा घडामोड, जी अतिशय स्तुत्य परिणाम घेऊन येते.'

मिरॅकल मेव्हन्स या संकल्पनेमध्ये या दोन्ही व्याख्या सामावलेल्या आहेत.

मला खात्री आहे, की तुम्ही याबाबत विचार केलात तर ज्यांना त्यांच्यातील गुणवत्तेची पूर्ण जाणीव झाली आहे आणि त्यांची ध्येयं प्रत्यक्षात कशी उतरवायची याची युक्ती सापडलेली आहे, अशा व्यक्ती नक्कीच आठवतील. मग तुम्ही त्यांना प्रत्यक्ष ओळखता का तुम्हाला त्यांचं दुरूनच कौतुक वाटतं हा भाग निराळा. या व्यक्ती कोणालाही (अगदी त्यांना स्वतःलाही) त्यांच्या महान कल्पनांबद्दल बोलू देत नाहीत. त्यांच्याकडे सर्जनशीलता आणि चिकाटी या गोष्टींचा अखंड झरा असतो. या लोकांसाठी संधी अमाप असतात. तुम्हाला नवल वाटेल की हे लोक नेहमीच कसे काय नशीबवान ठरतात? पण, जर त्यांच्या एकूण यशात नशिबाचा वाटा अगदी थोडाच असेल तर?

इतिहासात डोकावून पाहिलं, तर असे अनेक लोक आहेत ज्यांनी सक्रियपणे दृश्य आणि मोजण्याजोग्या चमत्कारांची निर्मिती केली आहे. अमेरिकेचे अध्यक्ष जॉन एफ. केनेडी, ज्यांनी एका माणसाला चंद्रावर पाठवलं आणि नागरी हक्कांचे नेते मार्टिन ल्युथर किंग ज्यांनी सर्व लोकांसाठी अमेरिकेत स्वतंत्र आणि समान संधी निर्माण केल्या; ही अशा व्यक्तींची उदाहरणं आहेत ज्यांनी जाणीवपूर्वक आणि सक्रियपणे असे चमत्कार घडवून आणले. जेव्हा इतर लोक अशा गोष्टी घडाव्यात म्हणून फक्त प्रार्थना करत वाट बघत होते, तेव्हा जे.एफ.के. आणि एम.एल.के. मैदानात उतरले आणि त्यांनी ते करून दाखवलं. अशक्य वाटणाऱ्या कल्पना दृश्य रूपात वास्तवात उतरवण्यात ते यशस्वी झाले. त्यांनी त्यांच्या ध्येयाचा पाठलाग केला आणि तसे करताना नवीन असाधारण वास्तवाची नर्मिती केली. त्यांच्या क्षमता वापरून ते मिरॅकल मेव्हन्स बनले.

मिरॅकल मेव्हन्स बनणे म्हणजे तसे 'असणे' होय. तुमचा जर अढळ विश्वास असेल आणि असाधारण प्रयत्न किंवा मेहनत करत असाल तर तुम्ही मिरॅकल मेव्हन्स आहात. लक्षणीय मिरॅकल मेव्हन्स प्रत्येक क्षेत्रात

आढळतील आणि त्यांची कामगिरी, त्यांनी निर्माण केलेले मार्ग आपल्याला प्रत्येक कल्पनीय शक्यतांमध्ये आढळून येतील. तुम्हाला त्यातील अनेकांबद्दल माहीतदेखील असेल; कारण त्यांच्या कामगिरीने जगाला खूप प्रभावित केलेलं आहे. सुपरिचित मिरॅकल मेव्हन्समध्ये खालील व्यक्तींचा समावेश आहे:

- हेन्री फोर्ड, ज्यांनी आपल्याला कारने प्रवास करण्याची सुविधा दिली.
- मेरी क्युरी, ज्यांनी रेडिओॲक्टिव्ह थिअरी विकसित केली आणि त्या नोबेल पुरस्कार मिळवणाऱ्या पहिला महिला होत्या आणि तोच पुरस्कार दोनदा मिळवणाऱ्याही पहिल्याच व्यक्ती होत्या.
- बिल गेट्स, ज्यांनी पर्सनल कम्प्यूटर्स जगभरातील लाखो घरांमध्ये आणि ऑफिसेसमध्ये पोहोचवले.
- अमेलिया इयरहॉर्ट, एकटीने अटलांटिक समुद्रपार विमान उडवणारी पहिली महिला.
- नील आर्मस्ट्रॉंग, ज्यांनी चंद्रावर पहिले पाऊल ठेवले.
- लेब्रन जेम्स, ज्यांनी साठ वर्षांपूर्वी क्लीव्हलँड शहराला महत्त्वाच्या जॉब्स-व्यावसायिक खेळामध्ये पहिली चॅम्पिअनशिप मिळवून देणाऱ्या कॅवेलर्सचे नेतृत्व केले.
- मिशेल फेल्प्स, जो पंधराव्या वर्षी ऑलिम्पिक विजेता ठरला आणि पुढे तेवीस सुवर्णपदकं मिळवली.
- स्टीव्ह जॉब्स, ज्यांनी तुमच्या खिशामध्ये हजारो गाणी आणून ठेवली आणि स्मार्टफोन सामान्य केला.
- इलॉन मस्क, जे सतत तंत्रज्ञानातील चमत्कार निर्माण करत असतात ज्यामुळे मानवतेला पुढे जाण्यास मदत होते.

अनंत काळापासूनच, साधारण वाटणाऱ्या लोकांनी त्यांना त्यांच्या मर्यादेपलीकडे जात अशक्य वाटणाऱ्या कामगिरी केल्या आहेत. त्यांनाही आपल्यासारख्याच गोष्टींची भीती आणि असुरक्षितता वाटली; पण त्यांनी त्यावर मात केली. आपण सगळेच अमर्याद क्षमता घेऊन जन्माला आलो

आहोत, पण या लोकांना त्या क्षमतांचा वापर कसा करायचा ते समजलं आहे. तुम्हालाही जेव्हा तो शोध लागेल, तेव्हा सर्वकाही बदलून जाईल.

आपल्यापैकी प्रत्येक जण जन्माला येतो ती परिस्थिती वेगळी असली, तरी आपण ज्या मानवी क्षमता घेऊन जन्मलो आहोत त्या वैश्विक आहेत. खरं तर, अशा मर्यादित क्षमता घेऊन जन्माला येऊनही त्यावर मात करत असाधारण कामगिरी करणाऱ्या लोकांच्या अगणित कहाण्या आहेत. तुम्हाला त्यातील काही माहितीदेखील असतील.

लेखिका जे. के. रोलिंग्स कफल्लक झाली होती आणि तिने हॅरी पॉटर हे पुस्तक लिहिलं तेव्हा अगदी कंगाल झाली होती. ते पुस्तक पुढे मालिकारूपाने आलं आणि त्यावर आधारित अनेक अत्यंत लोकप्रिय चित्रपट बनवले गेले, थीम पार्कमधील राइड्स बनल्या, खेळणी, कपडे, व्हिडिओ गेम्स आणि काय काय बनलं आणि त्या पुस्तकाने खास अब्जाधीश लोकांमध्ये तिला स्थान मिळवून दिलं.

जे-झेड जागतिक कीर्तीचा रॅपर आणि बिझनेसमन बनण्याआधी ब्रुकलीनमधील गरीब वस्तीत राहायचा. त्याच्या संपत्तीची आता काही उदाहरणं द्यायची तर रिअल इस्टेट, स्पोर्ट्स बार्स, कपडे, पेय आणि अगदी सौंदर्यसाधनांचादेखील समावेश आहे.

ऑप्रा विन्फ्रेचं बालपण गरिबी आणि अत्याचार यांमध्ये गेलं आणि आज ती जगातील एक सर्वांत यशस्वी आणि श्रीमंत व्यक्ती आहे. तिने तिच्या यशाशी बांधील राहत, पुढील पिढ्यांना गरिबीत दिवस काढायला लागू नयेत यासाठी मदत म्हणून १२५ अब्ज रुपये वंचित मुलींच्या कल्याणासाठी सामाजिक कार्याकरता दान केले आहेत.

अभिनेता सिल्व्हेस्टर स्टॅलोनला त्यानेच लिहिलेला त्याच्या रॉकी चित्रपटातली प्रसिद्ध भूमिका मिळाली. त्या भूमिकेनंतर मोठ्या भूमिका मिळायला लागेपर्यंतच्या मधल्या काळात तो काही काळ बेघर होता. रॉकी प्रचंड गाजला आणि आजवरच्या सर्वांत यशस्वी चित्रपटांत गणला जाऊन त्याचे अनेक भाग निघाले आहेत.

खऱ्याखुऱ्या आयुष्यातील अनेक उदाहरणांचा समावेश असलेल्या या लांबलचक यादीने पुस्तक भरून जाईल. मला आशा वाटते, की ज्याप्रमाणे तुमचा भूतकाळ तुमच्या भविष्याला मर्यादा घालू शकत नाही, त्याचप्रमाणे

तुमची बाह्य परिस्थिती तुमच्यावर मर्यादा आणू शकत नाही हे तुम्हाला लक्षात येईल. त्यासाठी आधी तुमच्या आदर्श भविष्यकाळाची कल्पना करावी लागेल, तो स्पष्टपणे पाहावा लागेल आणि मग तो घडणे शक्य आहे असा विश्वास निर्माण करावा लागेल. (आपण हे नक्की कसं करायचं याबाबत पुढील भागांमध्ये विस्तृत चर्चा करणार आहोत.) त्यानंतर तुम्ही त्या दिशेने चालायला सुरुवात केली पाहिजे. वर उल्लेख केलेल्या सर्वांनी तेच केलं होतं. त्यांनी त्यांना जे हवं होतं ते शक्य होतं असं ठरवलं, ते शक्य करण्यासाठी कशाची आवश्यकता होती ते शोधलं आणि नंतर जोपर्यंत यश अपरिहार्य होत नाही तोपर्यंत त्यासाठी सर्वकाही देऊ केलं. तुम्हीही तसं करू शकता.

लक्षात ठेवा, तुम्ही ठरवलेलं ध्येय जग बदलून टाकेल असं असायला हवं असं अजिबात नाही. ते तुम्हाला हवं ते काहीही लहान-मोठं, सोपं-किचकट असू शकेल. महत्त्वाची गोष्ट म्हणजे ते तुमच्यासाठी अर्थपूर्ण असलं पाहिजे, ते तुमच्यासाठी प्रेरणा बनेल असं असलं पाहिजे.

मिरॅकल मॉर्निंगमध्ये मी एक 'लेव्हल १० सक्सेस' नावाची संकल्पना स्पष्ट केली होती; ती म्हणजे आपल्या सर्वांना जगण्यासाठी काही आदर्श लागतो. जर तुम्ही जीवनाच्या कोणत्याही क्षेत्रातील यश १ ते १० अशा फुटपट्टीवर मोजलंत, तर तुम्हाला प्रत्येक बाबतीत १०व्या पातळीत राहायला आवडेल. आरोग्य १०, आनंद १०, संपत्ती १०. माणसांच्या क्षमता जर अमर्याद आहेत, तर १०व्या पातळीवर पोहोचणं हे ध्येय असलं पाहिजे असं नाही. त्यासाठी फक्त रोज सकाळी उठून, काल रात्री झोपताना तुम्ही होतात त्यापेक्षा आज अजून चांगली आवृत्ती होण्यासाठी प्रयत्न करा. तुम्ही जर फक्त रोज तुमच्या अमर्याद क्षमता आणि १०व्या पातळीच्या दिशेने पुढे जाण्यावर लक्ष केंद्रित केलेत, तर अगणित संधी चालून येतील आणि तुम्हाला खऱ्या परिपूर्तीचा स्रोत सापडेल.

आपण १०व्या पातळीवर पोहोचण्यासाठी प्रयत्न करतो तेव्हा आनंदी असणं आणि आपला विकास व सुधारणा करण्याच्या आंतरिक मानवी

इच्छेचा पाठलाग करताना आपण आज जिथे आहोत त्याप्रति कृतज्ञता या दोहोंमध्ये समतोल साधणं हे आव्हानच असतं. मी पुरेसा चांगला नाही, असा विचार करणं तुमच्या उपयोगाचं नाही; तर मी अमर्यादित आहे, आणि मी अजून प्रयत्न करू शकतो असा विचार करणं तुमच्यासाठी उपयुक्त आहे. हा सूक्ष्म असला, तरीही महत्त्वाचा फरक आहे. मिरॅकल मेव्हन्स अशा प्रकारेच जगतात.

मिरॅकल मेव्हन्स आणि इतरांच्यात हाच फरक असतो, की ते नेहमी त्यांच्या १०व्या पातळीवरील यशाच्या व्याख्येपेक्षा जास्त काहीतरी मिळविण्यासाठी प्रयत्न करतात. त्यांचा स्वतःवर अढळ विश्वास असतो आणि यावरही विश्वास असतो की आयुष्यात त्यांना जे मिळवायचं आहे, ते घडेलच. पण, ते त्यांच्या प्रयत्नांमध्ये निष्क्रिय भूमिका घेत नाहीत. ते उद्दिष्टांकडे फक्त बघत बसत नाहीत किंवा फक्त सकारात्मक विधानं म्हणत राहून काहीच कसं घडत नाही याचा अचंबा करत बसत नाहीत. तुम्ही मिरॅकल मेव्हन्सप्रमाणे जगता, तेव्हा तुम्ही इतर लोकांपेक्षा वेगळा विचार करता आणि वेगळे वागताही.

बहुतांश लोक त्यांच्या भयाचा आणि स्वतःबद्दलच्या शंकांचा हळूहळू त्यांच्या विचारांवर परिणाम होऊ देतात, पण मिरॅकल मेव्हन्स विश्वासाने भयावर मात करतात. त्यांना ते करू शकतात आणि जे काही करतील त्यात यशस्वी होतील, असा ठाम विश्वास असतो, आणि त्याच वेळी, त्यांची यशस्वी झाले नाहीत तरी ते स्वीकारून पुढे चालत राहण्याही तयारी असते, तसा दृष्टीकोन असतो. अशा प्रकारे, त्यांना अधिक संधींचा लाभ घेता येतो. काही वेळा ते अयशस्वी झाले तरी, ते यशस्वी होण्याच्या अधिक शक्यता असतात.

सिमॉन सिनेक याने साधारण अशीच भावना व्यक्त केली, तो म्हणाला, ''जे नेहमीच स्पर्धेत यशस्वी होतात, जिंकतात केवळ तेच चॅम्पिअन्स नसतात, तर जे तिथे पोहोचण्यासाठी प्रयत्न करून तिथे पोहोचतात ते चॅम्पिअन्स असतात. आणि ते पुढच्या वेळी अजून जास्त प्रयत्न करतात... 'चॅम्पिअन्स' असणं ही मानसिक अवस्था असते. ते समर्पित असतात. ते इतरांशी जशी स्पर्धा करतात, तशी स्वतःशीही करतात.''

मिरॅकल मेव्हन्सचं आचरणही वेगळं असतं. त्यांना अपेक्षित परिणाम हवे असतील तर त्यासाठी प्रयत्न करावेच लागतील हे माहीत असतं. ते कधीच सोपा मार्ग निवडत नाहीत; त्यांना जे साध्य करायचं असतं, त्यासाठी

जे काही आवश्यक असेल, ते करण्यासाठी ते कायम तयार असतात. तरीही, ते कार्यक्षमतेला महत्त्व देतात; त्यामुळे ते सतत शिकत असतात, आणि त्यांच्या ध्येयापर्यंत लवकरात लवकर पोहोचण्यासाठी युक्त्या, टिपा आणि अगदी जवळचे मार्गही शोधून काढतात.

हे माझं केवळ निरीक्षण नाही, तर अनुभव आहे. पुढे तुम्ही वाचाल, की मला कारच्या अपघातात मृत घोषित केल्यावर मी पुन्हा उठून उभं राहण्यासाठी कशा प्रकारे मिरॅकल इक्वेशनचा वापर केला, अगदी ढासळलेली आर्थिक परिस्थिती कशी बदलली आणि कॅन्सरचं निदान झालेलं असतानाही कसा बरा झालो. हे पुस्तक ज्या दोन निर्णयांवर आधारित आहे, त्या दोन निर्णयांच्या व्यतिरिक्त मी काहीही केलं नाही.

चमत्कार घडवून आणणे हा तुमचा निर्णय आहे :

आपल्याला हव्या असलेल्या आयुष्यापासून आपल्याला दूर ठेवणाऱ्या अगणित प्रश्नांची उत्तरं आपल्याला स्व-मदत करणारी पुस्तकं देतात. आपल्या सवयी, आपले विश्वास/श्रद्धा, आपल्याला प्रभावित करणारे वर्तुळ, आपल्या आत्मविश्वासाची पातळी, भावनिक बुद्धिमत्ता, आपलं शिक्षण किंवा त्याचा अभाव; हे सर्व थोडं भारावून टाकणारं असतं. तरीही, मला असं वाटतं की आपण दोन सरळसोट निर्णयांमध्ये शेकडो उत्तरं विभागू शकतो ज्यामुळे तुम्हाला यश मिळेल किंवा नाही मिळणार आणि तुम्ही तुमचं उर्वरित जीवन मिरॅकल मेव्हन म्हणून जगाल किंवा नाही हे ठरेल.

आपण पुन्हापुन्हा दोन निर्णय जाणीवपूर्वकपणे घेण्यात अयशस्वी होतो आणि तसं करण्यामुळे आपण आपल्याला जे ईप्सित आहे ते मिळवण्यापासून दूर राहतो. ते दोन निर्णय म्हणजे : अढळ विश्वास न ठेवण्याचा निर्णय आणि असाधारण प्रयत्न न करण्याचा निर्णय. तुम्हाला इच्छित असलेलं अद्भुत आयुष्य निर्माण करण्यापासून जर कोणती गोष्ट तुम्हाला रोखत असेल, तर ती गोष्ट म्हणजे तुम्ही ते करू शकता अशा विश्वासाचा अभाव किंवा मग तुम्ही आवश्यक तितके प्रयत्न करण्यात कमी पडता इतकेच. अनेक लोक या दोन्ही गोष्टी करत नाहीत.

मला कल्पना आहे की हे सोपं वाटतं- कदाचित खूप जास्त सोपं. पण, आपण ते जाणून घेऊ.

निर्णय १ : अढळ विश्वास. तुम्ही विश्वासऐवजी अन्य कोणता शब्द वापरलात तरी चालेल - श्रद्धा, आत्मविश्वास किंवा खात्री - सोप्या शब्दांत सांगायचं तर जे लोक असाधारण जीवन निर्माण करतात, ते आधी ते तसं करू शकतात असा विश्वास निर्माण करतात आणि मग जोपर्यंत ते त्यांना इच्छित असलेलं जीवन निर्माण करत नाहीत तोपर्यंत तो विश्वास कायम टिकवून ठेवतात. अशा प्रकारे, त्यांचा विश्वास अढळ असतो.

यातून आपला मानवी स्वभाव दिसून येतो, की आपला विश्वास आपल्या भूतकाळातील आणि वर्तमानातील परिणामांमुळे व परिस्थितीमुळे प्रभावित होतो. तुम्ही जी गोष्ट कधी केलेली नाही किंवा मिळवलेली नाही, ती करण्यासाठी, मिळवण्यासाठी तुम्ही मुळात ती गोष्ट करू शकता असा विश्वास निर्माण झाला पाहिजे. असा विश्वास निर्माण करण्यासाठी तुम्हाला तुमच्या सुखाच्या किंवा आरामाच्या कक्षेतून बाहेर यावंच लागतं. आधीपेक्षा तुम्ही उत्तम आहात अशी कल्पना करावी लागते आणि हे खरोखरीच शक्य आहे अशा शक्यतेची कल्पनादेखील करावी लागते. हा विश्वास निर्माण करणं स्वाभाविक किंवा सामान्य नाही आणि ते आपोआपही घडत नाही. तुमच्या अमर्याद क्षमतांमध्ये विश्वास निर्माण करण्यासाठी तसं करण्याचा जाणीवपूर्वक व बुद्धिपुरस्सरपणे घेतलेला निर्णय आवश्यक असतो.

एकदा निर्माण केलेला असा विश्वास टिकवून ठेवणेही स्वाभाविकपणे घडत नाही. जवळजवळ सर्वच महत्त्वपूर्ण कामगिरी अनेक अडचणी आणि धक्के पचवल्यानंतरच करता आलेली असते. अनेकांसाठी अडचणी आणि धक्के यांमुळे त्यांचा विश्वास आणि ध्येय दोन्ही डळमळीत होते. याचसाठी आता आपण दुसऱ्या निर्णयाकडे वळू जो तुम्हाला चमत्कार घडवण्यासाठी खूप आवश्यक आहे

मिरॅकल इक्वेशन कृतीत आणणे

रॉब डायल हे माझे २००६ सालचे पहिले कोचिंग क्लायंट होते. तेव्हापासून ते माझे मित्र आणि सहकारी झाले. त्यांनी मिरॅकल इक्वेशनचा लक्षणीयरीत्या वापर करून केवळ आर्थिक स्वातंत्र्य मिळवलं नाही, तर जगावरदेखील लक्षणीय प्रभावही पाडला.

दरवर्षी, माझे जुने मित्र आणि व्यावसायिक भागीदार जॉन बरगॉफ (ज्यांना तुम्ही या पुस्तकात पुढे भेटालच), आणि मी मिळून 'बेस्ट इअर एव्हर (ब्लू प्रिंट) लाइव्ह एक्स्पिरीयन्स' असा कार्यक्रम आयोजित करतो. हा कार्यक्रम लोकांना त्यांच्या आयुष्यातील पुढील बारा महिने कसे 'उत्तम बारा महिने' असतील याची क्रांतिकारी प्रक्रिया दर्शवतो. अशाच एका कार्यक्रमादरम्यान रॉब यांना त्यांच्या जीवनहेतूची जाणीव झाली. लोक स्वतःच्या खऱ्या गुणवत्तेपर्यंत पोहोचण्यापासून स्वतःला रोखत असल्यामुळे त्यांना जो त्रास होतो, त्यापासून कसं मुक्त व्हायचं हे रॉब यांना लोकांना शिकवायचं होतं. ही जाणीव झाल्यावर लवकरच त्यांनी त्यांचं स्वतःचं पहिलं पॉडकास्ट सुरू केलं आणि आठ आठवड्यांच्या आत १००,०००हून अधिक लोकांनी ते ऐकलं. रॉब थरारून गेले असले तरीही त्यांच्याजवळ त्यांना आवडणाऱ्या कामासाठी सहा आकडी पगार देणारी नोकरी होती. त्यांना माहीत होतं की ते या दोन्ही गोष्टी करू शकत नाहीत, म्हणून त्यांनी त्यांचा स्वतःवरील अढळ विश्वास वापरला आणि नोकरी सोडून त्यांच्या जीवनहेतूवर पूर्ण वेळ लक्ष केंद्रित केलं.

लोकांना आवडेल आणि ते इतरांनाही सांगतील असा मजकूर तयार करण्यासाठी त्यांनी असाधारण प्रयत्न केले आणि चौदा महिन्यांतच सोशल मीडियावरील त्यांच्या फॉलोअर्सची संख्या दहा लाखांच्या पार गेली. फक्त २०१७मध्ये, त्यांच्या फेसबुक पेजवरील त्यांनी निर्माण केलेले व्हिडिओ आणि मजकूर पन्नास कोटींहून अधिक लोकांनी पाहिला. त्यांनी सहा आकडी पगाराची नोकरी सोडली असली, तरी आता ते त्यांची मिळकत आधीच्या मासिक उत्पन्नाच्या ३०० पट अधिक करू शकले होते. रॉब यांनी मिरॅकल इक्वेशन अमलात आणणे आणि मिरॅकल मेव्हन बनणे म्हणजे काय हे स्वतः अनुभवलं.

निर्णय २ : असाधारण प्रयत्न. तुम्हाला प्रयत्न शब्दासाठीही अनेक समानार्थी शब्द सापडतील – काम, उत्पादकता, परिश्रम किंवा कृती – ज्यांना अंतिम उद्दिष्ट साध्य करता येते आणि जे दहाव्या पातळीवरील आयुष्य जगतात ते, ते साध्य होत नाही तोपर्यंत त्यासाठी आवश्यक (असाधारण) प्रयत्न करतात.

असाधारण प्रयत्न म्हणजे खूप परिश्रम असा अर्थ नाही हे तुम्हाला पुढील प्रकरणांतून समजेलच. पण, त्यासाठी तुमच्यात ताकद असणं आवश्यक आहे. प्रयत्न असाधारण कशामुळे होत असतील तर ते खूप काळ सातत्याने केले असतात आणि असे केल्याशिवाय तुम्ही तुमच्या विश्वासाला चालना देऊ शकत नाही.

दुर्दैवाने, अशा प्रकारचे प्रयत्न अनैसर्गिकही आहेत. आपण अनेकदा अल्पकालीन सुखांच्या मागे लागत दीर्घकालीन यश आणि समाधानाला मुकतो. असे करण्याने आपण सुरक्षित राहण्यासाठी आवश्यक थोडे प्रयत्न करून आपल्या सुखाच्या परिघात राहतो. हे आपल्याला योग्य कृती करण्यापासून रोखते, कारण सोप्या गोष्टी करणं हे केव्हाही खूप सोपंच असतं, नाही का?

डोक्यावरचं छत गमावणार नाही, इतपत पुरेसा पैसा कमवायचा अशी आपल्या समाजातील बहुतांश लोकांची मनोवृत्ती असते. पण, ते प्रगती करण्यासाठी पुरेसं नसतं. आपण अन्नपदार्थही असे खातो, जे त्यांच्या चवीमुळे आणि पोतामुळे जिभेला तात्कालिक सुख देतात आणि असे करताना आपण त्याचे तब्येतीवर आणि आपल्या ताकदीवर होणारे दूरगामी परिणाम दुर्लक्षित करतो. आपण आपल्याला इच्छित संपत्ती मिळवून देतील आणि आर्थिक स्वातंत्र्य मिळवून देतील अशा ध्येयांचा, स्वप्नांचा पाठलाग करण्याऐवजी समाधान न देणाऱ्या कंपन्यांमधील नोकऱ्या करत राहतो, कारण त्या आपल्याला आपले खर्च भागवण्यासाठी सुरक्षित पगार देतात.

मी तुम्हाला असे दोन निर्णय घ्यायला सांगत आहे जे तुमच्या मूळ इच्छांच्या विरोधात असतील, या गोष्टीची मला जाणीव आहे. जर तुम्हाला तुमचा जन्मजात मानवी स्वभाव कसा बदलाल असं वाटत असेल, तर माझ्यावर विश्वास ठेवा. आपण या इच्छांवर मात कशी करायची हे शिकू आणि मग हे निर्णय घेणं आपोआप आणि नैसर्गिकपणे घडेल.

अढळ विश्वास आणि असाधारण प्रयत्न यांबद्दलचे प्रतिक्रिया चक्र

आपण सर्व जण यातून गेले आहोत. नवीन उद्दिष्ट ठरवतो तेव्हा आपण खूप उत्साहात असतो. ते कसे असेल याबाबत आपल्या मनात स्पष्टता असते

आणि ते साध्य केल्यावर कसे वाटेल याचीही आपण कल्पना केलेली असते. तिथे पोहोचण्यासाठी आपण नक्की काय करायला पाहिजे हे आपल्याला माहीत असतं आणि आपल्याला ते शक्य आहे असं वाटतं. आपण पहिलं पाउल टाकतो आणि पुढे जाऊ लागतो. आणि अचानक.... ठप्प.

आपल्याला अनपेक्षित अशी अडचण येते. आपल्याला वाटले होते तितक्या वेगाने परिणाम मिळत नाहीत. कदाचित तुम्ही पाठवलेल्या तुमच्या माहितीला लोकांचा प्रतिसाद येत नाही. कदाचित तुम्ही जेव्हा तुमच्या फावल्या वेळात व्यायाम करायचा किंवा स्वतःचा ब्लॉग लिहायचा असं ठरवत असता, नेमकं तेव्हाच तुमचे वरिष्ठ एखाद्या नवीन प्रोजेक्टमध्ये काम देऊ करतात. कदाचित तुम्ही नवीन उत्पादन लाँच केलेलं असतं, पण तुम्हाला अपेक्षित प्रमाणात त्याची विक्री होत नाही. अशा वेळी मिरॅकल इक्वेशनला चिकटून राहणं आव्हानात्मक असतं. तुमच्यापुढे आलेलं आव्हान जितकं मोठं, तितकं तुम्हाला अनुत्साही वाटू शकतं. अशा वेळी तुम्ही त्या इक्वेशनला बाहेरचा रस्ता दाखवू शकता आणि 'तुम्हाला माहीत असलेल्या नेहमीच्या आयुष्या'कडे परत वळू शकता.

तुम्हाला अपेक्षित परिणाम दिसत नाहीत (म्हणजेच हवे असलेले), तेव्हा तुमचा विश्वास डळमळीत होणं स्वाभाविक आहे. जसा तुमचा विश्वास डळमळीत झाला, तसे तुमचं उद्दिष्ट साध्य करण्यासाठी आवश्यक असलेले परिणाम नाहीसे होतात. मला खात्री आहे की तुम्ही स्वतःला एकदातरी विचारलं असेल, की माझं ध्येय साध्य करणं शक्य आहे यावर माझा विश्वासच नसताना, त्या दृष्टीने प्रयत्न करण्यात तरी काय अर्थ आहे?

अढळ विश्वास आणि असाधारण प्रयत्न या दोन्हींना आपापलं महत्त्व आहे आणि ते एकमेकांना पूरक आहेत. त्याकडे दोन वेगवेगळ्या कृती म्हणून पाहण्यापेक्षा, त्याकडे एक वर्तुळ किंवा चक्र अशा दृष्टीने पाहणं वास्तविक ठरेल. त्या दोन्ही गोष्टी एकत्रितपणे काम करतात. जेव्हा तुम्ही तुमचं ध्येय गाठू शकता असा अढळ विश्वास निर्माण करता, तेव्हा त्या दृष्टीने कृती करण्यासाठी आवश्यक आंतरिक इच्छा निर्माण करता; आणि तेच तुमचे असाधारण प्रयत्न असतात. ते प्रयत्न तुमच्या विश्वासाला पाठबळ देईल अशी पात्रतेची भावना जागृत करतात. तुम्ही दोन्ही करण्यासाठी सिद्ध होता तेव्हा ते समीकरण काम करते. पण, जर तुम्ही यांपैकी एक सोडून दिले, तर ही प्रक्रिया थांबते. या दोन्ही गोष्टी एकमेकांना पूरक आहेत. तुम्ही तुमच्या आयुष्याकडे,

तुमच्या उद्दिष्टांकडे, तुमच्या स्वप्नांकडे आणि अगदी तुमच्या नातेसंबंधांकडे अढळ विश्वासाने वाटचाल करता, तेव्हा तुम्ही असाधारण प्रयत्न करता आणि ते प्रतिक्रियेचे चक्र सुरू राहते. अशा प्रकारे, तुम्ही पुन्हापुन्हा चमत्कार निर्माण करता आणि तुम्ही मिरॅकल मेव्हन्स म्हणून जीवन जगता.

रहस्यांचे चमत्कारांमध्ये रूपांतर करणे

माहीत आहे, आपण आताच चमत्कारांचं रहस्य जाणून घेतलं आहे. तरी आता आपण पुन्हा त्याकडे वळू या. कारण तुम्ही तुमच्यातील भीती, स्वतःबाबतच्या शंका यांवर अढळ विश्वासाने मात कराल, आणि तुम्हाला असाधारण प्रयत्न करण्यापासून दूर ठेवणाऱ्या ज्या अनुत्पादक सवयी किंवा आळशी वृत्ती सोडून द्याल, तेव्हाच तत्काळ तुम्हाला तुमच्यातील अमर्याद क्षमता दिसतील आणि तुम्ही तुमच्या भोवती असलेल्या संधी आणि शक्यता पाहू शकाल. तुम्ही जे करायचं ठरवलं आहे, ते करणं ही तुमची सवय बनेल. अन्य कोणाला कदाचित तुम्ही नशीबवान आहात असं वाटेल.

लोकांना मिरॅकल मेव्हन्सचं खूप कौतुक वाटतं आणि कधीकधी मत्सरही वाटतो, की 'वाह, त्यांच्यासाठी सगळं किती सहजसोपं असतं. किती नशीबवान आहेत ते!' धार्मिक किंवा आध्यात्मिक श्रद्धा असणारे लोक नेहमी या यशाचं श्रेय देवाला किंवा महाशक्तीला देतात. पण, संशयवादी लोक याला निव्वळ योगायोग मानतात.

तुम्हाला जे म्हणायचं ते म्हणा, ज्याला श्रेय द्यायचं त्याला द्या, फक्त त्याबद्दल शंका घेऊ नका. ते स्वीकारा. त्यातील सत्य आणि साधेपणा पहा. आणि लक्षात ठेवा, की जेव्हा तुम्ही काही महान स्वप्न सत्यात उतरवण्यासाठी प्रयत्न करता किंवा एखादा असाधारण परिणाम (किंवा चमत्कार) साध्य करू इच्छिता, तेव्हा तिथे पोहोचण्याचा प्रवास कसा असेल याची कल्पना नसते. फक्त इतकंच जाणून घ्या की त्यामध्ये सर्व प्रकारच्या अनपेक्षित रस्ते, आव्हानं, नातेसंबंध आणि नवीन संधींची ओळख करून देणारे धडे यांचा समावेश असेल; या संधी तुम्हाला पुन्हापुन्हा असे धडे शिकवतील की ज्यातून अजून नवीन संधींची कवाडं उघडतील.

तुमचं नशीब कसं कधी कुठे उजाडेल हे तुम्ही सांगू शकत नाही. पण, तुम्ही मिरॅकल इक्वेशननुसार जगलात, तर नक्कीच नशीबवान बनाल याची

खात्री बाळगा. तुम्ही स्वतः जितके अधिक असाधारण प्रयत्न करण्याचा आणि अढळ विश्वासाने चमत्कार निर्माण करण्याचा निश्चय कराल, तितकी अधिक अनपेक्षित आणि अनमोल साधनं तुम्हाला उपलब्ध होतील. तेव्हाच लोक तुमच्याकडे आश्चर्याने पाहू लागतील आणि विचार करतील, 'वाह, त्यांच्यासाठी सगळं किती सहजसोपं असतं. किती नशीबवान आहेत ते!'

मी स्वानुभवातून आणि या पुस्तकाद्वारे तुम्हाला भेटणाऱ्या सर्व लोकांच्या अनुभवातून तुम्हाला सांगतो, की जेव्हा तुम्ही मिरॅकल इक्वेशनशी हातमिळवणी कराल आणि यानुसार जगाल तेव्हा जे परिणाम मिळतील ते तुमच्या कल्पनेच्या पलीकडील असतील. ते परिणाम दिसू लागतील आणि बहुतेक नेहमीप्रमाणेच ते अनपेक्षितपणे समोर येतील. अदृश्य शक्ती आणि स्रोत जे तुमच्या कुवतीबाहेरील आहेत, ज्यांची तुम्ही कधी कल्पनाही केलेली नाही किंवा त्यासाठी योजनाही केलेली नाही, ते प्रत्येक चमत्काराची सहनिर्मिती करण्यासाठी तुमच्या मदतीला धावून येतील. ते नेहमी अनपेक्षित संधी, किंवा माणसं किंवा अगदी योग्य वेळ योग्य ठिकाण अशा रूपात समोर येतील.

मला आता तुमच्यातील शंकासुर डोकं वर काढताना दिसतो आहे. अरे हाल, आपल्या सद्य जागृत अवस्थेपलीकडील न दिसणाऱ्या शक्ती आणि स्रोत? ठीक आहे, ऐकलं तुझं. हे थोडंसं, 'आहे कोठेतरी'सारखं वाटतं. तरीही, तुम्ही ही झेप घेतलीच पाहिजेत. ही तीच झेप आहे जी प्रत्येक मिरॅकल मेव्हन त्याच्या/ तिच्या आयुष्यात कधी ना कधीतरी घेतो/ घेते, ज्यामुळे आपल्याला यशस्वी लोकांनी त्यांच्या यशाचं श्रेय 'नशिबाला' दिलेलं ऐकू येतं. कधीतरी आपल्याला जे दिसत नाही त्यावर विश्वास ठेवणंदेखील आवश्यक असतं. मी तुम्हाला, फक्त ज्यांना अशा जादू आणि आश्चर्याचा अनुभव आहे अशांना या जादूवर आणि चमत्कारांवर विश्वास ठेवण्याचं आवाहन करतो.

मी अगोदर म्हटल्याप्रमाणे, मिरॅकल इक्वेशन हे समजावून सांगणं सोपं आहे, पण खूप कमी लोक ते अमलात आणू शकतात. अढळ श्रद्धा/ विश्वास आणि असाधारण प्रयत्न करण्याचे दोन निर्णय समजून घेणं किचकट नाहीये. ते जेव्हा एकत्रित केले जातात आणि कायम राहतात तेव्हा त्यांतून चमत्कारपूर्ण परिणाम निर्माण होतात. तरीही, या दोन निर्णयांना

अमलात आणणे हे सरळ स्पष्ट आहे; कारण त्या दोन्हींसाठी आपल्याला आपल्या नैसर्गिक स्वभावाला, म्हणजेच जो जन्मजात आहे आणि जे शिकलो आहोत त्या स्वभावाला जाणीवपूर्वक विरोध करावा लागेल. म्हणूनच आपल्या समाजातील तुलनेने कमी टक्के लोकांना हे असाधारण परिणाम मिळवण्यासाठी हे समीकरण कसं अमलात आणायचं याची समज आहे आणि म्हणूनच समाजातील अगदी लहान गटच हे अनेक वेळा करू शकला आहे.

हाच मिरॅकल मेव्हन्सचा लहान गट आहे ज्यामध्ये सामील होण्यासाठी मी तुम्हाला आमंत्रित करत आहे. इथे अढळ विश्वास हा विचार करण्याचा मूलभूत मार्ग आहे आणि असाधारण प्रयत्न सामान्यपणे आणि आपोआपच केले जातात. दृश्य आणि मोजण्याजोगे परिणाम निर्माण करण्यासाठी हे दोन घटक आवश्यक आहेत हे आता तुम्हाला माहीत आहे. आता तुम्हाला पुढे जायचं आहे का आणि त्या घटकांना कसं अमलात आणायचं हे समजून घ्यायचं आहे का, ही तुमची मर्जी.

पुढील प्रकरणात, मी मिरॅकल इक्वेशनमध्ये कसा धडपडलो, माझा पहिला दृश्य, मोजता येण्याजोगा चमत्कार कसा घडवून आणला आणि इतरांना ते शिकवायला कशी सुरू केली याबद्दल सांगणार आहे. तर ही कल्पना कुठून आली आणि या सगळ्याला कशी सुरुवात झाली ते पाहू या.

२

अशक्य... ते संभाव्य... ते अपरिहार्य

मी या समीकरणाचा शोध कसा लावला

‘जर तुम्हाला आश्चर्यजनक पातळीवरील समृद्धी अनुभवायची असेल, तर तुम्ही तुमच्या विचार करण्याच्या जुन्या पद्धती मागे सोडून दिल्या पाहिजेत आणि तुमच्या जीवनात ती समृद्धी अनुभवणं शक्य आहे असे कल्पनेचे नवीन मार्ग विकसित केले पाहिजेत.’

–डॉ. वेन डायर

मला माहीत आहे की आत्ता आपण पुस्तकाच्या फक्त दुसऱ्या प्रकरणामध्येच आहोत. पण, मला आधीच एक गोष्ट कबूल करायची आहे : मी कोणतेही मिरॅकल इक्वेशन शोधून काढले नाहीये. हे पुस्तक कदाचित काही शतकांपूर्वीच लिहिले गेले असते. अर्थातच, माझ्याकडून नाही. मी तेव्हा अस्तित्वातच नव्हतो. पण, हे अन्य कोणा मिरॅकल मेव्हनने लिहिले असते. मी स्पष्ट करतो की, मी फक्त ते समीकरण ओळखलं आणि त्याला नाव दिलं. ते मुळात मिरॅकल इक्वेशन होतंच. सत्य हे आहे की जगातील सर्वांत महान उत्पादनशील कामगिरी करणाऱ्या लोकांनी हे समीकरण जीवनाच्या प्रत्येक पैलूमध्ये अमलात आणल्याचं आपल्याला इतिहासात आढळून येईल. त्यांनी फक्त त्याला हे नाव दिलेलं नव्हतं.

मी लहान असताना माझा आवडता फुटबॉलपटू मायकल जॉर्डन याला शिकागो बुल्ससाठी खेळताना बघत असे. तेव्हा त्यांचे मुख्य प्रशिक्षक फिल जॅक्सन यांना चौथ्या डावात कधी त्यांच्या टीमला असं सांगताना ऐकलं नाही की, 'स्कॉटी (पिपन), तुम्ही आता बॉल मायकलला द्या. मायकल, तू डावीकडे जातोय असं दाखव, त्या बाजूला जा आणि मिरॅकल इक्वेशन लाव आणि डाव जिंका!' त्याचप्रमाणे, मार्टिन ल्युथर किंग ज्युनिअर, यांना कोणी सिव्हिल राइट्स चळवळीसाठी मिरॅकल इक्वेशन शिकवताना ऐकलेलं नाही. इतकंच काय इलोन मस्क हे इक्वेशन वापरून मंगळावर जीवसृष्टी उभी करण्याचं त्यांचं महान ध्येय साध्य करत आहेत असं कुठे वाचलेलं नाही.

तरीही, त्यांना ते प्राप्त होवो किंवा नाही; पण, मिरॅकल इक्वेशन हेच त्या प्रत्येकाने साध्य केलेल्या असाधारण कामगिरीचं समीकरण आहे. जर तुम्ही या समीकरणाप्रमाणे जगलात तर तुम्हाला तुमच्या जीवनातील १०व्या पातळीची कामगिरी करण्यासाठीच्या क्षमताही जागृत करता येतील; न करणं अशक्य असेल.

मी माझ्या कामाच्या ठिकाणी विक्रम मोडीत काढणारी विक्री करण्याचं ध्येय निश्चित केलं होतं आणि ते कदाचित अशक्य आहे असं मला वाटत होतं. पण मला ते ध्येय साध्य करण्याची खरोखर इच्छा होती आणि त्यातूनच मिरॅकल इक्वेशनचा जन्म झाला. मी माझ्या साधेसोपे मार्ग निवडण्याच्या नैसर्गिक स्वभावाच्या विरुद्ध जाऊन त्याऐवजी अजून कठीण मार्ग निवडला. त्या प्रक्रियेमध्ये, मी माझ्या आयुष्यातील आजवरचा एक मौल्यवान धडा शिकलो.

त्याआधी, मिरॅकल इक्वेशन कसं आलं याची परिस्थिती जरा मला तुमच्यासमोर उभी करू दे.

कॉलेज संपल्यावर मी 'कटको' नावाच्या घरोघरी जाऊन प्रात्यक्षिक करून महागडी किचन कटलरी विकणाऱ्या कंपनीत विक्री प्रतिनिधी म्हणून नोकरीला लागलो. मी सुरुवात केली, तेव्हा मला विक्रीचा काही पूर्वानुभव नव्हता आणि मी अत्यंत साधारण, ओशाळवाणे यांच्या मधल्या पोकळीतलं आयुष्य जगत होतो. मी 'सी' ग्रेड मिळणारा विद्यार्थी होतो आणि कधी संघटित खेळ खेळलो नव्हतो किंवा कोणत्या क्लबचाही भाग नव्हतो. शाळेत मुलं मला खूप त्रास देत, चेष्टा करत; माझ्या नावावर फक्त एकच विक्रम होता आणि तो म्हणजे योसेमाइट हायस्कूलमध्ये एकाच वर्षात सर्वाधिक वेळा शिक्षा होणारा विद्यार्थी. तुम्हाला जाणूनच घ्यायचं असेल, तर मला १७८ वेळा शिक्षा झाली होती आणि माझ्या आईवडिलांना याचा अजिबातच अभिमान वाटत नव्हता.

'कटको'मधील काही विलक्षण नेतृत्व आणि मार्गदर्शक यांच्या साहाय्याने आणि सल्ल्यानुसार माझ्यात एक प्रकारचा आत्मविश्वास निर्माण होऊ लागला जो पूर्वी कधी अस्तित्वातही नव्हता. मी अजून मेहनत केली. अजून मोठी उद्दिष्टं गाठण्याचा प्रयत्न केला. एकुणातच, मला कधी वाटलंदेखील नव्हतं त्यापेक्षा खूप सक्षम झालो आणि लवकरच कंपनीच्या वरच्या पातळीवरील विक्रेत्यांपैकी एक झालो.

त्या काळात जेव्हा स्वतःला अधिक कष्ट करण्यासाठी धक्का मारत होतो, तेव्हा विक्रीचे रेकॉर्ड्स मोडण्यासाठी स्वतःला थोडा ताण दिला. तो काळ म्हणजे, कटकोच्या जगात, कंपनी चौदा दिवसांची विक्री स्पर्धा घेते आणि त्यांच्या विक्रेत्यांमध्ये मैत्रीपूर्ण स्पर्धा निर्माण करते. यामध्ये हजारो

विक्रेत्यांना आणि व्यवस्थापकांना ट्रॉफीज आणि बक्षिसं दिली जातात. त्यामागील हेतू असा असतो की त्या विक्रेत्यांकडून त्यांच्या स्थानिक ऑफिसकरता आणि कंपनीकरता विक्रमी विक्री व्हावी. अशाच स्वतःला धक्का देऊन काम करून घेण्याच्या स्पर्धेच्या काळात माझ्यासाठी साक्षात्कार झाला आणि मिरॅकल इक्वेशनचा जन्म झाला.

स्वतःला धक्का देण्याचा काळ मिरॅकल इक्वेशन बनला

फेब्रुवारी २००१मध्ये म्हणजे माझ्या वयाच्या २१व्या वर्षी, मी लागोपाठ २१,००० डॉलर्सची विक्री करत होतो, जे कंपनीच्या बावन्न वर्षांच्या इतिहासात फार कमी विक्रेत्यांना साध्य झालं होतं. जसा पुढचा स्पर्धेसाठी स्वतःला धक्का देण्याचा कालावधी आला, तेव्हा मी सलग तीन वेळा २०००० डॉलर्सची विक्री करणारा पहिला प्रतिनिधी होण्यासाठी कसून तयारी करत होतो.

मागील आठवड्यातील माझ्या ऑर्डर्स देण्यासाठी मी कटकोच्या फ्रेमोन्ट, कॅलिफोर्निया येथील ऑफिसमध्ये गेलो तेव्हा सकाळचे साधारण दहा वाजले असतील.

''हाल, माझ्या मित्रा!'' माझे विक्री व्यवस्थापक फ्रँक ओर्डूबडी यांनी मला पुढे येऊन टाळी दिली. ''या स्वतःची कसोटी घेण्याच्या काळासाठी तू तयार आहेस का?''

मी एक दीर्घ श्वास घेतला, ओठांवरून जीभ फिरवली, तसे माझे डोळे विस्फारले आणि मी एक खूप मोठा निःश्वास टाकत म्हणालो, ''हो... मी हे करणार आहे फ्रँक. मी तो विक्रम करण्यासाठी प्रयत्न करणार आहे. कसा ते मला माहीत नाही, पण पुढच्या चौदा दिवसांत २०००० डॉलर्सची विक्री करण्यासाठी मार्ग शोधलाच पाहिजे.''

'वाह!' फ्रँक यांनी माझ्याकडे पाहून छान स्मितहास्य केलं. ''तुला माहीत आहे ना की तू जर ते केलंस तर तसं तीन वेळा करणारा तू पहिलाच विक्री प्रतिनिधी असशील?''

मी होकारार्थी मान डोलावली. ''मला माहीत आहे. मला खूप टेन्शन आलं आहे.''

फ्रँक यांचा चेहरा गंभीर झाला. ''आता हे समजून घे की हा कालावधी फक्त दहा दिवसांचा आहे, बरोबर? कारण कॉन्फरन्स अगोदरच सुरू झाल्याने आपल्याकडे पूर्ण चौदा दिवस नाहीत.''

मी फ्रँक यांच्याकडे एक क्षण पाहतच राहिलो. ''कृपया तुम्ही मस्करी करताय असं म्हणा.''

''सॉरी हाल,'' ते म्हणाले, त्यांच्या चेहऱ्यावर 'तुम्हाला कळवताना खेद होतो आहे' असे भाव होते. ''मला वाटलं की तुला हे माहीत असेल.''

''एक मिनिट, म्हणजे हा कालावधी तांत्रिकदृष्ट्या स्वतःला धक्का देऊन विक्रम आणि रँकिंग मिळवण्यासाठी काम करून घेण्याचा काळ म्हणून गणला जाणार नाही, बरोबर?'' त्या क्षणी मला असं वाटत होतं की त्यांनी या गोष्टीला 'हो' म्हणावं आणि मला त्याच्या पुढच्या चौदा दिवसांत तो विक्रम करण्यासाठी प्रयत्न करता यावेत.

''नाही, दुर्दैवाने हा कालावधी इतर वेळेप्रमाणे गणला जाणार आहे.''

माझ्या हृदयाचा ठोका चुकला. मी मागील काही आठवडे माझं डोकं चौदा दिवसांत २०,००० डॉलर्सची विक्री कशी करायची यासाठी लावत होतो, जेदेखील अर्थातच काही सोपं नव्हतं. आता तेच उद्दिष्ट फक्त दहा दिवसांत गाठणं निरर्थक आणि अशक्य वाटू लागलं.

मध्यरात्री झालेला साक्षात्कार

त्या रात्री, माझ्याकडे असलेल्या पर्यायांचा विचार करत मी रात्रभर या कुशीवरून त्या कुशीवर तळमळत होतो. २०००० डॉलर्सची विक्री फक्त दहा दिवसांत करणं हे मी आजवर केलेल्याच्या कामगिरीच्या पलीकडील अशक्य गोष्ट होती. मी माझं उद्दिष्ट १५००० डॉलर्सवर आणू का? १०००० डॉलर्स? का मी ते उद्दिष्ट असंच राहू देऊ? भीती आणि स्वतःबाबत शंका माझ्या डोक्यात घोंगावत होत्या. मी या उद्दिष्टापर्यंत कसा काय पोहोचणार आहे?

माझ्यातल्या शंकासुराचा आवाज वाढू लागला तेव्हा स्पष्टता आली. मला माझे एक मार्गदर्शक डॅन कसेटा यांनी शिकवलेली एक गोष्ट आठवली. त्यांनी ती गोष्ट लेखक आणि आजच्या काळातील तत्त्ववेत्ते जिम रॉन यांच्याकडून शिकलेली होती. माझ्या डोक्यात डॅन यांचा आवाज घुमला : 'ध्येयाचा हेतू त्या ध्येयापर्यंत पोहोचणे हा नसतो. ध्येयाचा हेतू हा असतो

की ते गाठू शकेल अशी व्यक्ती बनणे, त्यासाठी तुम्ही जे देऊ शकाल ते देणे; मग परिणाम काहीही प्राप्त होवो. त्या प्रक्रियेत तुम्ही कोण बनता हे कोणत्याही ध्येयापर्यंत पोहोचण्यापेक्षा जास्त महत्त्वाचं असतं.'

हं! मी ती गोष्ट आतपर्यंत पोहोचण्यासाठी एक क्षण जाऊ दिला. अर्थातच, डॅन आणि मी त्याबाबत पूर्वी चर्चा केली होती, पण त्याचा गहन अर्थ आता समजला होता. माझ्या मनात विचार आला, की जर मी माझं ध्येय खाली आणलं नाही तर? जरी दहा दिवसांत २०,००० डॉलर्सची विक्री करणं अशक्य असलं, तरी जर मी त्या ध्येयाशी बांधील राहिलो आणि परिणामांचा विचार न करता त्यासाठी माझं सर्वस्व पणाला लावलं तर? त्यामुळे मला भविष्यातील माझी ध्येयं पूर्ण करण्यासाठी जसा माणूस बनणं आवश्यक आहे तसा बनायला मदत होईल का? जर मी २०,००० डॉलर्सची विक्री करण्याशी बांधील राहिलो आणि माझं सर्वस्व दिलं, तर परिणाम काहीही मिळाले तरी त्या उद्दिष्टाचा सगळ्यात मोठा परतावा हाच असेल की मी त्या प्रक्रियेत मी अपयशी होणार नाही. बरोबर? बरोबर! मी दहा दिवसांत २०,००० डॉलर्सची विक्री करण्याचा प्रयत्न करायचं ठरवलं.

मी अंथरुणात उठून बसलो आणि शेजारी असलेला दिवा लावला. माझा मेंदू आता कल्पना गोळा करत होता. मी हे जवळवळ अशक्य ध्येय कसं गाठायचं यासाठीचे मार्ग शोधत होतो.

मध्यरात्री अंथरुणात मी ज्या स्वतःची कसोटी घेणारा कालावधीत पाऊल टाकणार होतो, त्या कालावधीकडे उलट पावली जाऊन पाहिलं. मी अशी कल्पना केली, की ते भविष्यातले दहा दिवस आहेत आणि मी स्वतःला विचारलं की जर मी अगोदरच २०,००० डॉलर्सची विक्री केली आहे, तर मी तेव्हा आणि आता या दोहोंच्या मधल्या काळात काय केलं असतं?

कारण, हा कालावधी इतका कमी होता, की माझी अपयशाची भीती वाढली होती. मी स्वतःला विचारलं, 'मी त्या भीतीचा सामना कसा करू शकतो?' त्याचं सोपं उत्तर होतं, की मी माझ्या ध्येयापर्यंत पोहोचलो आहे असा विश्वास ठेवणं आणि जोपर्यंत पोहोचत नाही तोपर्यंत तो विश्वास टिकवणं. असं करण्यासाठी मला स्वतःला मी तिथवर पोहोचू शकतो हे वारंवार सांगावं लागणार होतं, विशेषकरून जेव्हा माझा एखादा दिवस वाईट जाईल किंवा मला अपेक्षित परिणाम दिसणार नाहीत.

तो सुरुवातीचा विश्वासच पुढे अढळ विश्वास बनला.

मग मी विचार केला, की ज्या वेळी मला इच्छित परिणाम मिळणार नाहीत, त्या वेळी कसं आणि केव्हा मी स्वतःला पुढे जाण्यासाठी धक्का मारणं नैसर्गिकरीत्या नाहीसं होईल? कारण मी स्वतःवर शंका घेऊ लागेन की त्या ध्येयापर्यंत पोहोचणं शक्य तरी आहे का? त्याअंतर्गत सुस्तीचा सामना करण्याचा मार्ग म्हणजे शेवटच्या क्षणापर्यंत सर्वस्व पणाला लावून लढणं, मग त्यातून काहीही निष्पत्ती होवो. मला त्यासाठी शेवटपर्यंत खूप उच्च पातळीचे प्रयत्न करावे लागणार होते.

ती वचनबद्धता असाधारण प्रयत्न बनली.

त्या क्षणी, मी असे दोन निर्णय घेतले जे मला त्या संपूर्ण कालावधीत टिकवून ठेवावे लागणार होते याची मला कल्पना होती.

> **निर्णय १ :** मी अढळ विश्वास निर्माण करेन आणि टिकवेन की स्वतःला धक्का मारण्याच्या त्या कालावधीत मी माझ्या २०,००० डॉलर्सची विक्री करण्याच्या उद्दिष्टापर्यंत पोहोचू शकतो... भले काहीही होवो... दुसरा पर्यायच नाहीये.

> **निर्णय २ :** मी शेवटच्या शक्य क्षणापर्यंत दररोज असाधारण प्रयत्न करेन, मग भले त्यादरम्यान मला मिळणारे परिणाम काहीही असोत.

मी अंथरुणाशेजारच्या टेबलावरची वही घेतली आणि माझी वचनबद्धता अधिक मजबूत करण्यासाठी ते निर्णय लिहून काढले. नंतर, मी त्यांना एका वाक्यात एकत्रित करून एका अशा मंत्राच्या रूपात लिहून काढलं जो मी सहज लक्षात ठेवू शकेन आणि दररोज स्वतःशी म्हणू शकेन. तो मंत्र मला माझ्या दोन निर्णयांची आठवण करून देईल. मी अढळ विश्वास टिकवून ठेवण्याशी वचनबद्ध आहे की मी २०,००० डॉलर्सची विक्री करेन आणि जोपर्यंत करत नाही तोपर्यंत असाधारण प्रयत्न करेन, मग काहीही होवो... दुसरा पर्याय नाही.

खरे तर मला अजूनही भीती वाटत होती. प्रामाणिकपणाने सांगायचं तर, (आणि तुम्ही स्वतः ते मिरॅकल इक्वेशन वापराल ते समजून घेण्यासाठी

हे महत्त्वाचं आहे), मला पुढच्या दहा दिवसांत मी २०,००० डॉलर्सची विक्री करेन यावर विश्वासच नव्हता. मी त्यावर शक्य आहे असा विश्वास ठेवला, तो संभाव्य नक्कीच नव्हता. आपली सर्वांत मोठी ध्येयं सहसा त्यांना चमत्कारांमध्ये बदलणाऱ्या गोष्टींचा भाग नसतात. तरीही, मी माझं सगळं पणाला लावण्याच्या निर्णयावर ठाम होतो.

हे सोपं गणित होतं. जर मला दहा दिवसांत २०,००० डॉलर्सची विक्री करायची असेल, तर मला रोज २००० डॉलर्सची विक्री करावी लागेल. त्याचा अर्थ, पहिल्या सात दिवसांत, मला १४,००० डॉलर्सची विक्री करून द्यावी लागेल. मी यापूर्वी कधी दिवसाला २००० डॉलर्सची विक्री केली होती का? नक्कीच केली होती आणि मी नेहमीच त्याचा आनंद साजराही केला होता. कारण दिवसाला २००० डॉलर्सची विक्री करणं म्हणजे अगदी महान दिवस असणं आणि विरळाही. मला दिवसाला २००० डॉलर्सची विक्री होणं म्हणजे नशीबवान असल्याप्रमाणे वाटायचं. म्हणजे तसं सलग दहा दिवस करणं म्हणजे ओळीने दहा दिवस दमवणूक करणारे असणार होते.

मी जेव्हा त्या कालावधीला सुरुवात केली, तेव्हा नशीब कुठे शोधूनही सापडत नव्हतं. पहिला आठवडा अगदी कसोटी घेणारा होता आणि मी माझ्या ध्येयाच्या दिशेने जिथे असायला हवं होतं, त्याच्या फक्त ५० टक्क्यांपर्यंत पोहोचू शकलो. ते माझ्या ठरवलेल्या मार्गावर राहण्यासाठी आवश्यक होतं. विक्री फक्त ७००० डॉलर्स, आणि हातात फक्त तीन दिवस उरलेले. मला याच परिस्थितीची भीती वाटत होती. पण, मी माझं ध्येय खाली आणणार नव्हतो. मी स्वतःशी ठरवलं होतं की मी शेवटच्या क्षणापर्यंत माझं सर्वकाही देऊ करेन, मग भले काहीही होवो. हातात फक्त तीन दिवस उरलेले असताना, मी त्या दिवशीची पूर्वनिश्चित केलेली पहिली भेट गाठण्यासाठी निघालो. गाडी चालवताना, मी माझा मंत्र पुन्हा म्हटला : मी अढळ विश्वास टिकवून ठेवण्याशी वचनबद्ध आहे की मी या कालावधीसाठी २०,००० डॉलर्सची विक्री करेन आणि शेवटच्या क्षणापर्यंत असाधारण प्रयत्न करेन, मग भले काहीही होवो... दुसरा पर्यायच नव्हता. गंमत म्हणजे, मी जितके वेळा तो मंत्र म्हटला, माझा त्यावर तितका अधिक विश्वास बसत गेला.

कटकोची सहा प्रात्यक्षिकं केल्यानंतर, दिवसाअखेरीस मी ३००० डॉलर्सची विक्री केली होती! म्हणजेच मी आता १०,००० डॉलर्सचा टप्पा पार केला होता. त्या दिवसाने मला खूप प्रोत्साहन दिलं आणि माझ्यात पुन्हा उत्साह संचारला. मी माझी काळी निसान एक्सटेरा गाडी थांबवली आणि माझी फोन करण्यासाठी असलेली संदर्भाची वही काढली. संध्याकाळचे सात वाजले होते, ती फोन करण्यासाठीची अगदी उत्तम वेळ होती. मी पुढच्या दोन दिवसांत उरलेली १०,००० डॉलर्सची विक्री कशी करेन ही चिंता जरा बाजूला ठेवली आणि त्याऐवजी नवीन फोन कॉल करण्यावर लक्ष केंद्रित केलं.

पुढचे दोन दिवसही असेच उत्तम गेले; मंगळवारी ३,२३८ डॉलर्स आणि बुधवारी ४,१९४ डॉलर्सची विक्री केली, ज्यामुळे मी त्या कालावधीतला १७,०२४चा टप्पा गाठला. मी खूप प्रेरित झालो होतो कारण आमच्या टीमची ठरलेली मीटिंग दुसरे दिवशी सकाळी ७ वाजता होती. पण, त्या मीटिंगसाठी सॅन फ्रान्सिस्कोला पोहोचण्यासाठी कोणासोबत कारने जाण्यासाठीही मला उशीर झाला होता. माझ्याकडे वेळही नव्हता.

का, होता?

माझं उद्दिष्ट इतक्या थोडक्यावर आलेलं असताना ते सोडून द्यायचीही माझी तयारी नव्हती. म्हणून मी फ्रँकला फोन केला आणि मला त्यांच्याबरोबर कारने जाण्यातून वगळायची विनंती केली, जेणेकरून मला आमच्या कॉन्फरन्सआधी अजून दोन तासांचा वेळ काढता आला असता. माझी वचनबद्धता पाहता, तो कबूल झाला.

मी लगोलग माझी फोन क्रमांकांची संदर्भ वही काढली आणि फोन कॉल करू लागलो. चाळीस मिनिटांच्या नंतर, दुसऱ्या दिवशी सकाळकरता माझ्याकडे दोन भेटींची वेळ राखलेली होती. जरी फक्त दोन भेटींमध्ये ३००० डॉलर्सची विक्री होणं अशक्य होतं आणि अनेक लोकांच्या दृष्टीकोनातून ते वास्तविकही नव्हतं, पण ते नक्कीच शक्य होतं. बोनस म्हणून, माझा चांगला मित्र आणि सहकारी ॲडम करचक माझ्यासोबत असणार होता. त्याने मला त्या संध्याकाळी फोन करून मी गावात आहे का आणि तो माझ्याबरोबर भेटीच्या ठिकाणी येऊ शकतो का, असं विचारलं होतं.

दुसऱ्या दिवशी सकाळी, ॲडम मला भेटला आणि आम्ही दोघं मिळून माझ्या पहिल्या पूर्वनिश्चित केलेल्या भेटीच्या ठिकाणी गेलो. मी

खूप चिंतित होतो! हे खरंच होऊ शकतं का? फ्रीवेवरून कार खाली घेताना मी खिडकीची काच खाली केली. ॲडम शॉटगन चालवत होता हे माहीत असूनही मी खिडकीतून बाहेर बघत मोठ्याने माझा मंत्र ओरडून म्हटला : ''मी या कालावधीसाठी २०,००० डॉलर्सची विक्री करेन हा माझा अढळ विश्वास टिकवून ठेवण्यासाठी आणि ते करेपर्यंत असाधारण प्रयत्न करण्यासाठी मी बांधील आहे... मग काहीही होवो... दुसरा पर्यायच नाही! मी या कालावधीसाठी २०,००० डॉलर्सची विक्री करेन हा माझा अढळ विश्वास टिकवून ठेवण्यासाठी आणि ते करेपर्यंत असाधारण प्रयत्न करण्यासाठी मी वचनबद्ध आहे... मग काहीही होवो... दुसरा पर्यायच नाही!'' मी जितके वेळा हा मंत्र म्हणालो, तितका अधिक त्यावर विश्वास बसला. ॲडमला हसू आलं. त्याला माझं असं मीच केलेला मंत्र ओरडून म्हणणं मोठं गमतीशीर वाटलं.

मी ७ वाजून ५८ मिनिटांनी मिसेस हॅमरलिंग यांच्या घराच्या समोर गाडी थांबवली. नंतर माझी मागच्या सीटवर ठेवलेली डझनभर तरी स्वयंपाकघरात वापरण्याचे धारदार चाकू असलेली कटकोची नेव्ही ब्ल्यू रंगाची ब्रीफकेस घेतली आणि आम्ही दोघं त्यांच्या घराच्या मुख्य दरवाजापाशी गेलो.

टकटक...

माझ्या हाताच्या तळव्यांना घाम फुटला होता. माझ्या हृदयाची गती वाढली होती. मी एक मोठा श्वास घेतला, ॲडमकडे पाहिलं आणि मनातल्या मनात अजून एकदा माझा मंत्र पुटपुटला : 'मी या कालावधीसाठी २०००० डॉलर्सची विक्री करेन हा माझा अढळ विश्वास टिकवून ठेवण्यासाठी आणि ते करेपर्यंत असाधारण प्रयत्न करण्यासाठी मी बांधील आहे... मग काहीही होवो... दुसरा पर्यायच नाही!'

कोणी दरवाजावर टकटक वाजवलेल्याला प्रतिसाद दिला नाही, म्हणून मी दरवाजाची घंटा वाजवली. मी घराच्या समोरच्या बाजूने जाणाऱ्या वाटेकडे पाहिलं आणि मला काय बघायला लागेल याची मला खात्री नव्हती. कदाचित मिसेस हॅमरलिंग मला टाळण्यासाठी समोर झुडुपात लपल्या असतील का? मी पुन्हा बेल वाजवली. तरीही काही प्रतिसाद नाही. मी माझा सेलफोन कारमध्ये ठेवला होता तो घेण्यासाठी कारपाशी गेलो आणि मग मिसेस हॅमरलिंगना त्यांच्या घरच्या फोनवर फोन केला,

जो त्यांचा माझ्याकडे असलेला एकमेव नंबर होता. फोनलादेखील काही प्रतिसाद मिळाला नाही. मी पुन्हा फोन केला... कोणी उचलला नाही.

माझा विश्वासच बसत नव्हता. हे असं होऊ शकत नाही!

मी साधारण अर्धा तास वाट पाहिली. मी त्यांच्या घरच्या फोनवर अजून काही वेळा फोन केला. पण काही उत्तर नाही. आम्ही विक्री प्रतिनिधी याला 'नो शो' असं म्हणतो आणि हे घडण्यासाठी यासारखी वाईट वेळ दुसरी कोणती नव्हती. मी एक दीर्घ श्वास घेतला आणि ॲडमसोबत कारमध्ये बसलो. आम्ही आमच्या दुसऱ्या भेटीच्या ठिकाणी जायला निघालो– माझ्या उद्दिष्टापर्यंत पोहोचण्याची शेवटची संधी! आम्ही त्या ठिकाणी एक तास लवकर पोहोचलो आणि गाडी रस्त्यावर उभी केली.

ती वेळ माझ्यासाठी चांगली नव्हती. पण, मला विचार करण्यासाठी खूप वेळ मिळाला. भीतीने पुन्हा मनात शिरकाव केला. मला स्वतःबद्दल शंका येऊ लागली. हे असं कसं काय होऊ शकतं? मी माझं सर्वस्व ओतलं आहे. मी अढळ विश्वास टिकवला. मी असाधारण प्रयत्न केले. आणि आता सगळं काही पुढच्या भेटीवर अवलंबून होतं. माझी शेवटची ठरवलेली भेट. माझ्या पोटात गोळा आला. अखेरीस मी मिसेस कॅरोल यांच्या घराचं दार वाजवलं, आणि हळूच मनातल्या मनात माझा मिरॅकल मंत्र पुटपुटला : 'मी या कालावधीसाठी २०,००० डॉलर्सची विक्री करेन हा माझा अढळ विश्वास टिकवून ठेवण्यासाठी आणि ते करेपर्यंत असाधारण प्रयत्न करण्यासाठी मी वचनबद्ध आहे... मग भले काहीही होवो... दुसरा पर्यायच नाही!'

तीस सेकंदांनंतर दरवाजा उघडला. हे भगवान! आता मी एका पिंगट केस असलेल्या साधारण चाळीस वर्षांच्या स्त्रीसमोर उभा होतो.

"मी तुम्हाला काय मदत करू शकते?" त्या बाईंनी विचारलं. त्यांच्या स्वीडिश उच्चारांनी माझं लक्ष वेधून घेतलं. मी फोनवर बोललो त्या कॅरोलबाई या नव्हत्या.

"कॅरोल आपणच का?" मी त्यांना विचारलं.

नाही. त्या नक्कीच कॅरोल नव्हत्या. मग समजलं की त्या कॅरोल यांच्या नणंदबाई होत्या आणि त्या भावाच्या पन्नासाव्या वाढदिवसासाठी स्वीडनवरून आलेल्या होत्या. त्या स्वीडिश नणंदेने पटकन फोन केल्यावर समजलं की कॅरोल त्यांच्या अपॉइंटमेंटबद्दल पूर्णपणे विसरून गेल्या होत्या

आणि गावात दुसरीकडे गेल्या होत्या. त्या वेळेत परत येणं अवघड होतं. ''मी तुम्हाला काही मदत करू शकते का?'' त्या नणंदबाईंनी विचारलं.

मी एक क्षण विचार केला. त्या स्वीडिश नणंदबाई भावाच्या पन्नासाव्या वाढदिवसासाठी सुट्टीवर आलेल्या असताना सुऱ्या विकत घेणार नाहीत, बरोबर? विशेषकरून ३००० डॉलर्सच्या सुऱ्या, ''विचारल्याबद्दल धन्यवाद, पण मला तसं वाटत नाही.''

ॲडमने घसा खाकरला आणि माझ्याकडे झुकला. 'हाल,' तो म्हणाला, ''मी एवढ्या लांब गाडी चालवून तुझं प्रात्यक्षिक बघायला आलो आहे. जर या चांगल्या बाई तुला प्रात्यक्षिक करू द्यायला तयार असतील, तर मला ते बघायला आवडेल.''

मी ॲडमकडे बघितलं आणि माझ्या अंगावर काटा आला. एक क्षण काळ थांबलाय असंच वाटलं. शेवटची शक्यता असलेला क्षण अजून आला नव्हता आणि ती दयाळू स्त्री मदत करायची तयारी दाखवत होती. कदाचित, कोणत्यातरी पातळीवर, याच गोष्टीची आठवण करून देण्यासाठी ॲडम त्या दिवशी बरोबर आला असावा का?

''खरं तर, पुन्हा विचार केला असता,'' मी त्या बाईंना म्हणालो, ''मला वाटतंय की तुम्ही मदत करू शकाल असं काहीतरी नक्कीच आहे. मी कॅरोल यांना एक प्रात्यक्षिक देणार होतो आणि खूप उच्च दर्जाच्या कटलरी दाखवणार होतो आणि ही माझी या आठवड्यातली शेवटची पूर्वनिश्चित भेट होती. मला ते प्रात्यक्षिक जर तुमच्यासमोर करता आले तर माझ्या भेटीही पूर्ण होतील. तुम्ही मला ते प्रात्यक्षिक करू देण्याची काही शक्यता आहे का?''

आश्चर्यकारकरीत्या त्या स्वीडिश नणंदबाई कबूल झाल्या. ''नक्कीच, या ना आत या.''

आम्ही दरवाजातून आत जाताना ॲडमने माझ्याकडे पाहून स्मितहास्य केलं. मी मूकपणे मनातल्या मनातच त्याचे आभार मानले. आणि माझ्या असाधारण प्रयत्नांमधला अखेरचा प्रयत्न करण्यासाठी, कटको कंपनीचं सर्वांत उत्साही प्रात्यक्षिक देण्यासाठी मी पुढे झालो.

साठ मिनिटांनी, माझं प्रात्यक्षिक संपलं आणि मी त्या नणंदबाईंना विचारणारच होतो की त्यांना कटकोचा कटलरी सेट घेण्याची इच्छा आहे

का; तितक्यात त्या जे काही म्हणाल्या, त्यावर विश्वास ठेवणं अशक्य होतं. ''हाल, तुझं टायमिंग फारच छान आहे. माझे पती आणि मी गेल्याच आठवड्यात स्वीडनमधील आमच्या स्वयंपाकघरासाठी चांगल्या सुऱ्या घेणार होतो. पण आम्ही दोघांनीही असा विचार केला की आमची ही अमेरिका ट्रिप होईपर्यंत आम्ही थांबावं. आणि इतकंच नाही, तर आमचं संपूर्ण कुटुंब माझ्या भावाच्या पन्नासाव्या वाढदिवसासाठी काय भेटवस्तू द्यावी याचा विचार करत आहे. पण, आम्हाला तशी वस्तू अजून मिळालेली नाही. आणि, त्याला स्वयंपाक करण्याची खूप आवड आहे, त्यामुळे ही उत्तम भेटवस्तू असेल.''

बाप रे, केवढा तो योगायोग? माझा यावर विश्वासच बसेना. मी त्यांच्याकडे पाहून स्मितहास्य केलं आणि मान डोलावली.

''तुम्हाला माहितीये का, मग हे करूनच टाकू. मी तुमचे दोन उत्तम सेट घेते : एक माझ्या नवऱ्यासाठी आणि एक माझ्या भावाला वाढदिवसानिमित्त भेट देण्यासाठी.''

मी खुर्चीतून उठून उड्याच मारल्या असत्या आणि त्यांना मिठी मारली असती, पण स्वतःला आवरलं. त्या विक्रीमुळे मला त्या दिवशी ३००० डॉलर्सहून जास्त विक्री रक्कम मिळाली आणि मी माझं २०,००० डॉलर्सचं उद्दिष्ट ओलांडलं!!

आम्ही त्या भेटीच्या ठिकाणाहून निघालो आणि माझ्यामध्ये एका निर्धाराने जन्म घेतला. मला हे समजू लागलं होतं, की जर मला असाधारण आयुष्य हवं असेल, तर हेच दोन निर्णय ते निर्माण करू शकतील. अढळ विश्वास आणि त्यासोबत असाधारण प्रयत्न, हे समीकरण सातत्याने असाधारण परिणाम निर्माण करेल. दृश्य, मोजता येतील असे ते परिणाम खूप महत्त्वाचे होते, अनपेक्षित होते आणि ते एखाद्या चमत्काराप्रमाणेच वाटले होते.

त्या समीकरणाची परीक्षा घेणे आणि ते इतरांना शिकवणे

त्यापुढचा कसोटीचा कालावधी हा एक प्रयोग ठरला. मी तेच धोरण लागू केलं. मी पुन्हा एकदा २०,००० डॉलर्सची विक्री करण्याची शक्यता निर्माण केली; ती विक्री केल्यास मी चौथ्यांदा तसं केल्याचा विक्रम नोंदवणार

होतो. मी ते साध्य होईपर्यंत शेवटच्या शक्य क्षणापर्यंत अढळ विश्वास आणि असाधारण प्रयत्न करत राहण्याचा निर्धार केला, मग परिणाम काहीही मिळोत. तरीही मी ज्याला 'मिरॅकल इक्वेशन' म्हणून माझ्या वहीत नोंद केली होती ते या वेळी काम करेल का याची मला उत्सुकता होती.

आणि त्याने काम केलं. मी माझा पुढचा कसोटी कालावधी २३,७०१ डॉलर्सची विक्री करून पूर्ण केला. जरी ते मला त्या वेळी पूर्णपणे समजलं नाही, तरी मी एका मिरॅकल मेव्हनची वैशिष्ट्ये आणि गुण विकसित करत होतो, आणि ते मला मी निश्चित केलेलं कोणतंही ध्येय साध्य करण्यासाठी सक्षम करणार होते.

ठीक आहे, कदाचित हे फक्त माझ्याबाबत असेल. कदाचित मी केवळ नशीबवान असल्याने झालं असेल, मी विचार केला. मला हे जाणून घ्यायचं होतं, की हे समीकरण खरं होतं का म्हणून मी ते माझ्या सहकाऱ्यांनाही शिकवू लागलो, इतर कटको प्रतिनिधींनाही शिकवू लागलो ज्यांनी मला त्यांना प्रशिक्षण देण्यासाठी नेमलं होतं. गेरी अझिंगर, ज्यांची गोष्ट आता तुम्ही वाचणार आहात, त्या कटकोच्या पहिल्या प्रतिनिधी होत्या ज्यांना मी मिरॅकल इक्वेशन शिकवलं होतं. तुम्ही पाहाल, की गेरी यांची गोष्टही काहीशी तशीच होती- अगदी माझ्यासारखीच.

द मिरॅकल इक्वेशन कृतीत उतरताना

२००५ सालच्या उन्हाळ्यात, गेरी माझ्याकडे आल्या कारण त्यांनी जरी कोणत्याही प्रतिनिधीपेक्षा दर आठवड्याला सातत्याने जास्त विक्री केली असली, तरीही त्या साधारणपणे मोठ्या विक्रेत्या नव्हत्या. त्यांची कसोटी कालावधीतील आजवरची सर्वांत मोठी विक्री होती १२,००० डॉलर्स. त्या माझ्याकडे हे विचारण्यासाठी आल्या होत्या, की मी त्यांना त्यांचा पुढचा टप्पा गाठण्यासाठी, म्हणजे १५,००० डॉलर्सची विक्री करण्यासाठी मदत करू शकेन का. मी म्हणालो, ''नाही गेरी, पण मी तुम्हाला २०,००० डॉलर्सचा टप्पा गाठायला मदत करू शकेन. कारण मला विश्वास वाटतो की तुम्ही ते करू शकाल.'' आणि मग मी त्यांना मिरॅकल इक्वेशनबद्दल सांगितलं.

गेरी यांची प्रतिक्रिया अशी होती, ''मला माहीत नाही, मी इतकी मोठी विक्री कधी केली नाहीये, किंवा त्याच्या आसपासही गेलेली नाहीये. पण, मला वाटतं, की जर मिरॅकल इक्वेशन तुमच्या बाबतीत लागू झालं, तर हाल, मला माझ्या बाबतीत ते लागू न होण्याचं काही कारण दिसत नाही.''

माझ्या कसोटी कालावधीप्रमाणेच त्यांच्या पहिल्याच दिवशी पाच विक्री प्रात्यक्षिकातून त्यांनी १,००० डॉलर्सची विक्री केली, जे त्यांना अपेक्षित नव्हतं. त्यांनी स्वतःवर विश्वास ठेवण्याचा निर्णय घेतला आणि नवीन प्रेरणा घेऊन त्यांनी दुसऱ्या दिवसाला सुरुवात केली. त्यांनी दुसऱ्या दिवशी अजून मोठे सेट विकले आणि दिवसाची अखेर ३,००० डॉलर्सची विक्री करून केली. त्या आठवड्यात त्यांची विक्री वर-खाली होत होती. दुसऱ्या आठवड्याच्या सुरुवातीला, त्यांची विक्री फक्त ८,५०० डॉलर्स इतकीच होती. त्या घाबरल्या होत्या; पण, त्यांनी प्रगती करणं सुरूच ठेवलं, भेटीगाठी घेणं सुरू ठेवलं आणि प्रात्यक्षिकं देणंदेखील सुरू ठेवलं.

थेट दुसऱ्या आठवड्यातल्या शुक्रवारकडे पाहू या. गेरी यांनी तोपर्यंत १५,००० डॉलर्सची विक्री केलेली होती. त्यांना पुढील दोन दिवसांत अजून ५,००० डॉलर्स गाठणं आवश्यक होतं जेणेकरून त्यांनी जे ध्येय ठरवलं होतं त्याच्या आसपास जाता आलं असतं. त्या रात्री त्यांनी पन्नास फोन कॉल केले (त्यांनी आजवर शुक्रवारी केलेल्या फोन कॉल्सपेक्षा कैक जास्त) आणि आठवडा अखेरीकरता सात प्रात्यक्षिकांसाठी भेटींची वेळ निश्चित केली. त्यांनी त्यानंतर मला फोन केला.

''हाल, मी १५,००० डॉलर्स गाठले आहेत! मी माझ्या उद्दिष्टापासून ५,००० डॉलर्स दूर आहे आणि मला खरंच काळजी वाटते आहे. पण, तरीही अखेरच्या शक्य क्षणापर्यंत मी मिरॅकल इक्वेशन अमलात आणण्याचा १०० टक्के निर्धार केला आहे. हे विचित्र आहे, परंतु मला विश्वास वाटतो की हे होईल! किंवा मी असं म्हणेन, की माझं उद्दिष्ट मी नक्की गाठेन असा मला अढळ विश्वास वाटतो कारण माझ्याकडे दुसरा पर्याय नाही!''

त्या शनिवारी दुपारी, त्या एका अतिशय गोड जोडप्याला भेटल्या ज्यांनी आजवर आम्ही विकलेल्यापैकी सर्वांत महागडा सेट विकत घेतला, अगदी तसाच उच्च दर्जाचा सेट जो मी माझ्या बाबतीत घडलेला चमत्कार निर्माण करताना विकला होता! त्या जोडप्याने गेरीला केवळ अजून काही लोकांची शिफारसच केली नाही, तर त्यांनी तिला शेजारच्या घरी नेऊन वैयक्तिकरीत्या तिची ओळख करून दिली. त्या शेजाऱ्यांनी तिच्याकडून अजून एक तसाच सेट विकत घेतला!

दुपारचे फक्त ३ वाजलेले होते आणि तिने त्या दिवशी २,५०० डॉलर्सची विक्री केलेली होती. थोडंसं काहीतरी खाऊन गेरी लगेच पुढच्या प्रात्यक्षिकासाठी गेल्या. आणि काय तर अजून एक १,००० डॉलर्सची विक्री! पुन्हा कारमध्ये बसताना, त्यांनी अजून एका संभाव्य खरेदीदाराला फोन केला ज्यांना भेटणं थोडं कठीण जात होतं. त्यांनी तिला सांगितलं की त्यांना कामाची वेळ संपल्यावर मध्यरात्रीच भेटीसाठी वेळ देता येईल. थोडं संकोचतच तिने 'हो' म्हटलं. आणि तिने 'हो' म्हटलं ते छानच केलं. ते प्रात्यक्षिक तिने मध्यरात्री दोन वाजता पूर्ण केलं, पण त्यामुळे तिचं विक्रीचं उद्दिष्ट अजून पुढे सरकलं.

पण, तरी अजूनही स्पर्धा संपायला वेळ होता. म्हणून त्यांनी विश्वास टिकवून ठेवत विक्री सुरू ठेवली. गेरी यांनी तो कालावधी २३,००० डॉलर्सची विक्री करून पूर्ण केला, त्यांच्या अगोदरच्या उद्दिष्टाच्या जवळजवळ दुप्पट विक्री करून! जे स्वप्न त्यांनी कधीकाळी पाहिलं होतं ते सत्यात उतरलं होतं. मिरॅकल इक्वेशन खरं सिद्ध झालं होतं: 'असाधारण प्रयत्न+अढळ विश्वास=मिरॅकल्स'.

गेरीच्या अनुभवानंतर, मी माझ्या डझनावारी सहकाऱ्यांना मिरॅकल इक्वेशन शिकवलं आणि मी ज्यांना शिकवलं त्यांतल्या जवळजवळ प्रत्येकाने त्यांच्या स्पर्धा कालवधीत आश्चर्यकारक अशी २०,००० डॉलर्सपेक्षा जास्त विक्री केली. हे परिणाम कोणी आजवर ऐकलेलेदेखील नव्हते.

या समीकरणावरील माझा विश्वास वाढला. एकामागून एक प्रतिनिधींनी त्यांनीच स्वतःच्या मानसिकतेवर लादलेली बंधनं मोडीत काढली आणि

त्यांना एके काळी अशक्य वाटलेले परिणाम दृश्य रूपात साध्य केले. स्पष्ट सांगायचं तर, मी त्यांना याशिवाय वेगळं काहीच शिकवत नव्हतो. नवीन कोणतीही विक्रीची युक्ती किंवा धोरण नव्हतं ज्यायोगे जुन्या खरेदीदारांकडे पाठपुरावा वगैरे करायचा होता. मी त्यांतील प्रत्येकाला मिरॅकल इक्वेशन लागू करण्याची माझी गोष्ट सांगितली – तीच गोष्ट जी मी तुम्हाला सांगतो आहे – आणि अढळ विश्वास आणि असाधारण प्रयत्न या गोष्टींवर भर दिला जे आपणही या पुस्तकात करणार आहोत. आणि त्यांनी ते समीकरण लागू केलं. बस्स इतकच.

त्यानंतर मिरॅकल इक्वेशन याच्याही पलीकडे जाऊन सिद्ध झालं.

रॉबर्ट अरौका नावाच्या एका नवीन विक्री प्रतिनिधीने मला फोन केला. तो नुकताच कॉलेज संपवून कटकोमध्ये रुजू झाला होता. त्याला त्याचं १०,००० डॉलर्सचं उद्दिष्ट गाठण्यासाठी माझी मदत हवी होती. जे मी गेरी यांना सांगितलं, तेच मी त्याला सांगितलं की तो त्याचं उद्दिष्ट दुप्पट करू शकतो आणि मिरॅकल इक्वेशनचा वापर करून २०,००० डॉलर्सची विक्री करू शकतो. कारण, मी ते समीकरण अनेक लोकांच्या बाबतीत लागू पडलेलं पाहिलं आहे. एकदा मी त्याला ते समीकरण शिकवल्यावर, त्याने एक क्षण विचार केला आणि त्याने माझ्याच नमुन्याला आव्हान दिलं. त्याने विचारलं, ''हाल, तुम्हाला असं वाटतं का की मी मिरॅकल इक्वेशनच्या मदतीने दोन आठवड्यात ३०,००० डॉलर्सची विक्री करेन?'' वैयक्तिकरीत्या मी अजूनही तो टप्पा गाठलेला नव्हता, पण तरी मी त्याला सांगितलं की ते समीकरण कोणत्या आकाराचे चमत्कार निर्माण करू शकेल त्याबाबत काही सीमा नाही. रॉबर्टने त्या दोन आठवड्यांत ३१,००० डॉलर्सची विक्री केली, ज्यातील दुसऱ्या आठवड्याची विक्री २०,००० डॉलर्सपेक्षा जास्त होती. शेवटच्या शक्य क्षणापर्यंत त्याने सर्वस्व ओतून त्याने शेवटच्या तासात ६,००० डॉलर्सची विक्री केली.

मिरॅकल इक्वेशनला पुन्हापुन्हा मिळालेल्या यशातून सिद्ध झालं की ते योगायोगाने वगैरे घडत नव्हतं आणि नशिबाचा भागही नव्हतं. उलट, आता ते जर नीट समजून घेतलं आणि योग्य प्रकारे अमलात आणलं तर एक सिद्ध झालेलं, विश्वासार्ह आणि पुनःपुन्हा वापरता येणारं धोरण होतं; जे कोणालाही ताबडतोब त्याच्या/ तिच्या पूर्ण क्षमतेचा वापर करून आणि त्यांनी आजवर कधी न केलेल्या कामगिरीपेक्षा जास्त परिणाम देऊ शकत होतं.

विक्री प्रतिनिधींहून वेगळ्या लोकांवर मिरॅकल इक्वेशनची कसोटी

हे माझ्या बाबतीत कसं लागू होईल? हा प्रश्न तुम्हाला पडला असेल. मी समजू शकतो, कारण, मलाही तो प्रश्न पडला होता : विक्री जगताच्या पलीकडे हे मिरॅकल इक्वेशन लागू होईल का? खरं तर, म्हणूनच मी हे पुस्तक लिहायला जवळजवळ वीस वर्षं घेतली. याच्या वैश्विक सिद्धतेची पुष्टी करण्यापूर्वी मी अगणित प्रसिद्ध यशस्वी लोकांचा आणि त्या सगळ्या लोकांचा अभ्यास केला आहे ज्यांना हे समीकरण मी शिकवलं होतं आणि त्यांनी वेगवेगळ्या प्रकारचे चमत्कार निर्माण करून दाखवले होते. मला कोणीही, कोणत्याही परिस्थितीत मिरॅकल इक्वेशनचा वापर करू शकते याचा पुरावा हवा होता.

थोडक्यात, ते करू शकतातच.

ज्यांनी मिरॅकल इक्वेशनचा यशस्वीरीत्या वापर केला आहे आणि त्यांच्या गोष्टी मला सांगितल्या आहेत अशा काही लोकांची यादी इथे देतो आहे. मिरॅकल इक्वेशनचा वापर करून :

> अँजेला मे या सिंगल मदर होत्या आणि स्टारबक्समध्ये बरिस्ताचं काम करून त्या वार्षिक १२,००० डॉलर्स कमावत. अर्थात, हे त्यांनी स्वतःचा उद्योग सुरू करायचं ठरवेपर्यंत. त्यांनी एक वर्षात त्यांची पहिली सहा आकडी कमाई केली आणि मागील तीन वर्षं सातत्याने त्यांनी सात आकडी कमाई केली आहे.
>
> टिम निकोलाव्ह सोळाव्या वर्षी रशियाहून आले आणि (कटकोसाठी काम करत असताना) सतराव्या वर्षी मिरॅकल इक्वेशन शिकले. त्याचा उपयोग करून त्यांनी त्यांच्या स्वप्नातील आयुष्य उभं केलं. आता ते त्यांच्या वयाच्या तिशीत आहेत आणि आर्थिकदृष्ट्या स्वतंत्र आणि निवृत्त आहेत (म्हणजे, त्यांचं रिअल इस्टेटमधून मिळणारं निष्क्रिय उत्पन्न त्यांच्या खर्चापेक्षा जास्त आहे आणि ते आता फक्त त्यांची इच्छा असेल तरच आणि तेव्हाच काम करतात). टिम यांच्या म्हणण्यानुसार, त्यांनी एक मौल्यवान धडा शिकला की तुमच्या अशक्य वाटणाऱ्या उद्दिष्टाकडे जाणारा मार्ग कसा असेल याची तुम्ही कल्पना करू शकत नाही. पण, अखेरच्या शक्य क्षणापर्यंत

तुमचं सर्वस्व देऊन तुम्ही ते ध्येय साध्य करू शकता - असे करताना मिळणाऱ्या परिणामांची पर्वा न करता तुम्ही तुमच्या ध्येयापर्यंत पोहोचताच- किंवा कदाचित त्याहून अधिक चांगल्या ध्येयापर्यंत पोहोचता.

शेली बॉयस यांचं एक स्वप्न होतं की आयुष्यावर नियंत्रण मिळवण्यासाठी धडपडत असणाऱ्या जसं की खाण्याच्या बाबतीतील समस्या, ड्रग्स, दारूमुक्ती, शोषण, एंक्झायटी, नैराश्य अशा समस्यांशी धडपडत असणाऱ्या मुलींसाठी एक घर उभारायचं. मिरॅकल इक्वेशनने त्यांचे विचार आमूलाग्र बदलले आणि त्यांना जे काही शक्य वाटते त्या सगळ्या गोष्टी त्या करू शकतात असा विश्वास निर्माण झाला. या वर्षीच्या सप्टेंबरमध्ये 'चूज लाइफ मिनिस्ट्रीज होम स्टे' खुलं होत आहे.

२०१७ न्यू यॉर्क सिटी मॅरेथॉन पूर्ण करण्याचं ब्रँडन ला बेला यांचं स्वप्न होतं. स्पर्धेच्या आधी तीन दिवस त्यांच्या गुडघ्याच्या आतील बाजूचे मेडिकल कोलॅटरल लिगामेंट फाटले आणि त्यांना कुबड्यांचा आधार घ्यावा लागला. स्पर्धेतून माघार घेण्याऐवजी त्यांनी गतवर्षीच्या स्पर्धेतील कुबड्या घेऊन स्पर्धा पूर्ण केलेल्या व्यक्तीने किती वेळ घेतला होता ते पाहिले आणि निश्चय केला की ते त्या वेळेचा विक्रम मोडतील. अढळ विश्वास आणि असाधारण प्रयत्न यांच्या समीकरणाने त्यांनी काहीही झालं तरी स्पर्धा पूर्ण करण्याचं ठरवलं. त्या बळावर ते स्पर्धेत उतरले आणि त्यांनी सर्वांत वेगवान वेळात स्पर्धा पूर्ण करण्याचा विक्रम पूर्ण करत विश्वविक्रम केला!

कॅरी स्मोलेन्स्की यांनी वयाच्या चौदाव्या वर्षी एक डीजे कंपनी सुरू केली. दंतवैद्यकीय महाविद्यालात असताना त्यांनी ते सोडून देऊन त्यांची आवड जोपासण्याचा निर्णय घेतला. त्यांचा अढळ विश्वास आणि असाधारण प्रयत्न यांच्या बळावर त्यांनी पारंपरिक साचा मोडीत काढला आणि इव्हेंट प्रॉडक्शन आणि एन्टरटेन्मेंट क्षेत्रात भविष्य निर्माण केलं. चाळीस वर्षांनंतर आता, त्यांच्या कंपन्या आता जागतिक स्तरावर कार्यक्रम आयोजित करतात, त्यांनी लाखो लोकांचं मनोरंजन केलं आहे आणि त्यांनी त्यांचा व्यवसाय करोडो डॉलर्सची वार्षिक मिळकत देईल अशा

स्तरावर नेला आहे. कॅरी अजूनही मिरॅकल इक्केशनचा वापर करतात आणि या विषयावर पुस्तक लिहून आणि 'पॅशन समीट' ही त्यांची घरचीच वार्षिक कॉन्फरन्स आयोजित करून त्यांची आवड जपत आहेत.

२०१६मध्ये अँजेल मोराल्स यांनी अकरा महिने जगभ्रमंती केली. ते पाच खंडांमधील सव्वीस देशांमध्ये फिरले. त्यांनी त्यांचं हे स्वप्न पूर्ण करण्यासाठी दोन वर्षं पैशांची बचत केली, संशोधन केलं आणि तयारी केली. जेव्हा त्यांनी लोकांना सांगितलं की ते जगभ्रमंती करण्याचं त्यांचं स्वप्न पूर्ण करण्यासाठी नोकरी सोडत आहेत, तेव्हा कोणाचाही विश्वास बसला नाही. पण, त्यांच्या अढळ विश्वासाने त्यांचं जगभ्रमंतीचं तिकीट प्रत्यक्षात उतरवलं.

एलेस बकुस एक नैराश्याने आणि आत्महत्येच्या विचारांनी व्यापलेला तरुण मुलगा होता. तो दिवसभर व्हिडिओ गेम्स खेळायचा. आता तो एरिअल आर्ट परफॉर्मर आणि सर्व वयाच्या लोकांना लवचीक राहण्यासाठी आणि त्यांची स्वप्नं पूर्ण करण्यासाठी प्रेरणा देणारा शिक्षक आहे. तो अजूनही मिरॅकल इक्केशनचा वापर करतो आणि गेल्या बारा महिन्यांत त्याने त्याचे उत्पन्न तीन पट वाढवले आहे.

केन विम्बरली यांनी चोवीस महिन्यांत तीस पौंड वजन कमी केलं, ३५२,००० डॉलर्सचं कर्ज फेडलं आणि त्यांचा ब्रोकरेजचा व्यवसाय २० मिलिअन डॉलर्सवरून ७० मिलिअन डॉलर्सवर नेला आहे.

विन्सेंट वॅलेन्टी यांनी त्यांच्या स्वप्नातील स्त्रीशी लग्न केलं, त्यांचं स्वप्नं असलेलं घर खरेदी केलं, लहान मुलांसाठी पुस्तक लिहिलं आणि दोन कंपन्या सुरू केल्या (एक विकली).

जेसी वॉल्टर्स अंथरुणाला खिळून होत्या, त्यातून त्या उठल्या आणि आता त्या एक यशस्वी इस्टेट ब्रोकर व त्यांच्या चर्चमध्ये व्याख्याता आहेत.

माईक इटोन यांनी नव्वद पाउंड वजन कमी केलं आणि आपलं स्टँड-अप कॉमेडिअन होण्याचं स्वप्न पूर्ण केलं.

> 'मिरॅकल मॉर्निंग' या चित्रपटाच्या निर्मात्या थेरेसा लॉरिको यांना चित्रपटाच्या निर्मितीच्या मध्यावरच बसने धडक दिल्याने त्यांच्या शरीराचे हाल झाले होते. (त्याच वेळी मीदेखील कॅन्सरची ट्रीटमेंट घेत होतो.) आम्हाला दोघांनाही एकमेकांबद्दल समजलं आणि आम्ही मिरॅकल इक्वेशनचा उपयोग करून एकाच वेळी बरे झालो.

मी जेव्हा या गोष्टी संकलित करत होतो, तेव्हा मी प्रत्यक्षात त्याच्या विरोधात विचार करून पाहिला आणि कल्पना केली की जर या लोकांनी त्यांची उद्दिष्टं पूर्ण करण्यासाठी अढळ विश्वास आणि असाधारण प्रयत्न यांचा वापर केला नसता, तर ते यशस्वी झाले असते का. पण, मला अशी एकही व्यक्ती शोधण्यात यश आलं नाही.

मी या पुस्तकात अजूनही जगभरातील काही लोकांच्या गोष्टी सांगेन ज्या जगप्रसिद्ध मिरॅकल मेव्हन्सची नावं कदाचित तुम्हाला माहीत नसतील, पण त्यांनी या समीकरणाचा उपयोग करून यशस्वीरीत्या दृश्य आणि मोजण्याजोगी कामगिरी केली आहे. वर दिलेली प्रत्येकाची गोष्ट तुमच्यासाठी काय शक्य आहे याचा एक पुरावा आहे. या समीकरणाबाबतची चांगली गोष्ट अशी, की ते कोणत्याही ध्येयासाठी, आणि ज्यांनी त्या दोन निर्णयांवर टिकून राहण्याचा निर्धार केला आहे अशा लहान किंवा मोठ्या आणि अशा कोणासाठीही उपयोगात आणता येते.

तुमचा स्वतःचा मिरॅकल इक्वेशनचा प्रवास

या पुस्तकाचा उर्वरित भाग तुम्हाला हव्या असलेल्या आयुष्यापर्यंत पोहोचण्यासाठी एखाद्या पुलाप्रमाणे काम करेल; असं आयुष्य ज्याची तुम्ही फक्त इच्छा करून नाही तर त्याची निर्मिती करण्यापर्यंत पोहोचण्यासाठी कामी येईल. मी या प्रक्रियेत तुमच्या सोबत असेन आणि ही अशी प्रक्रिया आहे ज्यायोगे दृश्य, मोजण्यायोग्य चमत्कार निर्माण करणे हे तुमचे अंतिम प्रमाण बनेल. तुम्ही जेव्हा त्या दोन निर्णयांची निवड करता, तेव्हा तुम्ही मिरॅकल मेव्हन बनता आणि तुमच्या भूतकाळापेक्षा वेगळा विचार आणि आचरण करता. असे करणे तुम्हाला तुमच्या वर्तमान आणि भविष्यातील वेगवेगळ्या परिणामांच्या दिशेने जाण्यास प्रवृत्त करते.

ही नवीन मिरॅकल मेव्हनची ओळख अंगीकारताना आपल्यामध्ये जन्मजात असलेले मानवी संघर्ष ओळखा आणि त्यांवर मात करा. हे असे संघर्ष असतात ज्यांची आपल्याला जाणीव नसते. पुढील प्रकरणात, आपण या संघर्षांची ओळख करून घेऊ आणि ते कसे तुमचं आयुष्य घडवत असतात ते पाहू. त्यानंतर त्यांवर मात कशी करायची ते पाहू, जेणेकरून तुम्हाला इच्छित परिणाम प्राप्त करता येतील.

३

जन्मजात मानवी संघर्ष

मर्यादिततेकडून अमर्यादतेकडे

‘आपण ज्या जगात जगतो आहोत व जे जीवन आहे असे आपल्याला वाटते- ते आपल्या आतील सत्याचे अगदी तंतोतंत प्रतिबिंब असते.’

–पॅट्रिक कॉनर

इतर अनेक लोकांप्रमाणेच, तुम्हीदेखील एक गोष्ट विसरून गेला असण्याची शक्यता आहे : 'तुम्ही अमर्याद आहात'.

माणसांची रचना महानतेसाठी झाली आहे आणि याला भरपूर पुरावा आहे. दररोज, आपल्यापैकी कोणीतरी आपल्यातल्या अमर्याद क्षमतेचा शोध लावते आणि आपण काय करू शकतो याच्या नवीन पायऱ्या ठरवतो आणि अशा प्रकारे अगोदर आपल्यावर मर्यादा घालणाऱ्या गोष्टी मोडीत निघतात. त्या माणसाने जे काही केलं आहे तो तुमच्यासाठी काय शक्य आहे याचा पुरावा आहे. तुम्हाला आयुष्य जगण्यासाठी जे काही हवे आहे ते आता उपलब्ध आहे; फक्त तुम्ही निर्णय घेऊन ते मिळवण्याची ते वाट पाहत आहे.

जर तुमच्या लहानपणाचा विचार केलात, तर तुम्हाला कधीतरी असं वाटलं होतं याची आठवण होईल. एखादी प्रसिद्ध नर्तिका किंवा बेसबॉलपटू होणं तेव्हा तुमच्यासाठी पूर्णपणे शक्य आणि आवाक्यातलं आहे असं तुम्हाला वाटलं असेल. तुमचे मनःचक्षू तुम्हाला जे दाखवत होते ते तुम्ही प्राप्त करू शकणार नाही असा विचार तुम्ही कधी केला नसेल. तुमचं भविष्य अमर्याद होतं. आपल्यापैकी काहींमधील ही जाणीव हरवली आहे. इतरांना पुरेशा प्रॉम्प्टिंगनंतर किंवा 'काय होऊ शकलं असतं', याची जाणीव करून दिल्यावर या दृष्टीकोनाची आठवण होते. तरीदेखील, ही भावना दूर भासते आणि आपण जे जीवन जगतो आहोत त्यासाठी ती संदर्भहीन वाटते. खर्चांचा ढीग, त्यांची पूर्तता न करू शकणारी नोकरी आणि काहीकेल्या न घटणारं जमा झालेलं वजन. पण त्या माहितीची आठवण केली नाही तरी ती खोटी ठरत नाही किंवा त्याचा संदर्भ किंवा महत्त्व कमी होत नाही.

मग आपण ही इतकी महत्त्वाची गोष्ट कशी काय विसरलो?

आपली चूक नसली तरी अजाणतेपणी आपण स्वतःचं नुकसान करत असतो आणि आपण जसजसे मोठे होतो तशी परिस्थिती अजूनच वाईट होत जाते. हे फारसं प्रोत्साहन देणारं नाही याची मला कल्पना आहे, पण हे सत्य आहे. आपण जीवनातील कोणत्याही अवघड अडचणीचा सामना करतो, अगदी आपल्या डोक्यातल्या आणि आपल्या आजूबाजूच्या

बाह्य जगातल्याही. आणि तरीही या अडचणी काहीशा चोरट्या असतात. अनेकदा, आपल्याला त्यांचं अस्तित्व माहीतदेखील नसतं.

आपल्या आत असलेल्या या प्रवृत्ती आपल्या मेंदूत घट्ट बांधून ठेवलेल्या असतात आणि त्या आपल्याला प्रगतीच्या मार्गावरून सतत मागे खेचतात. आपला मानवी स्वभाव आपल्याला सोपा मार्ग निवडण्यास प्रवृत्त करतो, स्वतःवर शंका घ्यायला आणि गोष्टी अवघड वाटू लागल्या की हार मानायला प्रवृत्त करतो. साधारणपणे हा सोपा मार्ग अल्प काळासाठी सुखदायक वाटतो आणि आपला मेंदू त्या सुखाला 'मी हेच करायला पाहिजे' असं सांगतो.

नंतर, आपण मोठे होतो आणि आपल्या भोवतालच्या लोकांकडून (व्यक्त आणि अव्यक्त) संदेश ग्रहण करू लागतो. आपल्याला नियमांचं पालन करायला शिकवलं जातं, त्यात सामावून जायला, आणि तसं वागायला शिकवलं जातं. आपण इतरांच्या चीड आणणाऱ्या आणि मर्यादा घालणाऱ्या विश्वासामुळे आपल्या स्वतःच्या कल्पना प्रभावित होऊ देतो आणि जे आपल्यासाठी शक्य आहे असं वाटत असतं, त्या विश्वासाचा श्वास कोंडू देतो. आपल्या प्रिय व्यक्ती आपल्या पाठीवर शाबासकीची थाप देतात आणि 'चांगला प्रयत्न केलास', असं म्हणतात. पण, आपण आपल्या क्षमता पूर्णपणे वापराव्यात यासाठी आपल्याला जबाबदार धरत नाहीत; कारण कदाचित तेदेखील त्यांच्या क्षमता पूर्णपणे वापरत नसावेत. आपण सामान्यपणाच्या बाबतीत एकमेकांना खूप मदत करतो.

काही काळाने आपण अशा लोकांना भेटतो जे यावर शिक्कामोर्तबच करतात आणि अखेरीस 'मला हे का जमत नाही', या आपल्या रडगाण्याचा स्वीकार करून त्यात सामील होतात. स्वतःचं नुकसान करणाऱ्या मर्यादा विषाप्रमाणे काम करतात आणि आपणच ते केलेलं आहे याची आपल्याला जाणीवदेखील नसते. आपण नेहमीच फक्त पुरेसे प्रयत्न करत असतो. आपले दिवस आपोआप पुढे सरकत असतात, त्यात काही स्पष्ट उद्दिष्ट नसते किंवा हेतूही नसतो. आपण इतरांना आपल्यावर मर्यादा लादू देतो. अखेरीस, आपण जी गोष्ट इच्छित असते आणि आपल्याला शक्य असते त्यापेक्षा कमीवर समाधान मानतो. आपले मेंदू आणि आपले मित्र, कुटुंबीय आपल्या आयुष्यातील चमत्कारांना अशा प्रकारे ओलीस धरतात.

हं! अशा सतत येणाऱ्या अडथळ्यांवर मात करून एखादा मुलगा किंवा मुलगी कसे काय असाधारण जीवन निर्माण करू शकतील?

चांगला प्रश्न आहे. याचं उत्तर आपण ज्या जन्मजात मानवी संघर्षांना तोंड देतो त्यांना समजून घेतल्यास त्यातच दडलेले आहे: आत खोलवर, आपल्याला माहीत आहे की आपण अमर्याद आहोत. पण, आपले मेंदू आणि आपल्या भोवतीचे जग आपल्याला आपण आहोत त्यापेक्षा अजूनच लहान राहावं यासाठी मर्यादा घालते. हा संघर्ष दुःख, चिंता, आणि जगात अजून काहीतरी चांगलं आहे याची सतत जाणीव करून देतो; जे आपल्याला माहीत असतं, पण त्याबाबत आपण काय करू शकतो हे आपल्याला माहीत नसतं.

अजून तरी.

तुम्ही कल्पना करू शकता, अशा तुम्हाला हव्या असलेल्या, तुम्ही ज्यासाठी जन्माला आला आहात अशा अत्यंत असाधारण जीवनाची निर्मिती करण्यासाठी – तुम्ही या आंतरिक संघर्षावर मात केलीच पाहिजे आणि महानतेकडे जाणारा मार्ग निवडला पाहिजे. हा मार्ग सोपा असेल किंवा तो पर्याय अधिक आरामदायक किंवा अगदी सुरक्षित असेल असे आवश्यक नाही. जेव्हा डोक्यात एखादा निर्णय घोळत असेल आणि तो तुमच्यावर मर्यादा आणत आहे असं तुम्हाला वाटेल (तुमच्या भूतकाळावर आधारून) किंवा अमर्याद करत आहे असं वाटेल (तुमच्यातील क्षमतेवर अवलंबून), तेव्हा अर्थातच अमर्याद मार्गाची निवड करा.

हे सोपं नाही. मी कधीच सोपं असेल असं म्हणालो नाही. पण, ते शक्य आणि खासकरून, ते तुमच्यासाठी शक्य आहे. जर हे प्रकरण शेवटपर्यंत वाचण्याची तुमची तयारी असेल तर तुम्हाला तुमच्या आणि तुमच्या चमत्कारपूर्ण आयुष्याच्या मध्ये उभ्या ठाकलेल्या अनेक गोष्टींच्या बाबतीत नवीन दृष्टी प्राप्त होईल, असं चमत्कारपूर्ण आयुष्य जगण्यासाठी तुम्ही पात्र आहात. आणि वाह, मी हे पूर्णपणे करू शकतो याची तुम्हाला जाणीव होणार आहे.

तर चला सुरुवात करू या.

तुमच्या स्वतःबरोबर सुरू असलेलं युद्ध

चला एक दृष्टीकोन प्राप्त करू या. तुम्ही तुमच्या आयुष्यात आता जिथे कुठेही आहात, मग तुम्ही सर्वोच्च स्थानावर आहात किंवा दुःखद,

दुःखदायक किंवा त्यामध्ये कुठेतरी असलेल्या परिस्थितीत टिकून राहण्याचा प्रयत्न करताय, तर याकडे लक्ष द्या : तुम्ही जिथे असायला हवे बरोबर तिथेच आहात (आणि जे असायला हवे तेच आहात), तुम्ही जे शिकायला पाहिजे ते शिकलं पाहिजे जेणेकरून तुम्हाला पाहिजे असलेलं आयुष्य निर्माण करण्यासाठी तुम्ही सक्षम व्हाल. ओऽह... केवढं मोठं वाक्य आहे, पण माझा यातल्या प्रत्येक शब्दावर विश्वास आहे. मला आशा वाटते, की तुमचाही असेल. तुम्हाला आजवर जीवनात आलेला प्रत्येक अनुभव, मग यात कठिणात कठीण अनुभवही समाविष्ट आहेत, त्यातून जेव्हा तुम्ही काही धडा घेण्याचे ठरवता तेव्हा ते अनुभव म्हणजे तुमची संपत्ती असतात.

खरी गोची इथेच आहे (आणि आता तुम्ही त्यात उतरलं पाहिजे) : तुम्ही तुम्हाला पाहिजे असलेले आयुष्य जगत नाही आहात यात कदाचित तुमची चूक असेल किंवा नसेल; पण, पुढच्या पातळीवर जाण्यासाठी त्यात बदल करणं ही तुमची जबाबदारी असते. ही गोष्ट तुमच्यासाठी इतर कोणी करणार नाही. दहाव्या पातळीवर तुमचं आयुष्य जगण्याची सुरुवात करण्याचा निर्णय घेणं तुमच्या हातात आहे. त्यासाठी आंतरिक संघर्षावर मात करणं ही पहलिी पायरी आहे.

मर्यादित आयुष्य जगायचं का अमर्यादित, याची निवड करणं अनेक मार्गांनी दिसून येतं : मी नोकरी सोडून स्वतःचा व्यवसाय सुरू करू का? जर हे नातं मी तोडलं तर मला अन्य कोणी व्यक्ती भेटेल का? मला दहा पाउंड वजन कमी करायचं असेल, तर मी जे पदार्थ मी खातो ते खायचं खरंच सोडून द्यावं लागेल का? यातील प्रत्येक निर्णय तुमच्या जीवनाच्या एका वेगळ्या भागाला प्रभावित करत असतो. तरीही ते सगळे निर्णय मर्यादा घालणारेच असतात- तुमच्या भूतकाळामुळे, तुमच्या भीतीमुळे, तुमच्या अपयशामुळे, किंवा इतर लोकांमुळे. या भिंगातून पाहून तुम्ही याकडे पाहू शकता का? तुम्ही असं कराल तर काही वेगळं दिसेल का?

मी मिरॅकल मॉर्निंग लिहीत होतो तेव्हा माझ्या मनात सतत भीती, स्वतःबद्दल शंका यांतलं युद्ध सुरू असायचं आणि त्यामुळे मला ते सोडून देऊन लिखाण थांबवावं असं वाटायचं. जरी त्या संकल्पनेवर माझा विश्वास होता आणि त्याचे परिणामही माहीत होते, तरीही माझा आतला आवाज माझ्या मार्गात आड येत होता. लोकांनी लवकर उठावं हे त्यांना पटवून

देणारा मी कोण? मी कोणाला त्यांच्या आत रुजलेल्या 'मी सकाळी लवकर उठणारा माणूस नाही', या आंतरिक मर्यादा घालणाऱ्या विश्वासांवर मात करण्यासाठी जबरदस्ती कशी काय करू शकतो? (त्यांचा त्यावर विश्वास होता आणि त्यांचं वागणं त्यानुसार झालेलं असतं) तेही पूर्ण आयुष्यभर? सुदैवाने, मी जे काही करत होतो, त्यामध्ये माझ्या आतल्या आवाजाला लुडबुड करू दिलं नाही. माझ्या आतील भयाला माझ्या कृतींवर अधिकार गाजवू दिला नाही.

आपल्याला जीवनात शेकडो-हजारो संघर्षांना तोंड द्यायला लागतं. तरीही नेहमी समोर येणारे संघर्ष प्रामुख्याने चार प्रकारचे असतात आणि त्यांच्यावर आपण मात केलीच पाहिजे. पहिला असा की, आपला मेंदू नवीन संधींची नोंद घातक अशीच करतो. आपण ज्यासाठी पात्र असतो त्या सर्व गोष्टी आपण नाकारतो आणि त्याऐवजी एकच काय, अनेक बाबतींत सामान्य प्रयत्न करावे लागणाऱ्या आणि सामान्य परिणाम देणाऱ्या गोष्टींवर समाधान मानतो. जन्मजात मिळालेली गोष्ट/ भेट आपल्याला दिसत नाही आणि आपण जे सर्वकाही प्राप्त करू शकतो त्याकडे बघण्यात अयशस्वी होतो. अखेरीस, आपल्या विचारांवर जगाचा प्रभाव पडू देतो, आणि आपली व्याख्याही जगालाच ठरवू देतो. यामुळे आपल्यामध्ये प्रत्यक्षात असलेल्या क्षमतेपेक्षा कमी क्षमता आहे यावर आपला विश्वास बसतो. आपल्या आतील या सर्व मर्यादा आणणाऱ्या विश्वासांवर उभे ठाकलो, तर आपल्या आत अजूनही ज्यांचा वापरच झालेला नाही अशा क्षमता शिल्लक असतात. त्यामुळे आपल्या आतील अस्वस्थता तशीच राहते.

यातील कोणताही एक संघर्षदेखील आपल्या जीवनाच्या महान योजनेला धक्का लावायला पुरेसा आहे. एकत्रितपणे तर ते आपल्याला जिथे जायचं आहे तो मार्ग शोधणं जवळजवळ अशक्यच करतात. आता थोडं खोलात जाऊन एकेका संघर्षाकडे पाहू या जेणेकरून आपल्याला तो कुठून येतो आणि जर त्यावर आपण मात केली नाही तर काय होईल हे समजून घेता येईल. या प्रकरणाच्या अखेरीस, आपण या प्रत्येक संघर्षावर मात कशी करायची याबद्दल चर्चा करू. त्यामुळे आपल्याला आपण ज्याची वाट बघतो आहोत अशा आयुष्याची निर्मिती करण्याच्या दिशेने जाता येईल.

संधीची तर्कहीन भीती विरुद्ध जैसे थे परिस्थिती टिकवून ठेवणे

आपल्यापैकी बहुतेक जण नवीन ध्येय ठरवणे, मग अचानक अडचणी आल्यावर किंवा सुरुवात करण्याआधीच थांबणे अशा चक्रात मोठ्या उत्साहाने अडकतात. हे असं का होतं?

याची सुरुवात मानवी मेंदूत होते. मानवी मेंदू खूप विलक्षण आहे, तो आपल्या शरीरावर केंद्रीय नियंत्रण ठेवतो. तो आपल्या फुफ्फुसांना श्वासोच्छ्वास करायला लावतो, आपली हृदयाचे रक्ताभिसरण सुरू ठेवतो, आपलं शरीर चालतं-फिरतं ठेवतो. तो आपल्याला आयुष्यात काय चांगलं काय वाईट ज्यामुळे आपल्याला भलं-बुरं काय वाटेल याकडे लक्ष केंद्रित करायला लावतो. आपण जे काही करतो किंवा करत नाही त्या सगळ्याची सुरुवात आपल्या मेंदूतच होते. पण, तरीही आपला मेंदू आपल्याला जीवनानुभव घेऊ देतो; पण आपल्याला पाहिजे असलेलं आयुष्य निर्माण करण्यात अडथळा करतो.

आपण सर्व जण जरी अमर्याद क्षमता घेऊन जन्मलो असलो, तरी आपण एक असा मेंदू घेऊनही जन्मलो आहोत जो आदिम, प्रागैतिहासिक प्रतिक्षेपाच्या अमलाखाली काम करतो. आपण आपलं वातावरण धोका असेल या भीतीने तपासत राहतो, कारण पूर्वी अश्मयुगात एखादा धावून येणारा सिंह न दिसणं म्हणजे शांतपणे मृत्यू येणं. चुकीच्या पालेभाज्या खाणं विष खाण्यासारखंच. आठवड्यात अनेक वेळा जीवन-मरणाची परिस्थिती उद्भवत असे. आपण दुसरा दिवस उगवेपर्यंतचा दिवसाचा आनंद उपभोगायचो. नशिबाने, आपल्याला असे अनुभव आता फारसे येत नाहीत- किंवा कधी आले आहेत. पण, आपल्या मेंदूला ते माहीत नाही. तो अजूनही घाबरलेला आहे, आणि आपल्याला सुरक्षित ठेवता यावं म्हणून सतत संभाव्य धोके शोधत राहतो.

जरी आपला मेंदू आपल्याला आरामाच्या कक्षेतून बाहेर काढेल अशा सगळ्या गोष्टींपासून धोक्याची घंटा वाजवत राहतो, तरी मृत्यूची भीती वाटून घेऊ नये. मृत्यूच्या भीतीची जागा आता अपयशाच्या आणि अस्वस्थतेच्या भीतीने घेतली आहे, दोन्ही प्रकारचं अपयश...भावनिक आणि शारीरिकही. सुरक्षित राहणं म्हणजे आता हल्ला करणाऱ्या प्राण्यांना टाळणं उरलं नाहीये; तर आता आपण संधीही टाळतो. बहुतेक वेळा, आपण अज्ञाताची भीती

बाळगतो. जेव्हा नवीन संधी समोर येते आणि आपण आपल्याला जसं बनायचं आहे त्यासाठी प्रगती करण्यासाठी स्वतःला संधी देतो, तेव्हा आपला मेंदू लगेच धोक्याची घंटा वाजवतो. आपण लागलीच काय चुकेल, काय बिघडेल याचा विचार करू लागतो: मला अपयश येईल, मला ओशाळवाणे वाटेल, माझा अपेक्षाभंग होईल. हा सगळा ताण चलाखीने निर्णय घेण्यामध्ये अडथळा आणतो आणि आपलं भावनिक स्वास्थ्य बिघडवतो. कधीकधी असं वाटू शकतं की आपण आपल्या भावनांवर नियंत्रण ठेवण्याऐवजी त्याच आपल्याला नियंत्रित करत आहेत.

आपली बाह्य परिस्थिती आपल्या आतील परिस्थितीवर हुकमत गाजवू लागते. आपण प्रतिक्रिया व्यक्त करत राहतो आणि शांतपणे कोणत्याही परिस्थितीला कसं तोंड द्यायचं याचा विचार करण्यास वावच मिळत नाही. जेव्हा आपल्या भावना आपला ताबा घेतात, तेव्हा आपल्या उद्दिष्टांवर लक्ष केंद्रित करणं जवळजवळ अशक्य होतं कारण अगदी छोट्या छोट्या गोष्टींमुळे होणारं नुकसानही आपल्याला प्रचंड मोठं वाटतं. म्हणून आपण सतत आपल्याला सोयीच्या सुखकारक वाटणाऱ्या त्या गुहेच्या दिशेने एकेक पाउल मागे मागे होत राहतो. जरी तिथे गुडूप अंधार असला तरी आपल्याला तिथे सुरक्षित वाटतं.

आपली सगळी ऊर्जा आणि मानसिक लक्ष तणावाला दिल्या जाणारी प्रतिक्रिया (जी परिस्थिती अजूनच बिघडवते) नाहीशी करण्याच्या दिशेने असते आणि मग आपण एखाद्या चांगल्या मोठ्या संधीकडेही खूप कठीण, खूप जोखमीची आणि त्यासाठी खूप कष्ट करायला लागतील अशा दृष्टीने पाहतो. आपल्याला सवयच होऊन गेलेली असते किंवा नियमच वाटतो की काहीतरी टाळायचं आहे, त्यामुळे मग कोणतीही संधी आपल्यापासून दूर जाते.

मिरॅकल मेव्हन्सना जे उमजलं आहे ते आपल्याला उमजलेलं नाही आहे, आणि ते म्हणजे : प्रतिक्रियेचा हा तणाव कसा टाळायचा. किंवा अधिक अचूकपणे सांगायचं तर, प्रतिक्रिया जेव्हा नुकसान करणार असतील तेव्हा त्या टाळणं किंवा रोखून धरणे. त्यांनी त्यांच्या मेंदूंना अस्वस्थ परिस्थिती आणि खरं जीवन किंवा मृत्यू यात फरक करण्याचं प्रशिक्षण दिलं आहे. ते सतत काय बिघडेल याची भीती वाटण्याऐवजी काय योग्य घडू

शकेल यावरील विश्वास जाणीवपूर्वकपणे टिकवून ठेवतात. ज्यामुळे त्यांना आनंदी आणि समाधानी वाटेल अशा संधी शोधणे आणि त्यांचा पाठपुरावा करणे यामध्ये आपला वेळ गुंतवतात; त्यांना हे माहीत असतं की अपयशी होण्याची शक्यता नेहमीच असते (तुम्ही 'शक्यतेचा नवीन नमुना' या ५व्या प्रकरणात शिकाल की ती शक्यता प्रत्यक्षात अस्तित्वात नसतेच.) त्यांच्या मनातील भीती, गतकाळातील अपयश यांचा विचार करत बसण्यापेक्षा मिरॅकल मेव्हन्सना हे समजतं की, स्वतःवर विश्वास असणे आणि त्यांची सर्वांत जास्त अर्थपूर्ण उद्दिष्ट प्रत्यक्षात उतरवण्यासाठी काय केलं पाहिजे हे शोधून काढणे या गोष्टी महत्त्वाच्या आहेत. पण, प्रत्यक्षात त्याच्या मेंदूचा ताबा घेऊन त्यांनी त्यांच्या आयुष्याचा ताबा घेतलेला असतो.

आपल्यापैकी बहुतेकांनी हे केलेलं नसतं. शाळेत विद्यार्थी असल्यापासून 'फॉर्च्युन ५००'चे सीईओ बनण्याच्या दिशेने जाण्यासाठी नोकरीत शिरणारे आपण सगळे जण तर्कहीन भीती आणि अति कृतिशील प्रतिक्रियांचा तणाव या गोष्टींशी झगडत असतो. आपली तर्कहीन भीती आपल्या स्वप्नांची आणि आपण जे आयुष्य जगू शकतो त्यातली हवा काढून घेतात ते लक्षात घेतलं पाहिजे. संधींची भीती वाटण्यापेक्षा आणि त्या टाळण्यापेक्षा आपण एक खोल श्वास घेतला पाहिजे- आणि मग त्यांच्याकडे धाव घेतली पाहिजे. आपली अपयशी होण्याची, आपल्या चुकांमधून शिकण्याची आणि पुन्हा प्रयत्न करण्याची तयारी असली पाहिजे. आपल्यातील भीतीच्या जागी विश्वास असला पाहिजे (याबद्दल खूप बोलणार आहे). खरंच, या संघर्षांवर मात करण्याचा आणि यश मिळवण्याचा अन्य कोणताही मार्ग नाही.

चुकीच्या निर्देशाने मिळालेला हक्क विरुद्ध ज्ञानाने प्राप्त केलेला हक्क

तुम्ही दहाव्या पातळीवरील यशाची कितीही व्याख्या केली, तरी मला खात्री आहे, की तुम्ही जर हे पुस्तक वाचत असाल, तर तुम्हाला याबद्दल अधिक समजून घ्यायला आवडेल. पण, तुम्हाला तुम्ही कोणत्या पातळीवरील यशास पात्र आहात असं वाटतं?

दुर्दैवाने, आपल्यापैकी बहुतेकांचा आपल्याला पाहिजे आहे किंवा आपल्यापाशी असलेल्याच्या आसपास असलेल्यापेक्षा अधिक काही मिळण्यास आपण पात्र आहोत यावर विश्वास नसतो किंवा त्यांना तसं

मनापासून वाटतही नाही. यशाच्या, आनंदाच्या आणि समाधानाच्या ज्या कोणत्या पातळीची आपल्याला सवय झालेली असते, तो आपल्यासाठी नियम बनतो आणि त्याच पातळीची आपण भविष्यातही अपेक्षा करतो. त्या प्रकारे, आपण भविष्यात त्याहून मोठं आयुष्य जगण्यासाठी कोणतीही योजना न करता आपण आपल्या भूतकाळाची पुनरावृत्ती करतो. आपल्यातील अनेक जण कधीही त्या दरवाजातून बाहेर पाऊल टाकतच नाहीत कारण आपल्याला त्या मार्गाच्या अखेरीला जे मिळेल त्याला आपण पात्र आहोत हा विश्वासच वाटत नसतो. मिरॅकल मेव्हन होण्यासाठी तुम्हाला फक्त तुमची मोठी ध्येयं आणि स्वप्नं शक्य, संभाव्य आणि अपरिहार्य आहेत असा विश्वास बाळगायचा नाहीये.... तर ती प्राप्त करण्यास तुम्ही लायक आहात असाही विश्वास बाळगायचा आहे. त्या शेवटच्या वाक्याशिवाय, तुम्ही कधीही तुमचं ध्येय गाठू शकणार नाही; कारण तुम्ही तिथे पोहोचण्यास लायक आहात असा विश्वासच तुम्हाला वाटत नाही. तुम्ही नेहमीच त्या महानतेपासून मागे येण्याची कारणं शोधत राहाल. पण जेव्हा तुम्ही तसा विश्वास ठेवाल, तेव्हा यश मिळवणं हा तुमचा हक्क असेल आणि तुम्ही त्यासाठी झगडाल.

आता, हक्क हा शब्द वापरल्याने काही लोकांना कसेतरी वाटेल हे मला माहीत आहे. हक्क हा शब्द नेहमी अशा व्यक्तींशी जोडलेला असतो, ज्यांनी तो मिळविण्यासाठी काहीही खास केलेलं नसलं तरी त्यांना असं वाटतं की त्यांना खास हक्क किंवा साधनं मिळण्यास ते पात्र आहेत. हक्काची भावना ही नेहमी उद्धटपणा किंवा आत्मप्रीतिवादाशी निगडित असते आणि हक्क असलेली व्यक्ती एखाद्या लहान मुलासारखी किचकट असते ज्या लहान मुलाने कधीही तो किंवा ती या विश्वाचा केंद्रबिंदू नाही हे शिकलेलंच नसतं. यातून लायक असण्याची भावना स्पष्ट होते मग त्यासाठी काही प्रयत्न केला गेला आहे किंवा नाही हे महत्त्वाचं नसतं. बहुतेक लोकांना हाच हक्क आहे असं वाटतं. पण, तरीही हक्काचे अजून दोन प्रकार आहेत, ज्या दोन्हींबद्दल तुम्हाला माहीत असलं पाहिजे. एकाच्या दिशेने तुम्ही गेलं पाहिजे आणि दुसरा तुम्ही टाळला पाहिजे.

ज्ञानाने मिळवलेल्या हक्कासाठी आपण सर्वांनी प्रयत्न केले पाहिजेत. या हक्काचं वैशिष्ट्य म्हणजे हा हक्क मूलभूत विश्वासावर आधारित आहे की आपण सर्व जण पृथ्वीवरील इतर कोणत्याही मनुष्याप्रमाणे आपल्याला

आयुष्याकरता जे हवं ते मिळवण्यासाठी (त्यासाठी कोणतेही प्रयत्न करण्याची आपली तयारी आहे) पात्र, लायक आणि सक्षम आहोत. जवळजवळ प्रत्येक कामगिरीची सुरुवात एका वैयक्तिक विश्वासातून होते की तो किंवा ती त्यासाठी आवशयक मेहनत करण्यास सक्षम आहेत, आणि तो किंवा ती त्यामुळे मिळणाऱ्या यशासाठी पात्र आहेत. अशा प्रकारचा हक्क निरोगी आणि दृश्य आणि मोजता येईल अशा आश्चर्याची निर्मिती करण्यासाठी आवश्यक असतो. स्पष्ट सांगायचं तर, अनेकांना हे कठीण वाटतं, अगदी मलादेखील. आपण आपल्या मेहनतीचं कौतुक करण्याचं टाळतो. कधीकधी आपण त्यातून मिळणारं प्रतिफल किंवा बक्षीस नाकारतो. जेव्हा कोणीतरी आपलं कौतुक करतं, किंवा चांगलं काम केल्याबद्दल आभार मानतं तेव्हा आपण फक्त स्मितहास्य करतो. कधीकधी आपण जरी प्रत्यक्षात ते काम चांगलं असलं तरीही बक्षीस सरळ नाकारून म्हणतो, 'एवढं काही विशेष नाही.' आता तुम्ही विचार करा, की जेव्हा एखाद्या गोष्टीसाठी तुम्ही पात्र नाही असं खरोखर वाटत असताना त्याच्यासाठी खूप प्रयत्न करणं हे किती अवघड आहे. जेव्हा तुमचा त्या गोष्टीवर हक्कच नाही असं वाटत असताना तुम्ही त्यासाठी आवश्यक प्रयत्न करून आश्चर्यकारक कामगिरी करून दाखवणं हे तसं अशक्यच आहे.

अनेक वेळा दिसून येतं की ज्ञानामुळे मिळणारा हक्काचा उपयोग तुम्ही तुमचा अढळ विश्वास जागृत करण्यासाठी करता. तुम्हाला मग तुमच्या प्रयत्नांच्या अखेरीस मिळणारं फळ फक्त तुम्ही ते मिळवू शकता असं वाटण्याऐवजी ते खरोखर मिळण्यासाठी तुम्ही पात्र आहात असं वाटेल. पण, प्रत्येकाच्या बाबतीत किंवा प्रत्येक आश्चर्याच्या बाबतीत असं होत नाही. माझ्याच बाबतीत बोलायचं झालं, तर मला कल्पना आहे की आपण त्यासाठी पात्र आहोत ही भावना जागृत करणं तितकं सोपं नसतं. इतर लोकांना संघर्ष करताना पाहतो तेव्हा मला वाटतं, मी त्यांच्यापेक्षा आनंदी किंवा जास्त यशस्वी असण्यास पात्र का असेन? कधीकधी तुम्हाला ज्ञानामुळे येणारा हक्क मिळण्याचा अनुभव घेण्याआधी असाधारण प्रयत्न करण्यासाठी एखादा धक्का द्यावा लागेल. तुम्ही जेव्हा सातत्याने प्रयत्न करता तेव्हा जसेजसे तुम्ही अधिकाधिक मेहनत करता, तेव्हा तुम्हाला आपोआपच तुम्ही पात्र असल्यासारखं वाटेल. मिरॅकल इक्वेशनचा उपयोग होऊन तुम्हाला जे इच्छित आहे त्यासाठी लागेल ती मेहनत करण्यासाठी तुम्ही तयार आहात,

यापेक्षा त्यासाठी तुम्ही पात्र आहात असं तुम्हाला वाटणं हे त्या गोष्टी घडण्याच्या क्रमापेक्षा जास्त महत्त्वाचं आहे. मिरॅकल मेव्हन्स स्वतः मेहनत करतात आणि त्यामुळे मिळणाऱ्या मेहनतीच्या फळांसाठी पात्र असतात.

तर, लोलकाच्या दुसऱ्या बाजूला चुकीच्या निर्देशाने मिळालेला हक्क असतो, जो पात्रतेच्या भावनेचे अगदी आळशी सोंग/ बतावणी आहे. आपण स्वतःला सांगतो, 'ओऽह, मी हे बिस्कीट खाण्यास पात्र आहे. मला माझ्या खाण्यापिण्याच्या बाबतीतील उत्तम समज आहे.' किंवा, 'मला या गोष्टीची खरोखर आवश्यकता नसली तरी मी ही गोष्ट विकत घेण्यास लायक आहे. मी खर्च करण्याच्या बाबतीत जाणतो,' किंवा 'मी जिमला दांडी मारण्यास पात्र आहे. मला व्यायामाची समज आहे.' यांतील एखादी गोष्ट तुम्हाला ओळखीची वाटते का? आपण सगळे जण हे कधी ना कधी करत असतो, पण तसं करणं नुकसानकारक असतं.

अशा प्रकारच्या वर्तणुकीमुळे सामान्यपणा येतो; आपण स्वतःला 'खूप चांगलं' असल्याप्रमाणे वागवतो. पण, फक्त 'खूप चांगलं' असणं हे महान नसतं आणि ते आपल्याला आश्चर्यकारक परिणाम मिळण्याच्या जवळपास घेऊन जाईलच याची खात्री नाही. यामुळे फक्त तुम्हाला स्वतःच्या पाठीवर सामान्य कामगिरीसाठी शाबासकीची थाप मारता येते. यामुळे तुम्हाला आळस करण्याची मुभा मिळते. खूप थकवा येईपर्यंत स्वतःला कष्ट देणं जसं निरोगी नाही, तसंच तुमच्या उद्दिष्टापर्यंत पोहोचण्यासाठी तुम्ही जे करणं आवश्यक असतं त्यापेक्षा कमी मेहनत करणंदेखील चागलं नाही.

स्वतःच्या सामान्य कष्ट करण्याचा स्वीकार करणं तुम्हाला दहाव्या पातळीवरील यश मिळू देत नाही आणि तुमच्या मेहनतीची पातळी तुम्हाला जे काही मिळवायचं आहे त्याच्याशी तुलनात्मक असली पाहिजे. जी व्यक्ती धावण्याच्या स्पर्धेसाठी प्रशिक्षण घेत आहे तिला कदाचित आठवड्यातून पाच दिवस धावावं लागेल; तर जो निरोगी राहण्याचा प्रयत्न करत असेल, त्याला आठवड्यातून काही वेळा फक्त तीस मिनिटं चालावं लागेल. आणि सत्य तुम्हाला माहीतच आहे की, जेव्हा तुम्हाला कोणी पाहत नसते तेव्हा तुम्ही किती मेहनत करत असता. तुमची दहाव्या पातळीवरील यशाची व्याख्यादेखील तुमच्यासाठी आणि तुम्ही जे काही मिळवण्याचा प्रयत्न करत असता त्यानुसार वेगळी असते. मुद्दा हा आहे की तुम्ही तुमच्या कृती आणि तुम्ही ज्यासाठी पात्र आहात असं तुम्हाला वाटतं त्या तुमच्या

उद्दिष्टासाठी घेतलेली मेहनत हे एका दिशेने असले पाहिजेत, जेणेकरून तुम्हाला त्यासाठी पात्र असल्याप्रमाणे वाटेल आणि तुम्ही आळसाच्या जाळ्यात सापडणार नाही.

थोडं प्रामाणिकपणे बोलू : आळशी असण्यात मजा वाटते. कोणाला नाही आवडत टीव्ही बघायला, किंवा घरात लोळत पडायला, जबाबदारी न घ्यायला? काही चिंता नाही आणि काही अपराधीपणाची भावना नाही. पण, (आणि हा मोठा पण आहे) अपराधी न वाटून घेता आळशी होण्यासाठी तुम्हाला आधी स्वतःला आळस कमावल्याबद्दल काहीतरी बक्षीस दिलं पाहिजे. माझा नियम आहे की असा 'अपराधीपणामुक्त आळशीपणा' करण्यासाठी आधी मुलांबरोबर वेळ घालवायचा, माझ्या पत्नीच्या आयुष्यात काहीतरी मूल्यवृद्धी होईल असं करायचं आणि आपली सगळी कामं पूर्ण करायची. जर तुम्ही खूप वेळ सलग नेटफ्लिक्सवर काही पाहणार असाल, तर त्यावरून इथे मी नावं ठेवणार नाही. फक्त तुम्ही तुमच्या त्या दिवसाच्या सगळ्यात महत्त्वाची प्राधान्यं पूर्ण केल्यानंतर मग नेटफ्लिक्स पहा.

आळसाच्या बाबतीत एक समस्या अशी आहे की जेव्हा तो आराम तुम्ही काही न करता कमावलेला असतो, तेव्हा तो तुम्हाला अजून मोठं यश मिळवण्यासाठी पात्र वाटण्यापासून रोखतो. जेव्हा तुम्ही सातत्याने प्रयत्न करत नाही, तेव्हा तुम्ही ज्या इच्छित गोष्टीसाठी प्रयत्न करताय त्यासाठी तुम्ही खरोखर पात्र आहात असं वाटत नाही. आणि ते तुम्हालाही चांगलच माहीत असतं. यामुळे तुमचा स्वतःवर विश्वास कमी होतो आणि आता तुमच्यापाशी असलेल्यापेक्षा अजून चांगलं काही मिळवण्याची तुमची पात्रता आहे असा विश्वासही वाटत नाही. म्हणूनच चुकीच्या निर्देशाने मिळालेला हक्क हा धोकादायक असतो.

चुकीच्या निर्देशामुळे मिळालेल्या हक्कामुळे आपल्यासमोर येणारा अजून एक अडथळा म्हणजे, 'व्यग्र राहणे'. तुम्ही असं किती वेळा स्वतः ला सांगितलं आहे की तुमच्यासमोर आलेल्या नवीन संधीचा फायदा तुम्ही आता खूप व्यग्र असल्यामुळे घेऊ शकत नाही? खूप व्यग्र असणे म्हणजे मुळात ज्यांना फारसं महत्त्व नाही अशा गोष्टी करत राहणे, त्यामुळे आपण स्वतःला खूप उत्पादक काम करतो आहोत अशा विचाराने भुलवतो. डझनभर ईमेल्सना उत्तरं दिल्याने आपल्याला असं वाटू शकतं की आपण खूप उत्पादक

काम करतो आहोत आणि त्याबदल्यात आपल्याला पात्रता मिळाली आहे. पण, आपण खोटं बोलत आहोत हे आपल्याला माहीत असतं.

कॅल न्युपोर्ट त्यांच्या 'डीप वर्क : रुल्स फॉर फोकस्ड सक्सेस इन अ डिस्ट्रक्टेड वर्ल्ड', या सर्जनशील पुस्तकात म्हणतात की आपल्या मुळापर्यंत जाऊन काम करण्याच्या क्षमता किंवा ज्यासाठी मेंदूची खूप शक्ती आवश्यक आहे अशा एका कामावर खूप काळ लक्ष केंद्रित करण्याची क्षमता कमी होत चालली आहे आणि ते कौशल्य आता एक विशेष कौशल्य झालं आहे. ज्यांना हे कौशल्य विकसित करता येतं, त्यांना बक्षीस दिलं पाहिजे. चमत्कारांच्या संदर्भाने जे स्वतःला फक्त त्यांच्या भोवतालच्या लक्ष विचलित करणाऱ्या गोष्टींपासून अलिप्त ठेवू शकतात, अनावश्यक कामांमध्ये वेळ वाया घालवण्यापासून दूर जातात आणि त्यांची मानसिक (आणि शारीरिक) ऊर्जा एकाच उद्दिष्टावर खूप काळासाठी केंद्रित करू शकतात ते दृश्य आणि मोजण्याजोगे चमत्कार निर्माण करण्यास समर्थ असतात. कमी प्राधान्याच्या कामांमध्ये वेळ वाया घालवत व्यग्र राहणं हे या विचाराच्या अगदीच विरोधी आहे.

जेव्हा आपण आपल्या कामांची यादी करतो, तेव्हा कमी प्राधान्याची, कमी जोखीम असलेली कामं (ज्यांचे परिणाम तसे महत्त्वाचे नाहीत अशी कामं) आधी करण्याकडे आपला कल असतो आणि ते नैसर्गिक आहे. अशा कामांमध्ये पत्रव्यवहार तपासणं, सोशल मीडियावर लिहिणं, ऑनलाइन संशोधन करणं, कोणत्याही प्रकारातील आवराआवर, मग ती प्रत्यक्ष किंवा डिजिटल माध्यमातली असेल, किंवा अगदी वैयक्तिक विकास, जर तुम्ही त्यांचा वापर जास्त प्राधान्याने करण्याची कामं पुढे ढकलण्यासाठी करत असाल तर त्यांचा समावेश असू असतो. अशा कमी प्राधान्यं असलेल्या कामांत व्यग्र राहून आपण स्वतःला खरोखर महत्त्वाच्या असलेल्या आणि आपल्याला आपली सर्वांत महत्त्वाची उद्दिष्टं आणि स्वप्नं यांच्या दिशेने जाण्यापासून दूर आणि सुरक्षित ठेवतो. अधिक महत्त्वाची कामं करण्याची भीती वाटू शकते कारण त्यांचे परिणाही महत्त्वाचे असतात, जे आपल्या आयुष्यासाठी अर्थपूर्ण असू शकतात आणि जे आपल्यातील 'मी पात्र आहे', या कल्पनेला टिचकी मारून जागृत करू शकतात. कमी महत्त्वाच्या कामांमध्ये व्यग्र राहिल्याने आपण आपल्याला इच्छित आणि आपण ज्या यशाला पात्र आहोत असं वाटतं त्यापासून दूर राहतो.

संभाव्य बिघाड विरुद्ध प्रत्यक्षात आणलेली क्षमता

तुम्ही पुढे मला वयाच्या सदतिसाव्या वर्षी झालेल्या एका अतिशय दुर्मीळ आणि आक्रमक कॅन्सरबद्दल वाचाल. मी कॅन्सरच्या ट्रीटमेंटला सुरुवात केली तेव्हा माझं वजन १६७ पाउंड्सवरून १२७ पाउंड्सवर अतिशय वेगाने खाली आलं. त्यापैकी ३० पाउंड्स तर पहिल्या तीन आठवड्यांतच घटले होते. सहा फुटांहून जास्त उंच असलेल्या माझ्या गालाची हाडं, बरगड्या आणि कंबरेची हाडं अगदी उठून दिसत होती. माझ्या शरीरावरील प्रत्येक केस गळून पडला होता. पण गमतीची गोष्ट अशी की मी जेव्हा आरशात बघत असे, तेव्हा मला पूर्वीचा मीच दिसत असे, फक्त त्यातून केस वजा झाले होते. मला आरशात माझ्याकडे बघणारा शरीराच्या काड्या झालेला कॅन्सर पेशंट कधी दिसला नाही, तर पूर्वीचाच मी दिसलो.

मनातून मला माहीत होतं की माझं शरीर वेगळं दिसत असणार. म्हणजे, चाळीस पाउंड्स वजन कमी होणं, खासकरून जो माणूस आधीच बारीक आहे त्याचं इतकं वजन कमी होणं ही खूप मोठी गोष्ट आहे! खरं तर, माझ्या शरीराचं एक चतुर्थांश वजन काही आठवड्यांतच नाहीसं झालं होतं. जेव्हा मी माझी पत्नी उर्सुलाला सांगितलं, की मला मी पूर्वीसारखाच आहे असं वाटतंय, तेव्हा तिच्या चेहऱ्यावरील भाव पाहून मला समजलं की मी तसा दिसत नव्हतो. माझे प्रेमळ आईवडील त्यांना जशी संधी मिळेल तसे मला खाऊपिऊ घालत होते. मला बाह्य जगातून मिळणारे संदेश माझ्या आंतरिक समजुतीपेक्षा वेगळे होते. याबाबतीत, माझं स्वतःबाबतचं चित्र तिरकस झालं होतं.

मी विचार केला, ज्यांना बॉडी डिस्मॉर्फिया होतो – म्हणजे ज्यांना त्यांच्या छोट्याश्या शारीरिक त्रुटीमुळे किंवा ती आहे अशा समजुतीमुळे सतत असुरक्षितता वाटते – त्यांना असंच वाटत असेल, फक्त याउलट. असे लोक थकवा येण्यासाठी खूप व्यायाम करतील कारण त्यांना वाटतं की ते जाड आहेत, जेव्हा खरं तर वजनाच्या काट्यावर त्यांचं वजन योग्य असतं. त्यांना त्यांच्या नाकाकडून लक्ष कसं वळवावं याची काळजी सतावत असते; कारण त्यांनी स्वतःच ठरवून टाकलेलं असतं की त्यांचं नाक चेहऱ्याच्या मानाने खूप मोठं आहे, मग भले त्याकडे कोणाचं लक्षही नाही गेलं तरी! त्यांना त्यांचं शरीर योग्य आहे असं वाटत नाही. आणि मलाही वाटत नव्हतं.

दुर्दैवाने, आपण आपल्या क्षमतांच्या बाबतीतही हेच करतो. आपल्याला आपण काय करू शकतो हे दिसत नाही. खरं तर, तुम्ही काही क्षण थांबून तुमचे विचार नीट ऐकलेत, तर तुम्हाला कदाचित आपण स्वतःशीच सतत बोलत असलेली अनेक नकारात्मक विधानं ऐकू येतील: 'मी लायक नाही'. 'माझं नशीब चांगलं नाही', 'मी खूप व्यग्र आहे', 'मी आळशी आहे'. 'कुठून सुरुवात करायची ते मला समजत नाही', 'तो/ ती माझ्यापेक्षा चांगला/ चांगली आहे', 'मी माझ्या जीवनातील याबाबतीत सुधारणा करण्याचा प्रयत्न केला, पण कधी त्याला चिकटून राहिलो नाही'. अशा प्रकारची नकारात्मक विधानं ही रेकॉर्डिंग ऐकल्याप्रमाणे आपल्या मेंदूत सतत सुरू असतात. आपण ती इतके वेळा ऐकतो की आपल्याला ती खरी वाटावीत आणि त्यांवर विश्वास बसावा आणि त्यानुसार कृती घडावी यासाठी ते पुरेसं असतं.

भूतकाळातील आपल्या अपयाशांकडे बोट दाखवून आपण म्हणतो, 'नाही, मी ते पुन्हा करण्याचा प्रयत्न करणार नाही.' आपल्या क्षमतांबाबत आपल्याला आजवर आलेल्या अनुभवांवरून आपण आपली आंतरिक मतं ठरवतो. त्याला पुष्टी देतील असे पुरावे शोधतो आणि आपल्या मर्यादा सिद्धही करतो. अखेरीस, आपण अशा निष्कर्षाला पोहोचतो जे आपल्याला वास्तववादी वाटतात किंवा आपल्या भूतकाळाच्या नमुन्यावर आधारित आपण प्राप्त करू असे वाटतात; आणि मग आपण आहोत त्यापेक्षा कमी समर्थ आहोत असा चुकीचा समज करून घेतो. ज्यांनी कधी त्यांच्या गतकाळाकडे मागे वळून पाहिलं नसेल आणि त्यांना त्यांच्या चुका, अपयश दिसलं नसेल असा एकही माणूस पृथ्वीतलावर सापडणार नाही. यामध्ये अनेक यशस्वी व्यक्तींचाही समावेश आहे. तुम्हाला तसं जगायचं नाहीये हे महत्त्वाचं आहे. तुम्ही जाणीवपूर्वकरीत्या तुमच्या अमर्याद भवितव्यावर आधारित निर्णय घेण्याची निवड करा.

'मिरॅकल मॉर्निंग्स'मध्ये मी एक जादा प्रकरण समाविष्ट केलं होतं, ज्याचं शीर्षक होतं, 'तुमचं आयुष्य बदलून टाकेल असे ईमेल'. मी त्यामध्ये मला माझ्या क्षमता आणि कमतरता यांबद्दलचं अचूक मत नाही याची जाणीव झाली त्याबद्दल लिहिलं आहे. त्या वेळी मी मला ओळखणाऱ्या वीसेक लोकांना ईमेल पाठवलं आणि त्यांना त्यांचं प्रामाणिक मत विचारलं. या गटात माझे कौटुंबिक सदस्य, मित्रमैत्रिणी, सहकारी, मार्गदर्शक आणि

इतकंच नाही तर जुन्या गर्लफ्रेंड्सचाही समावेश होता. मला मिळालेला प्रतिसाद डोळे उघडणारा, प्रोत्साहन देणारा आणि वेदना देणाराही होता. मला स्वतःला थ्रीडीमध्ये बघण्यासारखं होतं ते. अखेरीस मी स्वतःला पूर्णपणे पाहिलं, की मी स्वत:कडे कसं पाहत होतो आणि मला विविध प्रकारे ओळखणाऱ्या विविध लोकांना मी कसा दिसत होतो. या गोष्टीमुळे माझं आयुष्य बदललं कारण मला मिळालेली त्यांची मतं मी स्वीकारली, लिहून काढली आणि त्यानुसार माझ्या वागण्यात बदल करायला सुरुवात केली. हा प्रयोग मी ज्या लोकांना करायला सांगितला आणि त्यांनी करून पाहिला, त्या सगळ्यांच्या आयुष्यात बदल झाला. जर तुम्हाला स्वतःबद्दलचे अचूक मत समजत नसेल (आणि तुम्ही कदाचित ते पाहू शकणार नाही), तर तुम्ही नक्कीच हे करून पाहिलं पाहिजे.

जे सर्व जण सामान्य असण्याकडून असामान्य असण्याकडे गेले, त्यांनी त्याची सुरुवात स्वतःकडे आजवर भूतकाळात कधी पाहिलं नव्हतं त्याहून अधिक चांगल्या प्रकारे पाहून केली. त्यांची त्यांच्यातील अमर्याद क्षमतांवर आधारित स्वप्न पाहण्याची तयारी होती आणि नंतर त्यांनी त्या स्वप्नाशी सुसंगत जगायला सुरुवात केली. असं करणं सुरुवातीला क्वचित सोपं जातं- काही गोष्टी अनधिकृत वाटतात. तरीही, कालांतराने जेव्हा तुम्ही तुमच्या स्वप्नाकडे, ध्येयांकडे नेहमी वळून पाहता (दररोज बघा), तुमचं नवीन स्वप्न, नवीन ध्येय, ही तुमची ओळख बनते आणि अपरिहार्यपणे तुमचं वास्तवही बनते.

जगाच्या दृष्टीने तुमची व्याख्या विरुद्ध तुम्ही केलेली तुमची व्याख्या

तुम्ही स्वतःला कधी खूप लहान होणाऱ्या जुन्या जीन्समध्ये कोंबलं असेल तर तुम्हाला माहीत असेल किती त्रास होतो ते. त्याचं बटण तुमच्या पोटाला टोचतं. त्याचं कापड पायांना काचतं. सहज चालणंही मुश्कील होतं. ती घट्ट बसलेली जीन्स चांगली तर दिसत नाहीच, पण तुम्हालाही गैरसोय वाटते.

आपण आपल्या जीवनाबरोबरही तेच करतो. जेव्हा आपण काय केलं पाहिजे हे इतरांना ठरवू देतो, तेव्हा आपण काही वेगळं बनण्याच्या स्वतःच्या इच्छा दाबतो. स्वतःच्या मर्जीप्रमाणे गोष्टी करण्याची इच्छा, आपल्याला

काय हवं आहे त्यासाठी संघर्ष करण्याची इच्छा. आपण स्वतःला इतर लोकांनी आपण कसं बनावं याबाबत तयार केलेल्या साच्यात कोंबतो. या प्रक्रियेत, आपल्याला जाणवतं, की आपण आपल्याला जसं आवडलं असतं तसं मुक्तपणे फिरू वावरू शकत नाही, आपण कैद किंवा बांधील आहोत किंवा इतरांच्या अपेक्षा आपल्याला नियंत्रित करत आहेत. आणि हे आपल्याला त्रासदायक वाटतं.

बराच काळ आपल्याला वाटत असतं की आपण इतरांच्या मानाने कमी सक्षम आहोत, इतर लोकांच्या नियमांचं पालन करण्यासाठी आणि त्यांच्याप्रमाणे बनण्यासाठी आपण मर्यादित राहिलं पाहिजे. हे नियम आपल्याला समाजात सामावता यावं या दृष्टीने तयार केलेले असतात. पण, ते आपल्या दहाव्या पातळीवरील यश प्राप्त करण्याच्या आंतरिक इच्छेच्या विरुद्ध असतात. औपचारिक शिक्षणात कुठेही मला जगावेगळा विचार कसा करायचा, मला मिळालेल्या वैशिष्ट्यपूर्ण गोष्टींचा शोध कसा घ्यायचा, किंवा जगातील सर्वांत यशस्वी लोक ज्यानुसार जगले त्या नियमांचा शोध कसा घ्यायचा हे शिकवलं नाही. यामुळे मलाही त्यांचीच वाट चालण्याचा स्पष्ट मार्ग दिसला असता. अभ्यासक्रमांत होतं तरी काय मग?

ठरलेला जीवनमार्ग हा की शाळेत जा, एक स्थिर नोकरी शोधा, आणि तुम्ही पासष्ट वर्षांचे होईपर्यंत काम करा. तोपर्यंत बहुधा तुमच्याकडे सामान्य निवृत्ती घेण्याइतका पैसा जमा झाला असेल. आपल्याला जबाबदार, नम्र, आणि सामान्य होण्याची शिकवण दिली जाते- ज्यामुळे आपण समाजात सामावले जातो. पण, ही वर्तणूक शिकलेली असते. याचा तुम्ही जसा माणूस आहात किंवा तुम्हाला जसा माणूस व्हायचं आहे, त्याच्याशी काही एक संबंध नसतो.

हळूहळू आपण आपल्याच इच्छांवर विश्वास न ठेवायला शिकतो आणि स्वतःची टीका करू लागतो. आपल्याला असाधारण यश मिळवणारे लोक आपल्याला खोटे वाटतात. ते 'वेगळे' आहेत. लहानपणापासून आणि पुढे अनेक वर्षं आपण इतरांच्या आपल्याला काय शक्य होईल या समजुतींप्रमाणे घडतो. आणि स्वतःला या साच्यातून कष्टाने बाहेर काढले तरीही आपण आता जिथे आहोत तिथेच पोहोचतो, 'मला माहीत आहे मी अधिक मिळवण्यासाठी समर्थ आहे' याचा विचार करण्यासाठी.

निकला जसं अगदी आत खोलवर हे जाणवलं, त्याप्रमाणे आपल्याला माहीत असतं की आपल्यात अधिक क्षमता आहे आणि आपल्याला अजून अधिक काही मिळवायचं आहे. आपल्याला अजून अर्थपूर्ण जीवन जगायचं आहे आणि जगात काही बदल घडवायचा आहे. आपल्यापैकी बरेच जण, आपण दोन्ही गोष्टी करू शकतो असं आपल्याला सांगणारा हा आतला आवाज ऐकतात. तो कदाचित अगदी हळू आवाज असतो आणि अनेकदा आपल्यातील भीती, असुरक्षितता यांच्या गोंगाटात हरवतो. पण, तो तिथे असतो. कदाचित तुम्ही तुमच्यातील हा आवाज ऐकला असेल, हो ना?

कृतीतील मर्यादांवर मात करणे

नुकतीच माझी मी आजवर भेटलेल्या सर्वांत प्रेरणादायी व्यक्तींपैकी एका व्यक्तीशी ओळख झाली, ते म्हणजे निक संतोनास्तासो. निक यांना जन्मजात हॅन्हार्ट सिंड्रोम होता, जो एक अतिशय दुर्मीळ जेनेटिक आजार आहे ज्यामुळे त्यांना पाय, उजवा हात पूर्णपणे तयारच झालेला नव्हता आणि डाव्या हाताला फक्त एक बोट होतं. निक यांनी २०१४मध्ये पोस्ट केलेल्या त्यांच्या 'माय लाइफ स्टोरी' या यूट्यूब व्हिडिओमध्ये त्यांनी सांगितलं की हा आजार असलेले फक्त बारा लोक आहेत. या आजारासह जिवंत असलेल्या चार लोकांपैकी निक एक आहेत.

आश्चर्यकारकरीत्या, त्यांनी या शारीरिक मर्यादांना त्यांच्या इच्छा किंवा स्वप्नांच्या आड कधी येऊ दिलं नाही. निक स्केट बोर्डने स्केटिंग करतात, सर्फ बोर्डने बोटीच्या मागे सर्फिंग करतात आणि हायस्कूलमध्ये मुष्टियुद्ध संघातही होते. त्यांनी फिटनेसच्या स्पर्धांमध्ये भाग घेतला आहे आणि ते एक फिटनेस मॉडेल आहेत. ते CNN आणि Fox टीव्हीवरही झळकले आहेत आणि त्यांच्या यूट्यूबवरील विनोदी व्हिडिओजमुळे ऑनलाइन स्टार झाले आहेत. बाराव्या वर्षी जेव्हा निक 'टुडे शो'मध्ये आले, तेव्हा त्यांना एक प्रश्न विचारला गेला होता, की तुम्हाला तुमच्या अमर्याद असण्याची भावना कशी मिळाली. त्या प्रश्नाला उत्तर देताना ते म्हणाले, की त्यांना माहीत

होतं की काहीही शक्य आहे; फक्त त्यांना ज्यातून आनंद मिळेल आणि आवडतील अशा गोष्टी त्यांना करून बघायच्या होत्या. त्यांना अपयशाची भीती नव्हती कारण त्यांना माहीत होतं की पडलो तर उठून परत प्रयत्न करू शकतो.

त्यांच्या वाट्याला इतक्या मोठ्या अडचणी येऊनही, निक यांनी ते कोण आहेत, त्यांना काय हवं आहे या विचाराने ढासळले नाहीत. त्यांनी स्वतःसाठी एक असामान्य आयुष्य निर्माण केलं आहे. जगाच्या त्यांच्याबद्दलच्या समजातून त्यांनी स्वतःची व्याख्या होऊ दिली नाही. ते कोण आहेत हे त्यांना नेहमीच बरोबर माहीत होतं आणि महान कामगिरी करण्यासाठीच त्यांची निर्मिती झाली होती, मग काहीही होवो- दुसरा पर्यायच नव्हता. एक बॉडीबिल्डर आणि फिटनेस मॉडेल असण्याबरोबरीने निक आता एका व्याख्यात्याच्या रूपाने त्यांचा प्रेरणादायी संदेश देतात. खरं तर, मी त्यांनी त्यांचा संदेश पुढील वर्षीच्या 'बेस्ट इअर इव्हेंट' (ब्ल्यूप्रिंट) मध्ये द्यावा म्हणून त्यांना राजी केलं आहे.

तर मग तुम्ही स्वतःची व्याख्या कशी करता?

जर तुम्हाला या प्रश्नाचं उत्तर कोणत्याही प्रकारे अर्थपूर्णपणे देता आलं नाही, तर काळजी करू नका. अनेकांना ते देता येत नाही. याउलट, आपण इतरांनी आपल्याला चिकटवलेली मूठभर लेबल्स काढून टाकू आणि त्यांच्याकडे 'देवाचा संदेश' या दृष्टीने पाहू. 'मी एक पत्नी/ पती आहे, आई/ बाप, वकील/ विद्यार्थी, सर्जनशील/ विश्लेषक, गृहिणी/ कर्ता.' अशी लेबल्स आयुष्यभर मिळत राहतात, पण त्यामुळे तुम्ही जे अमर्याद आहात त्याला ती बांधू शकतात का?

लहान असताना आपल्या सर्वांना अशाच प्रकारे लेबल्स मिळाली आहेत. मग ते वैद्यकीय निदान असो किंवा फक्त आपल्या कुटुंबीयांनी दिलेलं टोपणनाव असो. खरी समस्या ही आहे की आपल्याला लहानपणी

दिलेल्या अशा लेबल्सनुसारच आपण मोठे होतो. आपल्यातील काही जण देवदूत (माझी बहीण) होते. इतर त्रास देणारे (मी) होते. तरीही इतर चांगले खेळाडू किंवा कलाकार होऊ शकले असते.

लोक आपल्याकडे काय नजरेने पाहतात यावर ही नावं आणि लेबल्स आधारित असतात आणि ती आपली ओळख तयार करायला मदत करतात. लोकांचं आपल्याबद्दल काय मत होतं त्यावरून पटकन आपण कोण, हे शिकतो. अशी लेबल्स काही प्रमाणात आपलं मित्रमंडळ, आपले क्रियाकलाप, आपल्या आवडी-नावडी आणि आपल्या भविष्यातील महत्त्वाकांक्षांना आकार देतात. आता, मी असं म्हणत नाहीये की लहानपणी दिलेली वेडपट टोपणनावं आणि वैद्यकीय निदानं मुळातच वाईट असतात. टोपणनावं हे नेहमीच एक प्रकारचं प्रेम दर्शवतात (माझ्या आईने मला रेडिओ डीजेच्या माझ्या कामामुळे मला दिलेल्या 'यो पाल हाल' या टोपणनावाने लोक अजूनही हाक मारतात.) वैद्यकीय निदान आपल्याला काय मदत हवी आहे यासाठी मार्गदर्शन करते. आपण जेव्हा या नावांना आणि लेबल्सना स्वतःची व्याख्या करू देतो, आपल्यावर मर्यादा घालू देतो तिथे खरी समस्या निर्माण होते. नंतरही जेव्हा आपण कोण आहोत हे सांगण्यासाठी इतरांकडे मदत मागत राहतो, तेव्हा त्या मर्यादा प्रौढपणातही आपली सोबत करतात.

मी विशेषकरून माझ्या मुलांच्या बाबतीत जागरूक आहे आणि त्यांना या लेबल्सपासून पासून सुरक्षित ठेवण्याचा प्रयत्न करतो ज्यामुळे त्यांची व्याख्या केली जाईल आणि ती त्यात अडकून पडतील. उदाहरणार्थ, माझ्या मुलीला असं वाटतं की तिला ADHD आहे आणि मला ते तिला तसं का वाटतं याची खात्री नाही. तिचं कधीही तसं औपचारिक निदान केलेलं नाही आणि तिच्या कोणत्याही शिक्षकांनी तिला ते लेबल लावलेलं नाही. मला वाटतं की तिने मला माझ्या स्वतःच्या ADHDबद्दल बोलताना ऐकलं असावं (मी मोठा झाल्यावर औपचारिक निदान झालं होतं). हे तिच्या डोक्यात कसं शिरलं ते माहीत नाही, पण तिने स्वतः निदान करून तिच्या क्षमतांना मर्यादा घालू नयेत असं मला वाटतं.

आपण जेव्हा मिळून याबद्दल बोलतो तेव्हा मी ADHD म्हणजे आपल्यापैकी काही नशीबवान लोकांकडे असलेलं एक गुणवैशिष्ट्य आहे असं म्हणतो. यामुळे आपण सर्जनशील बनतो आणि आपल्याला महान कल्पना सुचतात (कारण आपली मनं सतत एका कल्पनेवरून दुसऱ्या

कल्पनेकडे धावत असतात). मीदेखील 'ADHD असलेले महान/ प्रसिद्ध लोक' याबद्दल गुगलवर सर्च केलं आहे आणि अशा लोकांच्या गोष्टीतून तिला दाखवलं आहे की त्या निदानामुळे त्यांनी स्वतःवर मर्यादा येऊ दिल्या नाहीत. मी तिला त्यांची कामगिरी दाखवली आणि पुरावा दिला की तो एक प्रकारचा फायदाच असतो. मी तिला हेदेखील समजावून सांगितलं, की जरी आपल्याला लक्ष केंद्रित ठेवण्यासाठी थोडी अधिक मेहनत घ्यायला लागेल, पण आपण ते 'करू शकत नाही' असं काही नाही. काही दिवस ती इतरांच्या ऐवजी माझं स्पष्टीकरण सहजपणे स्वीकारते. तीदेखील प्रौढ लोकांप्रमाणे कधीकधी तिच्या मर्यादांसाठी संघर्ष करते.

... आणि मग आपण आपल्या मर्यादांचं पुष्टीकरण करू लागतो.

आपण सगळेच कधी ना कधी दुखावले गेलो आहोत, नाकारले गेलो आहोत आणि आपला अपेक्षाभंगही झाला आहे. आपण आपल्याला कधी येऊ नये असं वाटणाऱ्या परिस्थितींचा अनुभव घेतला आहे. आणि हो, या सर्व गोष्टी त्रास देतात. पण, त्याहून अधिक काय त्रास देत असेल, तर एव्हाना आपण अशा अनुभवांमुळे आपलं संपूर्ण जग प्रभावित होऊ देतो. आपल्याला दुःख होईल ही आपली भीती आपल्याला पुन्हा जोखीम घेण्यापासून आणि संधींचा पाठलाग करण्यापासून थांबवते. यामुळे आपण लहानच बनूनच जगतो.

याहूनही वाईट म्हणजे आपण आपल्या दुःखाला आपल्या मर्यादांसाठी वादविवाद करू देऊन स्वतःचा विनाश करणाऱ्या चक्राच्या दिशेने ढकलतो. म्हणजेच आपण सतत आपण करू शकत नाही, बनू शकत नाही, किंवा काही अनुभवामुळे आपल्याला हवी असलेली गोष्ट मिळणार नाही असे समज अधिक मजबूत करतो. आपण स्वतःला प्रत्येक नवीन संधीतून 'बाहेरचा रस्ता' दाखवतो कारण आपण गृहीत धरलेलं असतं की आपण त्यासाठी पात्र नाही किंवा समर्थ नाही किंवा कदाचित ते होऊ शकणार नाही आणि मग डोकं खाजवत बसतो की आपल्या स्वप्नातलं आयुष्य आपण आशा करत होतो त्याप्रमाणे का घडलं नाही?

तुम्ही कधी कोणाला त्यांच्या तक्रारीचं पुष्टीकरण करताना असं म्हटलेलं ऐकलं आहे का, की 'मी नकारात्मक नाही, मी फक्त वास्तववादी

आहे.' तुमच्या स्वतःच्या मर्यादांची पाठराखण करण्याचं हे एक उत्तम उदाहरण आहे. खरंच, याला काही तर्कही नाही. हे लक्षात घ्या : आपल्या बलस्थानांवर लक्ष केंद्रित करणं आणि आपल्या अमर्याद क्षमतांबद्दल बोलणं (ज्यामुळे आपल्याला ताकद मिळते आणि आपल्यामध्ये सुधारणा करण्याची आणि काहीही साध्य करण्याची क्षमता आहे याची आठवण करून दिली जाते) त्याऐवजी आपल्या मर्यादांवर लक्ष केंद्रित करणं आणि त्या बोलून दाखवणं हे कसं काय जास्त 'वास्तववादी' आहे? (जे अपरिहार्यपणे आपल्यामध्ये सुधारणा करण्यासाठी अर्थपूर्ण पावलं उचलण्यापासून आपल्याला रोखतं) दोन्ही गोष्टी सारख्याच वास्तववादी आहेत. पण, तुम्ही सतत ज्या गोष्टीवर लक्ष केंद्रित करता, तिचा आपल्या सध्याच्या आयुष्याच्या गुणवत्तेवर आणि भविष्यावर खूप वेगळा प्रभाव पडतो.

शिवाय, कोणालाही हे खरं माहीत नाही की काय शक्य आहे आणि काय नाही. आपल्याला माहीत नाहीये हेच आपल्याला माहीत नाही. दररोज कधीकाळी अशक्य वाटलेल्या गोष्टी शक्य होतात आणि मग त्या नमुन्यादाखल बनतात. विशेषज्ञ लोकांना एके काळी वाटलं होतं की पुरुष (किंवा स्त्री) चार मिनिटांपेक्षा कमी वेळात एक मैल धावू शकणार नाही. आता तुम्हाला माहीत आहे की जेव्हा ब्रिटिश धावपटू रॉजर बॅनिस्टर १९५४मध्ये ३ मिनिटं ५९.४ सेकंदांत एक मैल धावला, तेव्हा त्याने ती अशक्य गोष्ट शक्य करून दाखवली. त्यानंतर सेहेचाळीस दिवसांनी जॉन लँडी याने बॅनिस्टरचा विक्रम मोडला. आता शाळेतली मुलंदेखील चार मिनिटांचा टप्पा सहज पार करतात.

आपल्यातील काहींना ईमेल, टेक्स्ट मेसेज आणि फॅक्स मशीन येण्याआधीचा काळ आठवत असेल. तेव्हा पत्रं आणि व्यावसायिक कागदपत्रं एका माणसाकडून दुसऱ्या माणसाकडे पाठवण्यासाठी गोगलगायीच्या गतीने जाणारी पत्रव्यवस्था होती. मला हेही आठवायला कष्ट पडत आहेत की GPS नव्हतं तेव्हा आपण एका ठिकाणाहून दुसऱ्या ठिकाणी (विशेषतः रात्रीच्या वेळी) कसे जायचो. एक काळ होता, फार पूर्वीही नाही, जेव्हा सेलफोन आपल्या खिशाला चिकटलेले नव्हते. आज माझ्या घरी अलेक्सा नावाचा बोलणारा रोबोट आहे जो माझ्या कुटुंबीयांसाठी संगीत वाजवतो, आठवणी करून देतो, पाककृती शोधतो, माझ्या मुलांना गोष्टी सांगतो,

दिवे चालू-बंद करतो, माझ्यासाठी ऑनलाइन वस्तू खरेदी करतो आणि सर्व प्रकारच्या इतर गोष्टी करतो. काही वर्षांपूर्वी, हे फक्त सायन्स फिक्शन चित्रपटांमध्येच शक्य होतं आणि आता ते दैनंदिन जीवनातील वास्तव झालं आहे. या आधुनिक गोष्टींचा शोध लावणारे लोक त्यांच्यावर टीका करणाऱ्या लोकांना जर 'तर्क' सांगत बसले असते, तर आपलं जग आज जसं दिसतं तसं दिसलं नसतं.

आपण जेव्हा भविष्य कसं उलगडतं आणि विश्व कसं चालतं याबद्दल बोलतो, तेव्हा अशी खूप शक्यता वाटते की आपण जे करतो ते अजूनही आपल्याला समजलेलं नसतं. त्यामुळे जरी आपल्या अमर्याद स्वभावाबद्दल निरोगी टीका चांगली असली, तरी निरोगी आशावाद कधीही त्याहून चांगला असतो.

या सर्व संघर्षांवर मात करण्याचा मार्ग

आपल्यासमोर इतक्या अडचणी असताना आपण आपल्या आतील संघर्ष कसा टाळू शकतो आणि आपल्या जीवनातील सर्व क्षेत्रांत अमर्याद यश कसे मिळवू शकतो? कित्येक लोक उपचारांवर, वैयक्तिक मार्गादार्शकांवर अगणित पैसा खर्च करतात आणि त्यांना कशात आनंद मिळेल हे शोधण्यासाठी भिंतीवर डोकं आपटत बसतात. आता मी असं म्हणत नाही की उपचार आणि मार्गदर्शक यांची मदत होत नाही. माझा या दोन्हींवर ठाम विश्वास आहे. पण, आपण ज्या दोन साध्यासोप्या आयुष्य बदलून टाकणाऱ्या निर्णयांचा शोध घेण्यास सुरुवात केली आहे, त्यांच्याशी सुसंगत आयुष्य जगल्यास लोकांना खूप पुढचा पल्ला गाठता येईल यावरही माझा ठाम विश्वास आहे. तुम्हाला आता ते निर्णय माहीत झाले आहेत : अढळ विश्वास आणि असाधारण प्रयत्न. आपण पहिल्या प्रकरणात ज्याबाबत चर्चा केली होती, ते प्रतिक्रिया चक्र आठवते का? इथे ते महत्त्वाचे ठरते.

तुम्ही जेव्हा ज्ञानाने मिळालेल्या हक्काच्या दिशेने झेप घेता आणि ठरवता की तुम्ही जे इच्छिता आणि ज्यासाठी तुम्ही आवश्यक ते सर्व काही करण्याची तुमची तयारी आहे, ते मिळण्यासाठी तुम्ही पात्र आहात. मग तुम्ही स्वतःच स्वतःवर लादलेल्या मर्यादांवर विश्वास ठेवण्याऐवजी तुमच्यातील अमर्याद क्षमतांवर विश्वास ठेवू लागता आणि त्यातून तुमच्या आयुष्यात

सुधारणा करण्यासाठी ऊर्जा आणि प्रेरणा मिळवता. जितकं अधिक असं कराल, तितकं ते सत्यतेने जाणवेल. आणि त्याबदल्यात तुम्हाला स्वतःवर अधिक विश्वास निर्माण होईल. तुम्ही काय करू शकता आणि काय नाही हे तुम्ही अधिकाराने सांगू शकता, त्यामुळे तुम्ही काहीही करण्यास सक्षम आहात हे तुम्हाला माहीत आहे. तुमचा भूतकाळ, तुमचे पालक, किंवा समाज नाही, तर तुम्ही ते अधिकाराने सांगू शकता, फक्त तुम्हीच. हे दोन निर्णय घेणे आणि त्यावर खूप काळ टिकून राहणे याच गोष्टींमुळे तुम्ही तुमच्या अमर्याद जीवन जगण्याची इच्छा आणि तुमच्याच समजुतीने निर्माण केलेल्या मर्यादा या दोहोंतील आंतरिक संघर्षातून मुक्त होऊ शकता.

हे प्रतिक्रिया चक्र तुम्हाला आपोआप दृश्य आणि मोजण्याजोगे चमत्कार निर्माण करण्याच्या मार्गावर नेऊन सोडेल. हे थोडं अँन्टीक्लायमेटिक वाटेल कारण हेच ते दोन साधे निर्णय आहेत जे तुम्हाला जीवनभर सुरू असलेल्या आंतरिक संघर्षातून बाहेर काढतील. याच संघर्षामुळे भूतकाळात तुमच्या हातून मोठं यश निसटलेलं आहे. परंतु, त्यासाठी याच निर्णयांची मदत होईल. तुमच्यातील संधीबद्दलच्या अतार्किक भयामुळे हा अनुभव घेण्यापासून स्वतःला वंचित ठेवू नका.

आता तुम्हाला माणसातील जन्मजात संघर्षाची चार मूलभूत प्रकटीकरणे समजली आहेत आणि त्यावर मात कशी करायची हेदेखील समजलं आहे. आता आपण पुढील प्रकरणाकडे वळू शकतो ज्यामध्ये तुम्ही मिरॅकल इक्वेशन लागू होण्यासाठी स्वतःच्या भावनिक अवस्थेचा जास्तीतजास्त फायदा कसा करून घ्यायचा हे सांगितले आहे. टीप : तुम्हाला मागे खेचणाऱ्या प्रत्येक नकारात्मक भावना सोडून द्याव्या लागतील. पण, ते वाचण्यासाठी तुम्हाला फक्त पाच मिनिटं लागतील.

४

भावनिकदृष्ट्या अजिंक्य बनणे

तुम्हाला आजवर मागे खेचणारी प्रत्येक नकारात्मक भावना कशी मुक्त करायची?

'तुम्ही आता निर्माण करत असलेलं दुःख हे नेहमी, जे आहे त्याच्या अस्वीकाराचा कोणता ना कोणता प्रकार असतो, त्याला नकळत केलेल्या विरोधाचा प्रकार असतो. विचाराच्या पातळीवर, विरोध हा निष्कर्षाचा कोणतातरी प्रकार असतो. भावनिक पातळीवर ती कोणत्यातरी प्रकारची नकारात्मकता असते.'

–एक्हार्ट टोल

एखाद्या दिवशी तुम्हाला सकाळी घरातून निघायला आधीच उशीर झालेला असतो आणि अशा वेळी तुम्ही कार घेऊन बाहेर पडल्यावर तुम्हाला समजतं, की हायवेवर अपघात झालेला असल्याने वाहतूक खोळंबली आहे; अशा वेळी जी गडबड उडालेली असते ती तुम्हाला आवडत नसेल ना? जेव्हा तुम्हाला कुठे जाणं आवश्यक आहे आणि नेमकं त्याच वेळी मुंगी शिरू शकणार नाही अशी वाहतूक तुंबलेली आहे हे तुम्हाला त्या सकाळी नक्कीच नको असेल! किंवा अजून वाईट म्हणजे तुम्हाला हे समजतं की तुमच्याप्रमाणेच कोणालातरी उशीर झालेला होता आणि त्याच माणसाला अपघात झाला आहे? तुम्हाला वाटतं, बिचारा! माझ्यापेक्षा वाईट तर त्याच्याबरोबर झालं आहे. अर्थातच, तुम्ही त्याच क्षणी तो माणूस ठीक असू दे म्हणून प्रार्थना करता. पण, दुसऱ्याच क्षणी तुमचं लक्ष पुन्हा स्वतःकडे वळतं आणि तुमच्याकडे तर चिंता करण्यासाठी समस्यांचा अंतहीन पुरवठा होत असतो.

किंवा तुम्हाला एखादा मोठा व्यवहार करायचा असतो म्हणून तुम्ही त्यासाठी महिनोन्महिने तयारी करत असता. हा व्यवहार तुमच्या कंपनीला खूप पैसा मिळवून देणार असतो आणि इंडस्ट्रीमध्ये तुमच्या कंपनीची पत वाढवणार असतो. आतापर्यंत सगळे तपशील अगदी आश्चर्यकारकपणे जुळून आलेले असतात. आता तुम्हाला फक्त करारावर सह्या घ्यायच्या असतात. पण, तो करार समोरच्या माणसाने वचन दिलेल्या दिवशी तुमच्यापर्यंत पोहोचत नाही. तुम्ही जेव्हा कराराबद्दल चौकशी करता, तेव्हा तुम्हाला ईमेल दिसतो की समोरील पार्टी करारातून माघार घेत आहे. नाही!! तुम्ही ती ईमेल तिसऱ्यांदा वाचल्यानंतर ऑफिसचा दरवाजा बंद करता आणि उरलेला दिवस तुमच्या हातून निसटलेल्या व्यवहाराबद्दल दुःख करत बसता.

किंवा तुम्ही संगीत कार्यक्रमाची दोन तिकिटे विकत घेता आणि तुमच्यासाठी महत्त्वाच्या असलेल्या व्यक्तीसोबत कार्यक्रमाला जायचं ठरवता. हा कार्यक्रम तुमच्या आवडत्या बँडचा आहे आणि तुम्ही दोघेही त्या संध्याकाळची अनेक महिन्यांपासून वाट बघत आहात. तुम्ही अगोदरच दोघांसाठी त्या रात्रीच्या जेवणासाठी हॉटेलमध्ये टेबल आरक्षित करता

आणि त्या खास रात्रीकरता नवीन कपडेही विकत घेता. पण मग त्या कार्यक्रमाआधी फक्त एक आठवडा तुम्हाला तुमचा जोडीदार सांगतो/ सांगते की त्याला / तिला कामासाठी बाहेरगावी जावं लागणार आहे. तुम्ही पुढील अनेक दिवस जो कोणी ऐकायला तयार असेल त्याला तुमच्या या अपेक्षाभंगाबद्दल सांगत बसता.

आयुष्य कधीकधी खूप त्रास देतं. आयुष्यात अशा अनेक गोष्टी आहेत ज्यांवर आपलं नियंत्रण नसतं आणि कोणाला ते तसं नसलेलं आवडतही नाही. पण, रात्रीनंतर दिवस उगवतोच; कारण एक सिद्ध झालेली अशी पद्धत आहे ज्यामुळे सर्व नकारात्मक भावना पाच मिनिटांत किंवा त्याहून कमी वेळात काढून टाकल्या जातात. एक मिनिट याकडे जरा थोडं नीट पाहू आणि नकारात्मक भावना आणि दृश्य, मोजण्यायोग्य परिणाम यांच्यातील संबंध पाहू. आपण मागे चर्चा केल्याप्रमाणे,चमत्कारही शक्यतेतूनच जन्माला येतात- अशी कल्पना आहे की तुमच्यासाठी काहीही करणं शक्य आहे आणि तुम्ही ज्यासाठी आवश्यक ती सारी मेहनत करण्यास तयार आहात त्या यशासाठी तुम्ही पात्र आहात. तरीही जेव्हा तुमची भावनिक अवस्था चांगली नसते- मग तुम्हाला तणाव, भय, चिंता, पश्चात्ताप, चिडचिड किवा अन्य कोणत्याही अप्रिय भावनांचा अनुभव येत असतो- तुम्ही काय शक्य आहे याचा विचार करत नाही. त्या वेळी तुम्ही समस्येच्या बाबतीत तुमच्या योजना किंवा सर्जनशील उत्तरं यांचा विचार करत नाही. तुमच्यात तेवढी ताकदच नसते. नाही, तुम्ही नकारात्मक भावनांमध्येच गुरफटलेले असता. स्पष्टच बोलायचं तर तुम्ही तुमच्या जखमा कुरवाळत बसलेले असता. दरम्यान, संधी समोरून निघून जातात कारण तुमच्या नकारात्मक भावनांमुळे तुमच्या मेंदूत त्या संधीसाठी जागाच नसते.

तुम्हाला आजवर वाटलेल्या नकारात्मक भावनेचे मूलभूत कारण काय असेल याचा तुम्ही कधी विचार केला आहे का? मी तुमच्या प्रत्येक नकारात्मक भावनेबद्दल बोलतो आहे- राग, संताप, वैताग, दुःख, निराशा, भीती, अपेक्षाभंग, कंटाळा, तिरस्कार, त्रास, ओशाळलेपणा, अपराध, काळजी वगैरे सर्व. जर तुम्ही यावर थोडा जरी विचार केलात, तर कदाचित तुम्हाला दरवेळी नकारात्मक भावना आली की वेगळे कारण सापडेल. आपल्याला वाटणाऱ्या प्रत्येक भावनेबद्दल आपण दरवेळी नवीन कशालातरी किंवा कोणालातरी दोष देतो. 'मला राग आलाय कारण तो तसे म्हणाला.'

'हे असं झालं म्हणून मी नाराज आहे.' 'मी दुःखी आहे कारण मी हे (किंवा कोणाला) गमावलं.' 'मला ताण आलाय कारण मला खूप कामं आहेत. मी ठरवल्याप्रमाणे कामं होतील असं नाही म्हणून मला काळजी वाटते.' आपण चुकीने असा समज करून घेतो की भावनिक त्रासाचे कारण परिस्थिती, प्रसंग, आणि आपल्या अपेक्षा पूर्ण न करणारे लोक असतात. यापेक्षा सत्य वेगळं आहे.

आपला भावनिक त्रास आणि त्या त्या वेळी आपल्याला ज्यासाठी वाईट वाटलं होतं त्याचा आपल्या आजूबाजूला जे घडत होतं त्याच्याशी फारसा संबंध नसतो, तर त्याचा आपल्या आतमध्ये काय सुरू आहे त्याच्याशी जास्त संबंध असतो. हे प्रकरण वाचल्यानंतर, तुम्हाला पुन्हा कधी वाईट वाटणार नाही. तुम्ही आता जे शिकणार आहात, ते मानवी स्वभाव आणि आपल्याला नकारात्मक भावना का निर्माण होतात यांबद्दल मिळालेली शिकवण या दोन्हींबद्दल आहे. आणि हीच गोष्ट तुम्हाला भावनिकदृष्ट्या अजिंक्य होण्यासाठीची कवाडं खुली करेल. भावनिकदृष्ट्या अजिंक्य होणं म्हणजे तुमचं तुमच्या भावनांवर नियंत्रण असणं. आणि अर्थात जोपर्यंत तुम्हाला नको असेल तोपर्यंत तुम्हाला पुन्हा कधी भावनिक त्रास होणार नाही (तुम्हाला लवकरच समजेल की कधीकधी अशी वेळ येते की कदाचित तुम्हाला तो हवासा वाटेल).

आपल्या नकारात्मक भावनांची जबाबदारी घेणे

मला कल्पना आहे की माझं बोलणं कदाचित थोडं कठोर वाटेल, पण हे मी इथे सांगितलच पाहिजे : तुम्हाला आजवर आलेली प्रत्येक नकारात्मक भावना, किंवा जी आता वाटत आहे आणि भविष्यात कधी वाटली असती ती तुम्हीच निर्माण केलेली होती, आहे आणि असेल आणि ते पूर्णपणे ऐच्छिक असतं. मी अशा प्रत्येक दुःखदायक किंवा अप्रिय भावनेबद्दल बोलतो आहे ज्यामुळे तुमच्यामध्ये कोणत्याही पातळीवरील आंतरिक संघर्ष निर्माण होतो.

जर मी तुम्हाला असं सांगितलं की तुमच्यात भूतकाळातील, वर्तमानकाळातील सर्व भावनिक त्रास काढून टाकण्याची आणि तो भविष्यात निर्माण होऊ न देण्याची ताकद आहे तर? दुसऱ्या शब्दांत सांगायचं झालं तर,

तुमच्यामध्ये स्वतः निर्माण होणाऱ्या नकारात्मक भावना थांबवण्याची आणि भावनिक त्रासापासून मुक्त जगण्याची ताकद आहे. अगदी आज-आतापासून आणि भविष्यातही. यालाच भावनिकदृष्ट्या अजिंक्य होणं असं म्हणतात.

आपल्या सर्वांकडे बाह्य परिस्थिती काहीही असली तरी नकारात्मक भावनांपासून पूर्णपणे मुक्त असण्याचा पर्याय असतो याची जाणीव मला कधी झाली त्याची गोष्ट तुम्हाला सांगतो.

मी वीस वर्षांचा होतो तेव्हा मला भावनिकदृष्ट्या खूप अडचणी आल्या. मी कटकोच्या विक्री परिषदेमध्ये भाषण देऊन घरी परत येत असताना एका दारू प्यायलेल्या चालकाने माझ्या कारला धडक दिली. तो ७० मैल प्रतितास याहून जास्त वेगाने गाडी चालवत होता आणि त्याच वेगाने जाणाऱ्या अजून एका कारने त्याला धक्का दिला. ती त्या दारू प्यायलेल्या चालकाची कार नव्हती, तर दुसरी कार होती जिने मला चालकाच्या बाजूच्या दरवाजाला धडक दिली. त्या धडकेमुळे खूप नुकसान झालं. सुदैवाने इतर कोणाला दुखापत झाली नाही. पण, माझं नशीब तितकं चांगलं नव्हतं.

दुसऱ्या गाडीने मला धडक देण्याचा परिणाम असा झाला की माझ्या शरीराची पूर्ण डावी बाजू चेंगरली गेली आणि त्याच क्षणी जागेवर माझी अकरा हाडं मोडली; ज्यामध्ये माझं फेमर हाड, डोळ्यांच्या खोबण्या, आणि कमरेखालील तीन ठिकाणी फ्रॅक्चर झालं. अपघातानंतर पन्नास मिनिटांनी अग्निशामक दलाच्या लोकांनी करवतीने माझी फोर्ड मुश्टांग कार कापून त्यातून माझं शरीर बाहेर काढण्यात आलं. आणि तेव्हाच रक्तस्राव होऊन मी मेलो होतो. माझं हृदय सहा मिनिटं बंद पडलं होतं. सुदैवाने मला पुन्हा जिवंत केलं गेलं आणि एअरलिफ्ट करून हॉस्पिटलमध्ये नेलं गेलं. मी तिथे पुढचे सहा दिवस कोमामध्ये होतो.

मी जेव्हा कोमामधून बाहेर आलो, तेव्हा डॉक्टर्सनी मला सांगितलं की उर्वरित आयुष्य मला कदाचित व्हीलचेअरवर काढावं लागू शकतं (अर्थातच, कोमातून बाहेर आल्यावर ही बातमी ऐकणं सुखावह नव्हतं),

माझा विश्वासच बसत नव्हता. कोणालाही त्या वयात ते ऐकणं कठीणच वाटलं असतं. पण माझ्यासाठी मी वीस वर्षांचा होतो. मला वाटलं, हे होऊ शकत नाही; मला अजून खूप ध्येय गाठायची आहेत आणि त्या ध्येयांमध्ये आता चालण्याचादेखील समावेश आहे.

मी एक दीर्घ श्वास घेतला, त्यामुळे गुडघ्याला बसणाऱ्या झटक्याकडे दुर्लक्ष केलं आणि पुन्हापुन्हा डॉक्टरनी मला जे सांगितलं त्याचा विचार करत राहिलो. मला आठवतं, की त्या क्षणी हॉस्पिटलमधल्या माझ्या त्या बेडवर पडलो असताना, या घटनेला माझी प्रतिक्रिया काय असावी हे निवडण्याची जबाबदारी आणि संधी माझ्याकडे होती. मी अशी प्रतिक्रिया निवडू शकत होतो ज्यामुळे मला अनुत्साह वाटला असता आणि शक्तिहीन वाटलं असतं, जसं की, हे योग्य नाही. मी यास पात्र नाही. मला हे माझ्याबरोबर घडलं आहे त्याचा राग येतोय. माझं आयुष्य बरबाद झालं. किंवा, मी अशी प्रतिक्रिया निवडू शकतो ज्यामुळे मला प्रोत्साहन वाटेल आणि ताकद वाटेल जसं की, मी हे बदलू शकत नाही. माझ्या परिस्थितीबद्दल वाईट वाटून घेण्यात काही अर्थ नाही. माझ्याजवळ कृतज्ञ वाटावं असं खूप काही आहे. माझ्या आयुष्यात मी खूप काही करू शकतो. माझ्या वास्तवाचा विरोध करून नकारात्मक विचार आणि भावना धरून ठेवायच्या का विनाअट माझ्या वास्तवाचा स्वीकार करून माझ्या भावनिक त्रासातून मुक्त व्हायचं हे पर्याय होते. मी दुसऱ्या पर्यायाची निवड केली.

मी माझं नवीन वास्तव विनाअट स्वीकारलं : माझ्या कारला अपघात झाला, अकरा हाडं मोडली आणि मेंदूला कायमची इजा झाली आणि डॉक्टर्सना वाटतं की मी पुन्हा कधी चालू शकणार नाही. मी पाच मिनिटांत या स्वीकारापर्यंत पोहोचलो.

पाच मिनिटांत? माझा विश्वास बसत नाही!!! तुम्ही विचारात पडला असाल. किंवा कदाचित तुम्ही असा विचार करत असाल की याने हे कसं काय केलं असेल? तर, माझा अपघात होईपर्यंतचे अठरा महिने, मी विक्री प्रतिनिधी म्हणून काम करत असताना, मी नकळत माझ्या मनाला आणि मेंदूला त्या क्षणासाठी तयार केलं होतं. स्वीकार (विरोधाच्या विरुद्ध) हा भावनिकदृष्ट्या आपोआप घडला.

पाच मिनिटांचा नियम

मी हॉस्पिटलमध्ये पडून असताना, माझ्या सुरुवातीच्या दिवसांतले माझे कटकोमधील पहिले मॅनेजर आणि खऱ्या अर्थाने मिरॅकल मेव्हन असलेले जेस लेविन यांनी सांगितली गोष्ट आठवली. त्याला 'पाच मिनिटांचा नियम' असं म्हणत आणि तो म्हणजे, 'तुमच्या योजनेप्रमाणे एखादी गोष्ट घडत नाही तेव्हा वाईट वाटणं ठीक आहे, पण ते पाच मिनिटांहून अधिक काळ नको.' जेस यांनी आम्हाला आमच्या फोनमध्ये पाच मिनिटांचा टायमर लावून आम्हाला अपयश आलं, अपेक्षाभंग झाला किंवा अन्य काही झालं तर वाईट वाटण्यासाठी पाच मिनिटं दिली.

आम्ही कोसू शकत होतो, हुंदके देऊ शकत होतो, रडू किंवा तक्रार करू शकत होतो, भडाभडा बोलू शकत होतो किंवा भिंतीवर बुक्का मारू शकत होतो - जे काही करावंसं वाटेल ते - पाच मिनिटांसाठी करू शकत होतो. त्या पाच मिनिटांमध्ये आम्हाला आमच्या भावना बोलून दाखवण्यासाठी वेळ मिळाला. पण, त्या वेळेच्या मर्यादेमुळे आम्ही त्यात गुंतून राहू शकलो नाही; कारण गुंतून राहणं कोणत्याही अडचणीच्या काळात अनावश्यक आणि अनारोग्य ठरतं. त्यामुळे आम्ही भावनिक विवरात पडण्यापासून वाचलो; त्या विवरात बहुतेक लोक त्यांना ज्यामुळे वाईट वाटतं त्या नकारात्मक भावना उगाळत बसतात.

जेव्हा पाच मिनिटांचा टायमर बंद झाला, जेसने 'आम्ही बदलू शकत नाही', हे शब्द मोठ्याने म्हणायला शिकवले; कारण, जर आपल्याला समजलं की आपण एखादी गोष्ट किंवा परिस्थिती बदलू शकत नाही, तर त्यावर भावनिक ऊर्जा खर्च करून ती गोष्ट किंवा परिस्थिती वेगळी असती तर असा विचार करण्यात काही अर्थ नाही, अशाने फक्त त्रास होतो. त्यामुळे आतल्या आत भावनिक त्रास होतो, पण तुम्हाला ज्यामुळे त्रास होतोय ती गोष्ट किंवा परिस्थिती काही बदलत नाही.

मी प्रथम हा पाच मिनिटांचा नियम शिकलो, तेव्हा मला वाटलं होतं... ओऽह, पाच मिनिटं? काही बिनसलं तर नाराज व्हायला मला पाच मिनिटांहून जास्त वेळ लागेल! नंतर मी त्याचा वापर करू लागलो. माझे एक ग्राहक फोन कॉल करून नंतर त्यांची ऑर्डर रद्द करत असत. मी जसा मी त्यांचा फोन खाली ठेवत असे, तसा लगेच माझ्या फोनवर पाच मिनिटांचा टायमर

लावत असे. मी चिडून त्यांना शिव्या देई, आणि मनात नकारात्मक भावना आणि विचार येऊ देई. जे झालं त्याचा विरोध करत असे आणि तसं व्हायला नको असं वाटू देत असे. नंतर टायमर वाजे आणि तुम्हाला माहीत आहे? मला अपेक्षित असल्याप्रमाणे, मी तरीही नाराजच असे! पाच मिनिटं पुरेशी नव्हती!! मी माझ्या मनातच जोरात ओरडे. पण, मी ते करत राहिलो आणि आश्चर्य म्हणजे काही आठवड्यांतच सर्वकाही बदललं. मला ते जमू लागलं.

मी माझ्या फोनवर टायमर लावला, चिडू-रागावू लागलो आणि नंतर माझा फोन उचलून पाहू लागलो की माझ्याकडे अजूनही नाराज होण्यासाठी चार मिनिटं सतरा सेकंद शिल्लक आहेत. तरीही या नवीन जाणिवेमुळे की माझा विरोध करणं सुरू ठेवायचं, का आता जे भूतकाळात जमा झालं होतं आणि माझ्या नियंत्रणाच्या बाहेर होतं, ते पूर्णपणे स्वीकारायचं- हा पर्याय माझ्याकडे होता. मी स्वीकार करण्याचा पर्याय निवडला. मी विचार केला, पुढील चार मिनिटं नाराज होण्यात कशाला वाया घालवा जेव्हा मी त्याबद्दल मला त्यातून पुढे नेईल अशी काही कृती करू शकतो? मी माझी भावनिक अजिंक्यता निर्माण करायला सुरुवात केली होती आणि त्याच वेगाने विनाअट स्वीकार करायलाही सुरुवात केली होती.

पाच मिनिटांचा नियम खूप प्रभावी आहे कारण तो भावनिक त्रासाबद्दलची एक शिकवण अगदी स्पष्ट करतो : 'आपल्याला भावनिक त्रास होण्यासाठी कोणता अनुभव, परिस्थिती किंवा प्रसंग कारणीभूत नसून, आपली जीवनाला आहे तसं स्वीकारून पुढे जाण्याची तयारी नसणे हे कारणीभूत असते.'

आपण टाचा घासत बसतो आणि म्हणतो, 'हे असं नाही होऊ शकत!' आणि त्यामुळे आपल्याला त्रासदायक आणि अनुत्पादक भावनांचा महापूर येतो. हे कोणत्याही काळात सत्य आहे मग काही पाच मिनिटांत घडो, पाच महिन्यांसाठी घडो किंवा पाच दशकांपूर्वी घडलेले असो. आपण जोपर्यंत त्याचा विरोध करत राहू आणि ते तसं नसतं तर असा विचार करत राहू, तोपर्यंत आपण सतत भावनिक त्रास निर्माण करत राहू. ज्या क्षणी आपण त्याचा स्वीकार करतो, त्या क्षणी आपण मुक्त होतो.

हॉस्पिटलमध्ये पडल्या पडल्या, मी माझ्या नवीन वास्तवाबाबत अविश्वास व्यक्त करण्यासाठी पाच मिनिटं घेतली. नंतर स्वतःला आठवण करून दिली की मी हे बदलू शकत नाही. त्यामुळे त्याचा विरोध करण्याला काही अर्थही नाही आणि महत्त्वही नाही. मी जाणीवपूर्वक ते वास्तव स्वीकारण्याचा निर्णय घेतला– पूर्णपणे. हो, पाच मिनिटांत. आता जर तुम्ही असा विचार करत असाल, की हे बोलणं सोपं आहे, करणं नाही. तर नेहमीच आपल्याला एखादी गोष्ट नवीन असते तेव्हा बोलणं सोपंच असतं. लक्षात ठेवा, मी माझा अपघात होण्याआधी दीड वर्ष या पाच मिनिटांच्या नियमाचा सराव करत होतो, ज्यामुळे मला तो लगेच अमलात आणता आला. आणि त्यासाठी जरी मला पाच तास लागले असते किंवा पाच दिवस लागले असते, तरी हे असं झालं नसतं तर असा विचार करण्यापेक्षा आणि त्या नकारात्मकतेचा आयुष्यभर प्रभाव होऊ देण्यापेक्षा आता असलेली माझी परिस्थिती स्वीकारण्याचा पर्याय निवडण्यामुळे मला केव्हाही फायदाच होणार होता.

पुढील दोन दिवस, मी हॉस्पिटलमध्ये पडून राहिलो आणि माझ्या नवीन वास्तवाचा विचार करत राहिलो. मी व्हीलचेअरमध्ये बसून जगण्याचा विचार केला आणि मी कारमधून ऊठबस कशी करू शकेन याचा विचार केला. मी माझी नोकरी कशी करेन हा विचार केला. मी डेटिंग कसे करेन हा विचार केला. खूप काही गोष्टींचे विचार. आणि मी पुन्हापुन्हा त्याच निष्कर्षावर येत होतो : कृतज्ञ राहण्यासाठी माझ्याकडे खूप काही आहे आणि माझं आयुष्य मी जे करेन त्यातूनच उभं करू शकेन.

यामुळे तुम्हाला आनंद होणार नाहीये

आता एक गोष्ट स्पष्ट समजून घेऊ. मी उर्वरित आयुष्य व्हीलचेअरमध्ये काढण्याच्या शक्यतेबाबत आनंदी नव्हतो; पण ते तसं होऊ शकतं हे सत्य असलं तरीही मी शांत होतो. या दोन्हींमध्ये खूप फरक आहे.

आनंदी असणं हे आपलं अंतिम ध्येय आहे असं अनेक तत्त्वज्ञानांमध्ये सांगितलं जातं. आनंदी असण्यात गैर काही नाही. मला आनंदी राहायला आवडतं. पण, आनंद ही एक भावना आहे आणि भावना बदलत राहतात. तुम्हाला कधी एका क्षणी आनंदी आणि दुसऱ्या क्षणी काही अचानक अप्रिय

झालेल्या संभाषणामुळे दुःख झालं आहे का? तुम्ही एक मिनिट आनंदी असू शकता आणि दुसऱ्या क्षणी दुःखी. कदाचित म्हणून आनंद हेच सर्वकाही नाही किंवा आपल्याला वाटतं त्याप्रमाणे जगातील अंतिम गोष्ट नाही.

मी या भागाला 'यामुळे तुम्हाला आनंद होणार नाहीये', असं शीर्षक दिलं, कारण जेव्हा काही अनैच्छिक घडतं तेव्हा त्याचा स्वीकार केला म्हणजे तुम्ही त्याबाबत आनंदी असणार आहात असा अर्थ होत नाही. वैयक्तिकरीत्या, माझ्या कारला अपघात झाला आणि मला पुन्हा चालता येणार नाही असं सांगितलं गेलं याचा मला आनंद झाला नाही. जेव्हा मला नंतर कॅन्सर झाल्याचं समजलं आणि त्याबाबत अतिशय गंभीर निदान केलं गेलं तेव्हाही मी आनंदी नव्हतो. आधीच उशीर झालेला असताना मुंगी शिरायला वाव नाही अशा तुंबलेल्या वाहतुकीत गाडी चालवणं आणि त्यामुळे मीटिंगसाठी उशीर होणं यातही मला आनंद होत नाही. सुदैवाने, स्वीकार करणं ही आनंदी असण्यापेक्षा जास्त शक्तिशाली गोष्ट आहे.

दोन प्रकारच्या भावना असतात, सकारात्मकतेने भारलेल्या आणि नकारात्मकतेने भारलेल्या. सकारात्मकतेने भारलेल्या भावना जसे की आनंद, हर्ष, उत्साह, कृतज्ञता, प्रेम आणि तत्सम भावना आपल्यामध्ये सुखकारक ऊर्जा निर्माण करतात ज्यामुळे आपल्याला छान वाटतं. नकारात्मकतेने भारलेल्या भावना जसे की भय, दुख, राग, मत्सर, पश्चात्ताप, संताप यांमुळे आपल्यामध्ये वाईट ऊर्जा निर्माण होते आणि त्यामुळे आपल्याला वाईट वाटतं. सकारात्मकतेने भारलेल्या भावना आणि नकारात्मकतेने भारलेल्या भावना यांच्या मधील जागेत आंतरिक शांतता असते आणि आपण त्याच्याच मागे धावत असतो. आंतरिक शांतता ही भावना नाही. ती एक अवस्था आहे. ही सकारात्मक किंवा नकारात्मक भावनेने भारलेली नाही. ती तटस्थ अवस्था असते.

आंतरिक शांतता ही जाणिवेची पातळी आहे किंवा अधिक अचूकपणे सांगायचं झालं तर, जाणीवपूर्वक जागरूकता आहे आणि हीच ती जागा आहे जिथे एखाद्या क्षणी आपल्याला कोणती भावना अनुभवायची आहे हे आपण ठरवू शकतो. आंतरिक शांतता आपल्याला जे पाहिजे ते निवडण्याची भावनिक जागा देते आणि चमत्कार निर्माण होण्याची सुरुवात याच जागी होते. ही एक अढळ अवस्था आहे जिथे तुम्ही स्वीकाराचा

मार्ग अवलंबून कधीही जाऊ शकता. ती फक्त आपल्या सर्व परिस्थिती आणि घटनांचा विनाअट स्वीकार करण्याच्या तयारी असण्याच्या निर्णयावर अवलंबून असते. अशा घटना आणि परिस्थितीवर आपलं नियंत्रण नाही आणि ज्या आपण बदलू शकत नाही. दुसऱ्या शब्दांत सांगायचं झालं, तर स्वीकाराच्या किल्लीने भावनिकदृष्ट्या अजिंक्य होण्याचा दरवाजा उघडतो. ज्यावर आपलं नियंत्रण नाही (माझा कार अपघात, माझी मोडलेली हाडं, मेंदूला इजा, हॉस्पिटलमध्ये राहावं लागणं, पुन्हा कधी चालता येणार नाही ही शक्यता, आणि माझ्या चेहऱ्यावर, हातांवर, पोटावर, पायांवर आणि अजून अनेक ठिकाणी पडलेले व्रण) असं सर्वकाही स्वीकार केल्याने मला आंतरिक शांतता मिळाली, जी सर्व स्वतः निर्माण केलेल्या दुःखापासून मुक्त होती. स्वीकार केल्यामुळे माझा विरोध आणि अनावश्यक दुःख गळून पडलं आणि मी नियंत्रित करू शकत होतो अशा गोष्टींवर लक्ष केंद्रित करण्यासाठी वाव मिळाला. त्या गोष्टींमुळे माझ्या नवीन अहेतुक आणि अकल्पनीय अशा परिस्थितीतही मी माझं कल्पनेतील जीवन निर्माण करू शकणार होतो.

किमान त्या वेळी माझ्यावर उपचार करणाऱ्या डॉक्टरांच्या मते, अपघाताचे बळी ठरलेल्या व्यक्ती त्यांना असं काही सांगितलं गेल्यास अशा प्रकारे हाताळू शकत नाहीत. बहुतेक लोक आपोआप त्यांच्या नवीन वास्तवाचा विरोध करतात आणि काय गमावलं आहे ते पाहतात. त्यांना जे आयुष्य मिळेल असं वाटत असतं, त्या आयुष्याच्या नावाने बोटं मोडत बसतात आणि त्यांच्या नकारात्मक भावनांना त्यांचा ताबा घेऊ देतात. हेच 'सामान्य' समजलं जातं. आपण तिसऱ्या प्रकरणात शिकलो त्याप्रमाणे, आपल्या मेंदूना धोके शोधण्याची आणि त्यावर लक्ष केंद्रित करण्याची सवय असते. कधीतरी आपल्या वैयक्तिक स्पष्टीकरणाच्या पलीकडे असलेलं काही घडलं तर आपण अशा नकारात्मक भावनिक अवस्थेसाठी तयारच असतो. आणि खरंच, जर कोणाला एखाद्या परिस्थितीत 'मी नकारात्मक वाटू देणार नाही', असं वाटतं तर मला वाटतं, मग आपल्याला दारू पिऊन गाडी चालवणाऱ्या

चालकाने ठोकर मारली आणि त्याहीपुढे जाऊन तुम्हाला कधी चालता येणार नाही हे सांगितलं तरी तुम्ही सुरक्षित असाल.

मी आता माझ्या नवीन वास्तवाला स्वीकारलं असलं, तरी माझे डॉक्टर इतर रुग्ण कसे अशा दुःखदायक परिस्थितीतून जातात याच विचारात अडकले होते. मला जशी ही गोष्ट सांगितली गेली आहे (आणि तेव्हापासून मी तशीच समजत आलो आहे, की माझ्या अपघातानंतर साधारण तीन आठवड्यांनी आणि मी कोमातून बाहेर आल्यावर साधारण एक आठवड्याने, माझे मानसोपचार तज्ज्ञ डॉ. लेबी यांनी माझ्या आईवडिलांचं स्वागत केलं आणि त्यांना त्यांच्या ऑफिसमध्ये येण्यास सांगितलं.

''मार्क आणि ज्युली, तुमचं पुन्हा एकदा स्वागत आहे. तुम्ही आज इथे आल्याबद्दल धन्यवाद. मला हालची मानसिक आणि शारीरिक आणि भावनिकही, प्रकृती कशी आहे याबद्दल तुम्हाला काही माहिती द्यायची होती,'' ते समोर बसलेल्या माझ्या आईवडिलांना म्हणाले. मी बरा आहे हे त्यांनी माझ्या आईवडिलांना सांगितलं. ''मला कल्पना आहे की मागचे दोन आठवडे हालसाठी आणि तुमच्यासाठी अकल्पनीय होते. पण माझा विश्वास आहे की तो या वाईट परिस्थितीतून बाहेर येतोय आणि तो चांगलं निरोगी आयुष्य जगेल असं मला वाटतं.''

माझी आई रडू लागली. माझ्या वडिलांच्याही डोळ्यात पाणी आलं आणि त्यांनी माझ्या आईच्या खांद्याभोवती हात ठेवून तिला जवळ घेतलं.

डॉ. लेबी पुढे म्हणाले, ''पण आम्हाला एक काळजी आहे ज्यासाठी आम्हाला तुमची मदत लागेल. त्याची मानसिक आणि भावनिक स्थिती तपासली असता आम्हाला असं वाटत आहे की तो अजूनही ही गोष्ट नाकारण्याच्या अवस्थेत आहे.'' त्यांनी पुढे माझ्या आईवडिलाना सांगितलं की त्यांना हे खरं वाटत होतं कारण दरवेळी ते किंवा अन्य कोणी हॉस्पिटलमधील कर्मचारी माझ्याशी बोलत तेव्हा मी नेहमीच आनंदी आणि उत्साही दिसायचो. मी शक्य तेव्हा विनोद करायचो आणि त्यांना हसवायचो. ''मी अपघाताचा बळी ठरलेल्या रुग्णांबरोबर अनेक वर्षं काम करत आहे,'' ते पुढे म्हणाले. ''आणि हालचं वागणं खरोखर सामान्य नाही. ज्याला इतका वेदनादायक अनुभव आला आहे आणि नवीन वास्तवाचा स्वीकार करणं जड जात आहे असा कोणीही रुग्ण असंच वागेल. बहुतेक,

हाल त्याच्या दुःखद भावना जसे की निराशा, भीती, राग किंवा नैराश्य, दाबून ठेवतो आहे.'' त्यांनी समजावून सांगितलं की मी असं कदाचित जाणीवपूर्वक करत असेन जेणेकरून त्या भावनांचा अनुभवच घ्यायला लागू नये. किंवा, ते पूर्णपणे अजाणतेपणी होत असेल. ''जे काही असेल,'' ते म्हणाले, ''त्या भावना आज ना उद्या कधीतरी वर येतीलच आणि त्याला आज ना उद्या या वास्तवाचा सामना करावाच लागेल. आपण त्याला ते इथे हॉस्पिटलमध्येच करायला लावू या, जिथे आम्ही त्याच्याकडे लक्ष देऊ शकू आणि या सर्व वेदनादायक भावनांमधून बाहेर पडण्यासाठी मदत करू शकू. त्याने हे एकट्याने केल्यास नैराश्य येऊ शकतं, किंवा अजून काहीतरी वाईट होऊ शकतं.''

माझ्या आईवडिलांना असं वाटत होतं, की माझा अपघात मी खरोखर सकारात्मक पद्धतीने हाताळत होतो. पण आता त्यांना माझी सकारात्मकता फसवी असेल असं वाटू लागलं. ते दोघं काळजीने त्यांच्या खुर्च्यांमध्ये पुढे सरकले.

''काहीतरी अजून वाईट म्हणजे तुम्हाला नक्की काय म्हणायचं आहे?'' माझ्या वडिलांनी विचारलं.

''अपघात झालेल्या लोकांच्या बाबतीत या दुःखाला तोंड देताना ते त्यांच्या भावनिक वेदनेला विविध तऱ्हेने दुर्लक्षित करतात किंवा त्यावर तात्कालिक उपाय शोधतात ही गोष्ट अगदी सामान्य आहे. ड्रग्स किंवा दारू या गोष्टींचं व्यसन लागणं हे सामान्य आहे आणि अशा अपघातातील व्यक्तींनी आत्महत्या करण्याचं प्रमाणही खूप जास्त आहे.'' डॉ. लेबी यांनी समजावलं की मी पुढे जाऊन तसंच काही करेन असं नाही. पण त्यांना असं वाटत होतं, की माझ्या भावनांना हाताळण्याची प्रक्रिया हॉस्पिटलमधून जाण्यापूर्वी डॉक्टरांच्या समोर झाली तर ते माझ्यासाठी उत्तम असेल आणि मला खरोखर काय वाटतं ते त्यांना समजेल.

''मग तुमच्या मते हाल ज्या भावना दाबून ठेवतो आहे त्यांच्या बाबतीत मोकळं करण्यासाठी आम्ही काय करू शकतो?'' माझ्या आईने विचारलं.

डॉ. लेबी म्हणाले की माझ्या आईवडिलांनी माझ्याशी संवाद साधून मला खरोखर काय वाटतं हे जाणून घेतलं तर त्यांना आवडेल. त्यांना मला भरवसा द्यायचा होता, की वाईट वाटणं, भीती, राग किंवा निराश वाटणं

हे सामान्य आहे. मी या भावना हॉस्पिटलमध्ये व्यक्त करणं सुरक्षित आहे याची मला कल्पना आहे हे त्यांना सांगायचं होतं.

त्या दिवशी माझे वडील माझ्या खोलीत आले. मी माझ्या हॉस्पिटलमधील बेडवर बसलो होतो. मी हॉस्पिटलचा माझ्या आकाराहून खूप मोठा गाउन घातलेला होता आणि हॉस्पिटलच्या खोलीतल्या भिंतीवरील २८ इंची टीव्हीवर ऑपरा शो बघत होतो. मला वडिलांच्या लालसर चेहऱ्यावर ओढून ताणून आणलेलं हसू दिसलं, त्यांचे डोळे सुजलेले दिसत होते आणि मला लगेच लक्षात आलं की काहीतरी बिनसलं होतं.

''कसा आहेस हाल?'' त्यांनी माझ्या शेजारी बसत विचारलं.

''छान, बाबा. का? काय झालं?'' मी त्यांचा चेहरा नीट निरखून पाहिला आणि आता काय वाढून ठेवलं आहे याचा अंदाज घेऊ लागलो.

माझ्या वडिलांनी मला समजावून सांगितलं की जेव्हा आसपास लोक असतात तेव्हा मी ठीक वागतो हे त्यांना माहीत आहे. पण, त्यांना मी एकटा असतो तेव्हा मला नक्की खरोखर काय वाटतं हे जाणून घ्यायचं होतं. मी माझ्या अपघाताबद्दल विचार करतो तेव्हा आणि मला काय झालं आहे याचा विचार करतो, तेव्हा मला कसं वाटतं, दुःखी? घाबरल्यासारखं? का निराश?

मी त्यांचं बोलणं ऐकून घेतलं आणि मान डोलावली. परंतु, मला त्यांच्या प्रश्नामुळे धक्का बसला होता.

त्यांनी मला डॉक्टरना वाटणारी काळजी बोलून दाखवली आणि सहवेदना व्यक्त केली. ते म्हणाले, की ते समजू शकतात की मला पुन्हा कधी चालता येणार नाही याची भीती वाटत असेल, माझ्या परिस्थितीची भीती वाटत असेल, किंवा त्या दारू पिऊन गाडी चालवणाऱ्या माणसाचा राग येत असेल. मला अशा कोणत्याही भावना वाटत असतील तर तसं वाटणं पूर्णपणे सामान्य आहे, असंही ते म्हणाले.

मी एक क्षण शांत बसलो आणि त्यांच्या प्रश्नावर विचार केला. मला निराश वाटत आहे का... भीती....राग... किंवा नैराश्य? मी या वेदनादायक भावना नाकारतो आहे का आणि गुंडाळून ठेवतो आहे का ज्या माझ्या परिस्थितीत वाटणं डॉक्टरना 'सामान्य' वाटतं आहे? मी कोमातून बाहेर आल्यानंतरचे मागील सहा दिवस माझे नवीन वास्तव जाणून घेण्यात

घालवले ही बाब लक्षात घेता, मला खरोखर नक्की काय वाटत होतं हे स्पष्टपणे मांडायला मला फार वेळ लागला नाही.

''बाबा, मला प्रामाणिकपणे असं वाटलं होतं की तुम्ही मला चांगलंच ओळखता.''

माझ्या वडिलांनी भुवया उंचावल्या, पण ते काहीच बोलले नाहीत.

''तुम्हाला मी पाच मिनिटांच्या नियमाला अनुसरून वागतो हे माहीत आहे, बरोबर ना?''

माझ्या वडिलांनी मान डोलावली. ''बरोबर, मला वाटतं यापूर्वी मी तुला त्याबाबतीत बोलताना ऐकलेलं आहे.''

''तर मग आता दोन आठवडे झाले आहेत; मी माझ्या त्या पाच मिनिटांच्या खूप पुढे गेलोय.''

माझे वडील हसले. मी पुढे म्हणालो, ''जे मी बदलू शकत नाही त्याबद्दल वाईट वाटण्याच्या खूप पलीकडे गेलो आहे. त्याऐवजी, मी कृतज्ञ राहण्याची निवड केली आहे. तुम्ही मला माझ्या चुराडा झालेल्या फोर्ड मस्टँग गाडीचे फोटो दाखवल्यानंतर, मी जिवंत असल्याबद्दल कृतज्ञ आहे! जे होतं त्यामागे काही कारण असतं असा माझा विश्वास आहे. पण, माझा या गोष्टीवरही विश्वास आहे, की ती कारणं कोणती हे शोधून काढण्याची जबाबदारी आपली असते. म्हणून आता, मी या अनुभवातून काय शिकतो हे मी शोधून काढलं पाहिजे आणि त्याबाबत काय सकारात्मक करू शकतो हे पाहिलं पाहिजे.''

मी हे नाकारत नाहीये याची त्यांना खात्री दिली. याउलट, मी त्याच्या अगदी विरुद्ध केलं आहे : माझं वास्तव नाकारण्याऐवजी मी माझं वास्तव – भूत, वर्तमान आणि भविष्य – पूर्णपणे स्वीकारलं आहे. त्यामुळे त्याचं माझ्या भावनिक अवस्थेवर काही नियंत्रण नाहीये. जर डॉक्टरांना मी कधी चालू शकणार नाही असं वाटत असेल, तर, मी ठरवलं आहे की मी त्याबाबतीत एक तर निराश होईन किंवा मग माझ्या आयुष्यात जे काही आहे त्याबद्दल कृतज्ञ राहीन. काही केलं तरी मी व्हीलचेअरवरच असणार आहे. मी त्यांना सांगितलं, ''मी ती शक्यता अगोदरच स्वीकारली आहे आणि निर्णय घेतला आहे की जर मी उर्वरित आयुष्यभर व्हीलचेअरवर असणार असेन, तर तुम्ही व्हीलचेअरवर पाहिलेला मी सर्वांत आनंदी आणि कृतज्ञ माणूस असेन!''

मी त्यांना असंही सांगितलं, की जरी ते कदाचित शक्य नसेल, तरी मी पुन्हा चालणं हे अजूनही शक्य आहे. हे लक्षात घ्या, की डॉक्टरनी मला जे सांगितलं ते मी नाकारत नव्हतो किंवा त्याचा विरोध करत नव्हतो. मी फक्त पुन्हा चालणं ही शक्यता लक्षात घेत होतो जी शक्यता डॉक्टर लक्षात घेत नव्हते. कारण ती शक्यता फार कमी होती. मला माहीत नव्हतं, की ते कसं होईल, पण मी माझ्या चालण्याच्या उद्दिष्टासाठी काहीही करायला तयार होतो... शक्य....ते कदाचित... ते अपरिहार्य!!

म्हणून मी स्वतःला चालताना पाहू लागलो. मी त्यासाठी प्रार्थना केली. मी त्याबाबत विचार केला. मी त्याबाबत बोललो. मी अढळ विश्वास टिकवून ठेवला की ते अजूनही शक्य आहे. आणि दररोज फिजिओथेरपीसाठी जात राहिलो. जेव्हा माझे फिजिओथेरपिस्ट म्हणाले की आता झालं, तेव्हा मी विनंती केली, कधीकधी आग्रह केला की अजून करू या. तो माझा असाधारण प्रयत्न होता. माझ्या कार अपघातानंतर तीन आठवड्यांनी एक आश्चर्य घडलं. डॉक्टर माझ्या मोडलेल्या पायाचा आणि कंबरेच्या खोबणीचा एक्सरे घेऊन आले. ते मला आणि माझ्या आईवडिलांना म्हणाले, की त्यांना माहीत नाही कसं- पण अपघातापासून मी त्या दिवशी पहिलं पाउल टाकेपर्यंतच्या तीन आठवड्यांत माझं शरीर खूप दुरुस्त झालं आहे. आणि मी चाललो.

मला वाटतं, की मी माझ्या जशी होती त्या परिस्थितीचा आणि जे बदलू शकत नाही त्याचा पूर्णपणे स्वीकार केल्यामुळे मी सर्व भावनिक वेदनांमधून मुक्त झालो आणि त्यामुळे मला काय इच्छित आहे त्यावर लक्ष केंद्रित करण्याची ताकद मिळाली. विनाअट स्वीकार केल्याने मला भावनिकदृष्ट्या अजिंक्यता मिळाली आणि त्यांचा मला शक्य असलेली दृश्य, मोजण्याजोगा चमत्कार निर्माण करण्यासाठी मदत झाली... आणि तो चमत्कार म्हणजे पुन्हा चालणे!

तुमच्या भूत, वर्तमान आणि भविष्यातीलही भावनिक वेदना सोडून देणे

मी प्रशिक्षण दिलेल्या किंवा ज्यांच्याशी माझ्या भाषणांनंतर बोललो आहे त्यांच्यापैकी अनेक जणांना ही संकल्पना बौद्धिकदृष्ट्या समजते. पण, ती संकल्पना त्यांच्यासाठी उपयुक्त होईल का नाही याबाबत त्यांच्या मेंदूत

गोंधळ उडतो. वर्षानुवर्षं भावनिक वेदना सहन करणे हा त्यांच्यासाठी एक सामान्य नियम किंवा नमुना झाला आहे. त्यांना या गोष्टीचं आश्चर्य वाटतं, की मी कसा काय आता समोर आलेल्या या ..... (गाळलेल्या जागा भरा) भयानक परिस्थितीचा स्वीकार करू शकतो? माझ्याशी बोलताना त्यांचे खांदे आश्चर्याने उंच होऊन कानाला टेकलेले असतात आणि डोळे बारीक होतात. मी ते संघर्ष करत असलेलं कोणतं आव्हान आहे हे सांगू शकतो. त्यांची वेदना खूप गहिरी आहे.

भावनिक वेदनेचे एकच कारण असते जे एका शब्दात सांगता येईल : विरोध. सोप्या शब्दांत सांगायचं झालं तर, आपण आजवर अनुभवलेल्या, किंवा आता अनुभवत असलेल्या, किंवा भविष्यात कधी अनुभवू अशा सर्व भावनिक वेदना आपल्या वास्तवाचा स्वीकार करण्याला केलेल्या विरोधामुळे निर्माण होतात. विरोध साधारणपणे जे असू शकत नाही त्याची इच्छा करण्याच्या किंवा हव्यास करण्याच्या रूपात दिसून येतो. जे भूतकाळात झालं नाही अशा गोष्टीची इच्छा करणे, हे आता होत आहे त्याचा विरोध करणे किंवा जे भविष्यात होईल किंवा होऊ शकेल अशा गोष्टीची चिंता करणे (हा विरोधाचा अजून एक प्रकार). आणि आपण वास्तवाचा विरोध करतो त्याची तीव्रता - आपल्या नियंत्रणात नसलेल्या वेगळ्या असाव्या अशा गोष्टीची इच्छा किंवा हव्यास - त्यावरून आपण अनुभवतो त्या भावनिक वेदनेची तीव्रता ठरते.

विचार करा : जर तुम्ही कॉफीशॉपमधील लांब रांगेत अडकले असाल आणि तुम्हाला अन्य कुठेतरी जायचं असेल, तर अशा वेळी रांगेतून हळूहळू पुढे सरकणाऱ्या लोकांबद्दल वाटणाऱ्या विरोधाची तीव्रता कमी असेल. तुम्हाला नकारात्मक भावना वाटतील ज्या तुमच्या विरोधाच्या तीव्रतेइतक्याच तीव्रतेच्या असतील; जसं की राग, चंचलता, किंवा चिडचिड. स्पेक्ट्रमच्या दुसऱ्या बाजूस, असं म्हणू की तुम्हाला अनपेक्षितपणे नोकरीवरून काढून टाकलं आहे. त्या नोकरीमुळे तुम्हाला आणि तुमच्या कुटुंबाला आर्थिक सुरक्षितता मिळत होती आणि आता तुमच्याकडे दुसरी काही योजना नाही आहे. या वास्तवाला होणाऱ्या विरोधाची जी तीव्रता तुम्ही अनुभवाल ती नक्कीच तुम्हाला उशीर होण्याच्या परिस्थितीला होणाऱ्या विरोधाच्या तीव्रतेपेक्षा जास्त असेल. तुम्हाला कदाचित राग, संताप, हताशपणा किंवा अज्ञाताची भीती वाटेल.

या दोन्ही परिस्थितींत कोणत्याही तीव्रतेची वेदना निर्माण झाली असली तरी आपण आपल्या भावनिक वेदनेचे कारण आपण अनुभवत असलेली परिस्थिती आहे असं समजण्याची चूक करतो. ती घटना किंवा परिस्थिती त्या वेदनेचं कारण नसते; तर आपल्या त्या घटनेला दिलेला प्रतिसाद / विरोध हे कारण असतं. याचा पुरावा म्हणजे तीच दुर्दैवी घटना दोन वेगवेगळ्या माणसांच्या बाबतीत घडली, आणि त्यांपैकी एकाने जर ती त्याच्या बाबतीत घडलेली सर्वांत वाईट घटना आहे आणि त्यामुळे त्याचं आयुष्य उद्ध्वस्त झालं असं मानून त्या घटनेचा विरोध केला; आणि दुसऱ्याने त्या दुर्दैवी घटनेमुळे काही धडा घेत, शिकत आधीपेक्षा काही प्रगती केली. आता तीच दुर्दैवी घटना आणि त्याला मिळालेल्या दोन विरुद्ध प्रतिक्रिया दोन वेगळे भावनिक अनुभव निर्माण करतात.

पुन्हा कधीही अनावश्यक भावनिक वेदना न अनुभवण्याचा एकमेव मार्ग म्हणजे जे काही घडलं किवा कधी घडेल त्याचा स्वीकार करण्याचा जाणीवपूर्वक निर्णय घेणे. मी हे माझ्या मृत्यूलाही लागू केलं तर तुम्हीही करू शकता. इतर अनेक लोकांप्रमाणे, मलाही मृत्यूची भीती वाटायची; पण, मला लक्षात आलं की जे अपरिहार्य आहे त्याची भीती वाटण्यात काही अर्थ नाही. जन्म आणि मृत्यू या एकाच नाण्याच्या दोन बाजू असतात. तुम्ही ज्या गोष्टी बदलू शकत नाही (मृत्यू नक्कीच या प्रकारात मोडतो), त्या गोष्टींच्या बाबतीत तुम्ही स्वतःला जीवन जसं आहे तसं स्वीकारण्याची भेट द्या. जीवनाच्या न बदलता येणारे पैलूंमुळे कशाला स्वतःला दुःख देता; मग तो तुमचा भूतकाळ असो, वर्तमान असो किंवा भविष्य असो. लक्षात ठेवा, तुम्ही ज्या गोष्टी बदलू शकत नाही त्यामुळे तुम्ही आनंदी असलं पाहिजे असं नाही. तुम्ही त्या गोष्टींचा स्वीकार करून त्याबाबत शांत राहू शकता आणि आयुष्यभराचा अनावश्यक भावनिक त्रास दूर करू शकता.

कृतीतून स्वीकार

मी जेव्हा वक्ता म्हणून करीअरची सुरुवात केली, तेव्हा मी प्राथमिकतः कॉलेजमध्ये भाषण द्यायचो. कॅनडातील टोरोंटो येथे भाषण दिल्यानंतर मला एका डेवोन टेलर नावाच्या सत्तावीस वर्षीय महिलेची ईमेल आली. ती माझ्या व्याख्यानाला उपस्थित होती. ईमेलसोबत तिने एक

फोटो पाठवला होता. तो फोटो तिच्या मनगटाचा होता, त्यावर तीन शब्द गोंदवलेले होते. मी त्या दिवशी तेथील भाषणात बोललो होतो तेच ते तीन शब्द होते : 'बदलू शकत नाही.' तिची ईमेल वाचून माझ्या डोळ्यांत अश्रू आले आणि स्वीकाराच्या वैश्विक शक्तीमुळे माझे डोळे उघडले.

तिने तो टॅटू त्या दिवशीच गोंदवून घेतला होता, कारण त्याच दिवशी तिच्या वडिलांची दहावी पुण्यतिथी होती. तिने मला सांगितलं की वडील गेल्यानंतरची दहा वर्षं तिने नैराश्यात घालवली होती आणि ती त्यासाठी औषधोपचारही घेत होती. तिला असं वाटत होतं की तिच्या वडिलांच्या मृत्यूमुळे तिला नैराश्य आलं होतं आणि तिच्या आयुष्यातील सर्व व्यक्तींनी त्या समजावर शिक्कामोर्तब केलं होतं. त्यांच्या भावना काहीशा अशा होत्या : 'बिचारी, तुला कसं वाटत असेल आम्ही कल्पनाही करू शकत नाही.' यामुळे तिला असं वाटत होतं की वडील गेल्यानंतर वर्षानुवर्षं तिला तसंच वाटणं हे सामान्य होतं.

तिने ईमेलमध्ये पुढे लिहिलं होतं, की जेव्हा तिने मला स्वीकाराबद्दल, पाच मिनिटांचा नियम, आणि 'बदलू शकत नाही'चा मंत्र याबद्दल बोलताना ऐकलं, तिला लक्षात येऊ लागलं की तिच्या नैराश्याचं कारण कदाचित तिच्या वडिलांचा मृत्यू नव्हतं. उलट, कदाचित ती दहा वर्षं सतत नैराश्यात राहण्याचं कारण तिने त्यांच्या जाण्याचं वास्तव स्वीकारायला केलेला विरोध हे असावं. कोणीही तिला आजवर सांगितलं नव्हतं की तिचे वडील आता हयात नाहीत याचा स्वीकार करण्याच्या पर्यायाची ती जाणीवपूर्वक निवड करू शकते. आणि तिने ते मृत्यू पावले हे व्हायला नको होतं असा विचार करून वास्तवाचा विरोध करणं थांबवून स्वतःला मनःशांती द्यावी.

माझं भाषण ऐकल्यानंतर दोन आठवड्यांनी दहा वर्षांत पहिल्यांदा तिला नैराश्य जाणवलं नाही. आणि त्यानंतर जेव्हा प्रत्येक वेळी त्या ओळखीच्या वेदनादायक भावना येऊ लागत, ती थांबली, एक दीर्घ श्वास घेतला आणि म्हणाली, ''बदलू शकत नाही'' आणि त्याच्या जागी शांततेची निवड केली. तिने ठरवलं की 'बदलू शकत नाही', हा टॅटू कायमची आठवण म्हणून गोंदवून घ्यायचा जो तिला

तिच्या वडिलांच्या आठवणीने दुःख देणार नाही. त्याऐवजी, तिने जाणीवपूर्वकरीत्या त्या वेदनादायी भावनांच्या जागी तिने वडिलांच्या सोबत घालवलेल्या काळाप्रति कृतज्ञतेची भावना जागृत केली.

खालील गोष्टी लक्षात घ्या

तुम्ही त्या क्षणी आलेला अनुभव 'चांगला' किंवा 'वाईट' असं ठरवू शकत नाही. एखादा अनुभव चांगला किंवा वाईट असा अर्थ काढल्यावर आपल्या विरोधाला सुरुवात होते. आपल्याला जे अनुभव वाईट आहेत असं वाटतं, त्यांना आपण विरोध करतो. तरीही, जेव्हा एखादा अनुभव येत असतो किंवा तो आल्या आल्या तो चांगला का वाईट ते ठरवता येत नाही. अनेकदा आपल्यावर आलेलं मोठ संकट आपल्याला खूप काही शिकवून जातं आणि आपल्या फायदेशीर प्रगतीचं कारण बनतं. वैयक्तिकरीत्या बोलायचं झालं तर, माझ्या कारचा अपघात माझ्यासोबत घडलेल्या आजवरच्या सर्वांत उत्तम गोष्टींपैकी एक आहे. कारण, त्यामुळे मी अधिक कणखर झालो आणि माझ्या आयुष्याला एक लेखक म्हणून, एक वक्ता म्हणून चालना मिळाली. ज्या दिवशी मला कॅन्सर झाला आहे असं निदान झालं, त्या दिवशी मी माझी पत्नी उर्सुला हिला सांगितलं, ''ही माझ्या बाबतीत झालेली उत्तम नवीन गोष्ट आहे.'' आपल्या आव्हानांमध्ये असलेलं मूल्य दिसण्यासाठी अनेकदा वेळ आणि त्याबरोबर प्रतिबिंब आणि पुनरावलोकन यांचं मिश्रण व्हावं लागतं. उदाहरणार्थ, तुमचं नातं तुटलं म्हणून तुम्ही उद्ध्वस्त व्हाल, स्वतःला अनेक आठवडे, महिने किंवा वर्षं दुःखात बुडवून घ्याल. पण अखेरीस तुम्हाला तुमच्या आयुष्यातील प्रेम सापडेल आणि भूतकाळातील संपलेल्या इतर नात्यांबद्दल कृतज्ञता वाटेल; जेणेकरून आता त्यामुळे या नवीन नात्यासाठी जागा निर्माण झाली. असं म्हणतात की मागील दृष्टी २०/२० असते. नक्कीच. मग आता का त्रास करून घ्यायचा आणि भविष्यात कधीतरी वर्तमानातील अडचणींतून धडा घेऊन काय शिकायचं आहे? विनाअट स्वीकारामुळे तुम्हाला जागा मिळते आणि तुमच्या आव्हानांचा लगोलग (किंवा किमान पाच मिनिटांत) त्रास होत नाही.

समस्या नाहीत. समस्या नावाचं काही नसतं. समस्या हा शब्द म्हणजे एखाद्या परिस्थितीला दिलेलं शीर्षक आहे. त्या फक्त परिस्थिती असतात. आपण त्यांच्याकडे कसं पाहतो त्यावरून ठरतं की त्या समस्या आहेत का नाहीत. आपण एखाद्या परिस्थितीला किंवा संधीला समस्या असं नाव द्यायचं ठरवू शकतो किंवा 'ठरवायचं आहे' किंवा इतर आपण निवडू ते नाव देऊ शकतो. प्रत्येक परिस्थितीला आपण देऊ केलेलं नाव आपला समज निर्माण करतं आणि त्यांचा अनुभवही. तुम्हाला ताणतणाव निर्माण करायचा आहे का आणि आयुष्य असायला हवं त्यापेक्षा अजून अवघड करायचं आहे का? तुम्हाला नकोशा वाटणाऱ्या सर्व परिस्थितींना 'समस्या' असं नाव द्या आणि त्यांना तुमच्या अस्तित्वात असलेल्या समस्यांच्या डोक्यावर रचून ठेवत रहा. त्यामुळे दहाव्या पातळीवरील यशस्वी आयुष्य निर्माण करण्यासाठी तुमच्याकडे वेळच उरणार नाही, तुम्ही खूप व्यग्र असाल.

तुम्ही एखादी भावना अचूकपणे 'चांगली' किंवा 'वाईट' असं ठरवू शकत नाही. भावना टाळता येत नाहीत. आपण माणूस आहोत आणि माणूस हा भावनाप्रधान प्राणी आहे. जर तुमच्याशी कोणी वाईट वागलं, तर सुरुवातीला कदाचित तुम्हाला राग येईल, वाईट वाटेल, अपेक्षाभंग होईल किंवा त्या माणसाबद्दल संताप येईल. जर तुम्ही एखादी प्रिय व्यक्ती गमावली, तर नैसर्गिकपणे तुम्हाला दुःख होईल, हताश वाटेल किंवा काहीतरी गमावल्याची भावना येईल. या सर्व भावना नैसर्गिक आहेत. आपलं उद्दिष्ट नकारात्मक भावना काढून टाकणे नाही आहे; तर तुमच्या त्यांच्याबरोबरील नात्यात बदल करणे हे आहे.

आपल्या सुरुवातीच्या भावना ही समस्या नसते. आपल्याला सुरुवातीला आलेल्या भावनांचं आपण नंतर जे काही करतो त्यामुळे एक तर आपण उभे राहतो किंवा मोडून पडतो. जर तुम्हाला कशामुळे नकारात्मक भावना येत असतील, पण तुम्ही लगेच त्याचा स्वीकार केलात आणि त्यासोबत शांतता निर्माण केलीत, दिवस पुढे सुरू ठेवलात, तर तुम्हाला चांगलं वाटेल. आपण निष्कर्ष काढतो ही समस्या असते आणि त्या भावनांचा सतत विरोध करणं ही समस्या असते. आपल्या वास्तवाला सुरुवातीला विरोध केल्याने भावनिक त्रास उद्भवतो. इथे आपलं त्या

भावनेला 'वाईट' असं नाव देण्याने आणि सतत विरोध करत राहण्याने आपल्याला त्या नकारात्मक भावनेत अडकायला होतं आणि त्रास होतच राहतो. आपण त्याबाबत निष्कर्ष काढणे आणि विरोध करणे यांतच झुलत राहतो आणि त्यामुळे भावनिक ठेच लागते.

आपण भावनांना जेव्हा 'चांगल्या' किंवा 'वाईट' असं लेबल लावतो, तेव्हा आपण त्या भावनांचा आपल्यावर पडणारा प्रभाव मोठा करतो. काहीही कारण नसताना तुम्ही कधी दुःखी भावना घेऊन जागे झाला आहात का? आणि नंतर तुमचा आतला आवाज म्हणतो की मला असं का वाटत आहे? काहीतरी बिनसलं असावं. तुम्हाला कळण्याआधीच तुमचा तो दुःखद क्षण विरघळून गेलेला असतो. कदाचित मला नैराश्य आलं असेल!!! आपण भावनांवर जितकं लक्ष केंद्रित करू आणि त्यावरून आपल्याबाबत मत तयार करू, तितकं आपल्याला वाईट वाटेल.

नकारात्मकतेने भारलेल्या भावनांकडे शत्रू म्हणून पाहू नका. उलट, त्या भावनांमध्ये मूल्य असतं. जर तुम्हाला महत्त्वाची वाटणारी एखादी वस्तू किंवा व्यक्ती गमावलीत, तर दुःख आणि निराश वाटणं केवळ नैसर्गिक नाही, तर ते निरोगीही आहे. आणि कधीकधी आपल्याला आपण निवडलेल्या एखाद्या पर्यायामुळे येणारं दुःखही आवश्यक असतं जेणेकरून आपण तो पर्याय पुन्हा निवडणार नाही. इथे एक फरक आहे, तो म्हणजे तुम्ही ज्या परिस्थिती आणि घटनांवर तुमचं नियंत्रण नाही त्याना तुमच्या भावनांचा ताबा घेऊ देण्यापेक्षा तुमच्या भावनिक अवस्थेच्या ताब्यात रहा.

उद्यासाठी परिपूर्ण जीवनाची अपेक्षा करू नका. तुमच्या आजच्या जीवनातील परिपूर्णतेकडे पहा. आपण अजून एक गोष्ट करतो आणि ती म्हणजे आपल्याला परिपूर्णता (अपराधीपणा) हवी असते आणि मग आपल्याला जे वास्तव हवं असं वाटत असतं त्याच्याशी असलेल्या वास्तवाची तुलना करतो. हाही विरोधाचाच प्रकार आहे, पण साधाच. तुम्ही तुमच्याकडे जे नाही त्यावर लक्ष केंद्रित करता आणि त्यामुळे भावनिक त्रास निर्माण करता. आयुष्य जसं आहे तसं त्याकडे पाहण्यासाठी, माझं आयुष्य आता जसं आहे तसं परिपूर्ण आहे या भिंगातून बघण्याचा प्रयत्न करू शकता. मला कॅन्सर होता आणि मी माझ्या आयुष्यातील सर्वांत कठीण वर्षाचा सामना करत होतो तेव्हा माझा एक मंत्र माझा अतिशय आवडता बनला आणि तो

म्हणजे माझं आयुष्य नेहमीच परिपूर्ण आहे. मी आयुष्यात अशा ठिकाणी आहे की जिथे असल्याने मला सर्वकाही निर्माण करण्याचं सामर्थ्य येईल ते शिकता येईल. मी माझं निदान बदलू शकत नव्हतो, म्हणून मी त्याचां स्वीकार केला. त्याचा त्रास करून घेतला नाही आणि जाणीवपूर्वक एक निर्णय घेतला की मी माझ्या आयुष्यातील सर्वांत कठीण काळातून जाताना सर्वांत जास्त आनंदी आणि सर्वांत जास्त कृतज्ञ व्यक्ती असेन. मी माझ्या निदानाकडे आणि त्यातून अपरिहार्यपणे आलेल्या शिकवणीकडे परिपूर्ण आयुष्याचा एक भाग म्हणून पाहिलं. तुम्हीही आवाहनात्मक परिस्थितीत तसेच करू शकता.

जेव्हा मी माझ्या कार अपघाताबद्दल सांगतो आणि मी हॉस्पिटल बेडवर झोपून माझ्या परिस्थितीचा पूर्ण स्वीकार केला त्याबद्दल ऐकता, तेव्हा त्यांना त्याबद्दल शंका वाटते किंवा आश्चर्य वाटतं की मला किमान त्या दारू पिऊन गाडी चालवणाऱ्या चालकाचा राग कसा नाही आला. काही लोक विचारतात, ''त्याने तुमच्याबरोबर जे केलं त्याबद्दल तुम्हाला त्याचा तिरस्कार कसा वाटत नाही?'' कधीकधी माझ्याऐवजी त्यांनाच राग येतो. पण, मी त्याचा तिरस्कार करत नाही. खरं तर, मला त्याच्याबद्दल कोणत्याही नकारात्मक भावना नाहीत. जर मला अपघात झालेल्या दिवसापासून आतापर्यंत त्याच्याबद्दल काही भावना वाटल्याच असतील, तर ती फक्त सहवेदना.

मी त्याचं आयुष्य जगलो नाही. कदाचित मी त्याच्या जागी असतो, तर मीही त्या रात्री दारू पिऊन गाडी चालवायचा पर्याय निवडला असता. आपल्या आपण कोण आहोत आणि आपले अनुभव याच्या बळावर दुसऱ्यांना नावं ठेवणं फार सोपं वाटतं. तरीही तुम्ही आठवून पहा तुम्हाला कधी कोणाचा राग आला होता आणि तुम्ही कोणाला नावं ठेवली होती, आता इतक्यात किंवा भूतकाळात. हे लक्षात घ्या : जर तुम्ही त्याचं किंवा तिचं आयुष्य जगला असतात, त्याचा किंवा तिचा मेंदू घेऊन जन्माला

आला असतात, त्याच्या किंवा तिच्या पालकांनी तुम्हाला लहानाचं मोठं केलं असतं, आणि त्याच्या किंवा तिच्या मित्रमैत्रिणींचा तुमच्यावर प्रभाव पडला असता, तर अशी दाट शक्यता आहे की तुम्हीही त्यांच्यासारखा विचार केला असता, आणि अगदी त्याच्या किंवा तिच्यासारखंच वागला असतात. या दृष्टीकोनातून पाहिल्यास, आपल्या मताच्या जागी सहवेदना येईल आणि आपण सर्वांवर खूप प्रेम करू. ते जसे आहेत तसं त्यांना स्वीकारलं पाहिजे आणि त्याच वेळी त्यांना त्यांची उत्तम आवृत्ती बनण्यासाठी वाव दिला पाहिजे.

अजून एक प्रश्न मला नेहमी विचारला जातो की, तुम्ही काय बदलू शकता आणि काय नाही हे तुम्हाला कसं समजतं? याचं सोपं उत्तर आहे, जे कधीही झालेलं नाही ते तुम्ही बदलू शकत नाही. तुम्ही फक्त आता तुमच्या कृतींमध्ये बदल करू शकता ज्या भविष्यात वेगळ्या परिस्थितीकडे नेतील. तुमचा भूतकाळ आणि वर्तमान परिस्थिती ठरलेली आहे. या क्षणी, फक्त तुम्हाला भविष्यात बदल करता येईल.

तुमच्या तळघरात पाणी भरले असेल तर तुम्ही ते आता काढू शकत नाही. तुमच्या गाडीला चरा पडल्यावर किंवा पोचा आल्यावर काही करता येत नाही. तुम्ही कोणाला बोललेले किंवा इतर कोणी तुम्हाला बोललेले शब्द तुम्हाला परत घेता येत नाहीत. एखादी घटना घडली की तुम्ही काळाच्या मागे जाऊन ती बदलू शकत नाही; म्हणजे तुम्ही डीलोरीयनए टाइम ट्रॅव्हल करणारे मार्टी मॅकफ्लाय असल्याशिवाय हे शक्य नाही.

तुम्ही भूतकाळाचा जेव्हा विनाअट स्वीकार करता, तेव्हा तुम्ही संताप, पश्चात्ताप, राग अपराधीपणा, आणि विरोधामुळे निर्माण झालेल्या इतर भावना जाऊ देता. तुम्ही जेव्हा तुमच्याबरोबर एक दिवस घडेल अशा प्रत्येक माहीत नसलेल्या घटनेचा स्वीकार करता (म्हणजेच जीवन घडण्याआधी त्याचा स्वीकार करणे) तेव्हा तुम्ही तुमचं भय, चिंता, काळजी आणि पूर्णपणे अनावश्यक असलेल्या सर्व प्रकारचा भावनिक त्रास सोडून देता.

स्वतःला आंतरिक शांततेची भेट देण्यासाठी आणि भावनिकदृष्ट्या अजिंक्य होण्यासाठी, तुम्ही तुमच्याबरोबर जे घडलं आहे किंवा कधी घडू शकेल त्याला विरोध करणं सोडून दिलं पाहिजे; भले मग ते कितीही

दुःखदायक असलं आणि भविष्यात तसं काही घडण्याची शक्यता कितीही भयावह असली तरीही. यासाठी तुम्ही वास्तवाचा खरोखर विनाअट आहे तसा स्वीकार केला पाहिजे. तुमच्या नियंत्रणात नसलेल्या सर्व गोष्टींचा स्वीकार करण्यासाठी आणि स्वतःला भावनिक अजिंक्यतेची भेट देण्यासाठी तुम्ही खाली दिलेल्या तीन तंत्रांचा वापर करू शकता.

१. **पाच मिनिटांचा नियम :** या प्रक्रियेतील माझं पहिलं पाऊल होतं ते म्हणजे या नियमाचा वापर करणं. तुमचा टायमर लावा आणि आपल्या भावना पूर्णपणे जाणण्यासाठी स्वतःला पाच मिनिटांचा वेळ द्या. लाथा मारा, ओरडा, रडा, तक्रार करा– तुम्हाला या भावना व्यक्त करण्यासाठी जे करायचे ते करा. जसा टायमर बंद होईल, तसे ते तीन शब्द बोलून त्या परिस्थितीचा स्वीकार करा.

२. **'बदलू शकत नाही' मंत्र :** जे अगोदरच घडून गेलं आहे ते तुम्ही बदलू शकत नाही याची स्वतःला आठवण करून द्या– मग ते पाच मिनिटांआधी घडलेलं असो, का पाच महिन्यांआधी किंवा पाच दशकांआधी घडलेलं असो. तुम्ही भूतकाळ बदलू शकत नाही, किंवा तुमच्या वर्तमानातील किंवा भविष्यातील न बदलता येणाऱ्या गोष्टी बदलू शकत नाही. तुम्ही जर एखादी परिस्थिती बदलू शकत नाही, तर सतत त्याला विरोध करण्याने अनावश्यक त्रास होईल हे समजून घ्या. तुमच्यामध्ये तो त्रास थांबवण्याची किंवा मुळात तो कधीच न अनुभवण्याची ताकद आहे.

तुमचा भावनिक नमुना बदलण्यासाठी सुरुवात केल्यानंतर तुम्हाला या दोन पायऱ्या काही वेळा पुन्हापुन्हा कराव्या लागतील.

३. **जीवन घडण्याआधी त्याचा स्वीकार करा :** ही स्वीकाराची उत्क्रांती आहे आणि एकदा का तुम्ही पाच मिनिटांचा नियम आणि 'बदलू शकत नाही', या मंत्राचा वापर केलात, की तुम्हाला हे खूप सोपं वाटेल. आता तुम्हाला जाणीव झालेली असेल की सर्व भावनिक त्रास स्वतः निर्माण केलेला असतो आणि तो ऐच्छिक असतो. तुम्ही

आताच पुन्हा कधी ज्या गोष्टी बदलू शकत नाही त्यांना विरोध न करण्याचा निर्णय घेऊन भविष्यातील भावनिक त्रास टाळू शकता. तुम्ही कधीही भावनिक त्रास सहन करण्याची कारणं मग मागे वळून पाहिल्यास फक्त तो अनावश्यक होता हेच दिसेल. तुमची मानसिक शांतता शोधण्यासाठी सिंहावलोकन करण्याची आवश्यकता नाही. जीवन घडण्याआधी त्याचा स्वीकार करा, त्यामुळे नेहमीच सर्व प्रकारे मानसिक शांतता मिळते.

पुढील प्रकरणात आपण उद्दिष्ट निश्चितीचा नमुना शिकणार आहोत आणि त्याचा उपयोग करून तुमच्यातील अपयशाची भीती कायमची काढून टाकण्याबद्दलच्या एका नमुन्याची माहिती घेणार आहोत. पण, पुढे जाण्याआधी, मला या भावनिकदृष्ट्या अजिंक्य असण्याच्या विचारासोबत काही मिनिटं घालवायला आवडेल. तुम्हाला भावनिक त्रास कशामुळे होतो? तुमच्या जीवनात बदल करण्यासाठी, जे आजवर घडलं किंवा कधी घडू शकेल अशा गोष्टींचा तुम्ही स्वीकार कसा कराल? ताण, राग, दुःख, आणि इतर खूप काळ वाटणाऱ्या नकारात्मकतेने भारलेल्या भावना नसतील तर तुमच्यात अजून किती ऊर्जा शिल्लक असेल?

चला तर मग याचा आपल्या प्रत्यक्ष जीवनात उपयोग करून पाहू या. हा प्रश्न लक्षात घ्या : तुमची व्हीलचेअर कोणती? तुमच्या आयुष्यातील किंवा तुमच्या भूतकाळातील कोणती परिस्थिती आहे जी बदलता येणार नाही आणि तरीही तुम्ही तिचा विरोध करता आणि त्यामुळे अनावश्यक भावनिक त्रास निर्माण करता आहात?

आता एक दीर्घ श्वास घ्या आणि त्या परिस्थितीचा विनाअट स्वीकार करण्याचा जाणीवपूर्वक निर्णय घ्या, त्याच्याशी जुळवून घ्या आणि स्वतःला मानसिकदृष्ट्या अजिंक्य असण्याची भेट द्या.

५

शक्यतेचा नवीन नमुना

तुमचं ध्येय हे ध्येय नाही.

‘ध्येय निश्चित करण्याचं मुख्य कारण म्हणजे ते तुम्हाला साध्य करायला लावते. तुम्हाला जे मिळते त्यापेक्षा याला खूप जास्त महत्त्व आहे.’

–जिम रॉन

आपलं आयुष्य कसं महान असेल याबद्दल आपल्या सगळ्यांची काही स्वप्नं असतात. आपण त्याबद्दल विचार करतो तेव्हा ही स्वप्नं आपल्याला छान वाटतात. आपण काय शक्य आहे याची कल्पना करतो. कधीकधी या स्वप्नांच्या दिशेने जाण्यासाठी आपण काही ध्येय निश्चित करतो किंवा कृती योजतो. तरीही काही लोक प्रत्यक्षात स्वतःसाठी अर्थपूर्ण ध्येय निश्चित करतात आणि अजून काही जण प्रत्यक्षात ती ध्येय साध्यदेखील करतात. नवीन वर्षाच्या सुरुवातीला केलेले प्रण आठवा बरं, जे जानेवारी महिन्याच्या अखेरीस मोडीतही निघतात.

कटू सत्य हे आहे की बहुतेक लोकांचं खरं जीवन कधीच त्यांच्या मोठ्या स्वप्नांशी मिळतेजुळते नसते. स्वप्नातले करोडो डॉलर्स कधीच प्रत्यक्षात येत नाहीत. आपल्या स्वप्नातला माणूस कधीच त्या दरवाजातून जात नाही. आपली स्वप्नातली नोकरी कधीच आपल्याला मिळत नाही. आणि म्हणून आपण नेहमी असा विचार करू लागतो की या गोष्टी आपल्या आवाक्याबाहेरच्या आहेत. जसजसा काळ जातो, आणि आपण म्हातारे होतो, तेव्हा अजूनच वाईट वाटतं.

काहीतरी चांगला मार्ग असेलच.

जर तुम्ही तुम्हाला अपयश येणार नाही असा नमुना वापरून काम केलं तर? जर तुम्हाला माहीत असेल की तुम्ही ज्या ध्येयासाठी प्रयत्न कराल ते फळेलच, तर?

हा नमुना तुमचा तुमच्या ध्येयाप्रतिचा पवित्रा बदलेल का? तुम्ही अजून उंच निशाणा साधू शकाल का? अधिक जोखीम घेऊ शकाल का? अधिक प्रोत्साहन वाटेल का?

माझ्या सोयीच्या बिंदूपासून, आमचं सध्याचं ध्येय असलेलं नातं काहीसं अलग वाटतं. आमचा आमच्या ध्येयांकडे जाण्याचा मार्ग आम्हाला दोन शक्यतांकडे घेऊन जातो : एक तर आम्ही आमच्या अपेक्षित परिणामापाशी पोहोचू आणि यशस्वी होऊ, ज्यामुळे आम्हाला छान वाटेल; किंवा आम्ही अपेक्षित परिणामांपर्यंत पोहोचणार नाही आणि अपयशी होऊ ज्यामुळे आम्हाला वाईट वाटेल. शेवटी ध्येय निश्चित करणे आणि

त्या दिशेने एकेक पाऊल टाकण्यासाठी आपल्याला इच्छित परिणामांपर्यंत पोहोचावं लागतं आणि नंतर त्याच वाटेवर अखेरपर्यंत चालावं लागतं. तरीही आपल्याकडे यशस्वी (किंवा अयशस्वी) होण्याची पन्नास-पन्नास टक्के संधी असते. हे मला काही फारसं प्रोत्साहन देणारं वाटत नाही.

हे खर तर खच्चीकरण करणारं वाटतं. हा असा नमुना वाटतो जो एक तर तुमची सहज साध्य होतील अशी लहान ध्येयं निश्चित करण्याच्या दिशेने जातो किंवा प्रयत्नही करू नका म्हणजे अपयश येणारच नाही अशा दिशेने जाणारा वाटतो. काही खात्री नसताना इतका वेळ देणं आणि मेहनत करणं म्हणजे वेळ फुकट घालवणं, नाही का? जेव्हा आपली ध्येयं अशक्य वाटू लागतात किंवा खूप जास्त मेहनत करावी लागेल किंवा खूप वेळ लागेल अशी वाटू लागतात, तेव्हा तुमच्या आरामदायक सोफ्यावर जाऊन बसा आणि पुन्हा रिमोट हातात घ्या.

हा नमुना लोकांवर कशा मर्यादा घालतो हे मी पाहिलं आहे. 'यशस्वी व्हा किंवा अयशस्वी व्हा' हा नमुना समजण्याआधी, मलादेखील अशा तऱ्हेने ध्येयांकडे मर्यादितपणे बघण्यामुळे अपराधी वाटायचं. मला ते तेव्हा लक्षात आलं नाही, पण अपयश टाळण्यासाठी मी माझी ध्येयं लहान ठेवत होतो. पण, मग मला लक्षात आलं की, जगातल्या इतर कोणत्याही माणसाप्रमाणे मीदेखील मला जे पाहिजे ते मिळवण्यासाठी पात्र, लायक आणि सक्षम होतो. आणि तुम्हीही आहात. पण, आपण जर आपल्याला या जगात आपला ठसा उमटवायचा असेल, तर आपण आपल्या ध्येयांबाबत वेगळ्या पद्धतीने विचार केला पाहिजे. यासाठी मी माझ्या मार्गदर्शकांचे आभार मानतो. मी काय शोधत होतो ते मला खरोखर सापडलं आहे: ध्येयांकडे जाण्याचा एक पूर्णपणे नवीन नमुना, जो अपयशाच्या शक्यता काढून टाकतो.

या प्रकरणाचा उर्वरित भाग तुम्हाला तुमच्या ध्येयांबरोबर एक नवीन नातं निर्माण करायला मदत करेल, ज्यामुळे तुमचं यश अपरिहार्य असेल. आपण आधी ध्येयाचा खरा हेतू काय आहे ते पाहू. आपल्या सर्वांना अपयशाची भीती वाटते; परंतु, आपल्याला ज्यावर मात करावीच लागते. ही भीती काढून टाकताना तुम्हाला अधिक मोठ्या प्रकारे काय करणं शक्य आहे या विचाराचा मार्ग खुला होईल.

ध्येयाचा खरा हेतू

प्रत्येकाला तिची किंवा त्याची ध्येयं आणि स्वप्नं पूर्ण करायची असतात. कदाचित म्हणूनच तुम्ही हे पुस्तक वाचत आहात. आपल्यालाही हे माहीत आहे की कामगिरी करण्याचा सोपा मार्ग शोधण्याची आपली प्रवृत्ती असते. कमी उंचीवर लटकत असलेलं फळ हे खूप छान असेलच असं नाही. पण, आपण त्याचाच वेध घेतो. एखाद्या ध्येयासाठी जास्त मेहनत घेण्याआधी आपल्याला यशाची खात्री हवी असते. जर तुम्ही आशावादी असाल, तर तुम्हाला 'काहीही शक्य आहे', हा आशावादी लोकांचा नारा माहीतच असेल. तरीही आपण क्वचितच जे शक्य आहे त्याच्या मागे जातो आणि त्याऐवजी आपली ऊर्जा जे आपल्याला अशक्य वाटतं त्यावर खर्च करतो.

याबाबत विचार करा : तुम्ही शेवटचं कधी तुम्हाला अशक्य वाटत होतं असं एखाद ध्येय साध्य केलं आहेत? कदाचित तुम्हाला तो वेळेचा अपव्यय वाटला असेल किंवा तुमची शक्ती त्यावर खर्च करण्याइतका तो महत्त्वाचा वाटला नसेल किंवा अपयशी होण्याची आणि कदाचित ओशाळवाणे होण्याची तयारी नसेल. मला म्हणायचं आहे, की जी ध्येयं स्वतःलाच अशक्य वाटतात त्यांच्या मागे कोण जातो? त्यात काही अर्थ आहे असं वाटत नाही, बरोबर? जर तुमचाही असा समज असेल की एखादे ध्येय निश्चित करण्याची सर्वांत उच्च किंमत म्हणजे ते साध्य करणं होय, तर हो... जा, तुम्ही त्या कमी उंचीवर लटकत असलेल्या फळावर नेम धरा. पण, ध्येयापर्यंत पोहोचणं, तेही दृश्य परिणामाच्या रूपात, हा ध्येय ठरवण्याचा अंतिम हेतू नाही किंवा सर्वांत महत्त्वाचा फायदाही नाही. ती त्याची सर्वांत मोठी किंमत नाही. खरं तर, या नवीन नमुन्यात तुम्ही तुमच्या ध्येयांपर्यंत पोहोचता किंवा नाही हे खऱ्या हेतूच्या दृष्टीने फारसे महत्त्वाचे नाही.

इथे जरा माझ्याबरोबर थांबा.

प्रत्येक ध्येयाचा खरा हेतू हा जो सातत्याने त्या प्रकारची ध्येय ठरवू शकतो आणि महत्त्वाची ध्येयं गाठू शकतो असा माणूस बनणं हा असतो. वेगळ्या शब्दांत सांगायचं झालं, तर ध्येयाचा खरा हेतू ध्येय पूर्ण करणाऱ्या माणसाची गुणवैशिष्ट्ये विकसित करणे हा असतो. तुम्ही त्या प्रक्रियेदरम्यान जे कोणी बनाल त्याचा तुम्हाला तुमच्या उर्वरित आयुष्यासाठी फायदा होईल लहानसहान कामगिरीसाठीही. शेवटी तुमच्या प्रत्येक ध्येयाचा वापर

तुम्ही तुमची मानसिकता आणि मिरॅकल मेव्हनसारखी वर्तणूक विकसित करण्यासाठी करू इच्छिता. मिरॅकल इक्वेशनचा वापर करून तुम्ही पुन्हापुन्हा प्रत्येक ध्येयापर्यंत पोहोचता आणि तुमच्या दीर्घकालीन योजनेचं यश अपरिहार्य करता. प्रत्येक ध्येय ही तुम्हाला स्वतःला विकसित करण्याची आणि प्रत्यक्ष काय शक्य आहे हे तपासून बघण्याची संधी आहे; आणि आपण ते जितकं जास्त करू, तितके आपण त्यात प्रवीण होऊ.

मी दुसऱ्या प्रकरणात जे सांगितलं होतं, ते आता पुन्हा सांगणार आहे आणि ते मला माझे मार्गदर्शक डॅन कसेटा यांनी उद्दिष्टांच्या बाबतीत शिकवलं होतं. त्यांनाही ही शिकवण जिम रॉन या त्यांच्या एका मार्गदर्शकांकडून मिळाली होती. ते शब्दात सांगायचं झालं तर : ध्येय निश्चित करण्याचा हेतू ते गाठणं नसतो. ध्येय निश्चित करण्याचा खरा हेतू स्वतःला जो तुमची ध्येयं साध्य करू शकेल अशा प्रकारची व्यक्ती बनवणे हा असतो, मग तुम्ही एखादे विशिष्ट ध्येय गाठा अथवा नाही. काही ध्येयांपर्यंत पोहोचाल आणि काहींपर्यंत नाही. परिणाम काहीही मिळोत, पण अखेरच्या क्षणापर्यंत तुम्ही सर्वस्व ओतल्याने तुम्ही जे बनता, त्यामुळे तुमची मानसिकता आणि वर्तणूक अशी विकसित करता येते जी तुम्हाला उर्वरित आयुष्यभर अजून मोठी मोठी ध्येयं साध्य करायला मदत करते.

तुमचं ध्येय हे कृतीतील ध्येय नाही

तुम्ही लेविस होज यांना कदाचित ओळखत असाल. मी काही वर्षांपूर्वी माझ्या 'अचिव्ह युअर गोल्स' या पॉडकास्टसाठी त्यांची मुलाखत घेतली होती आणि ते 'मिरॅकल मॉर्निंग्स' या डॉक्युमेंटरीमध्येही दिसले होते. त्यांची गोष्ट खूप रोमांचक आहे. ते ध्येयाच्या खऱ्या हेतूच्या उत्तम उदाहरणांपैकी एक आहेत.

व्यावसायिक खेळाडू बनणं हे लेविस यांचं लहानपणीचं त्यांच्या जीवनातील प्राथमिक ध्येय होतं. त्यांनी ते प्रत्यक्षात साध्य केलं. दुखापत होण्याआधी ते अरीना लीग फुटबॉलचा एक सीझन खेळलेदेखील. त्यांच्या करीअरला अचानक खीळ बसली आणि त्यांच्या आयुष्यालाही.

लेविस यांच्याकडे दुसरी काही योजना नव्हती. त्यांच्याकडे पैसे नव्हते आणि फसवणूकही झाली होती. त्यांना आता आयुष्यात काय

करायचं आहे हे त्यांना माहीत नव्हतं. काहीतरी करावं लागेल एवढंच त्यांना समजत होतं. म्हणून त्यांनी काही प्रभावी व्यक्तींना भेटून, त्यांच्या मुलाखती घेऊन त्यांच्याकडून शिकायला सुरुवात केली. एका मार्गदर्शकांनी त्यांना सांगितलं, की लिंक्डइन पहा. ते त्या वेळी नवीनच होतं. त्यांनी दररोज त्या वेबसाइटचा तासन्तास अभ्यास केला आणि स्वतःची अशी प्रोफाइल तयार केली की ती पाहून इतर लोक त्यांना त्यांच्या प्रोफाइल तयार करण्यासाठी मदत मागू लागले. त्यांनी फक्त त्यांची आवड आणि कुतूहल जोपासलं आणि जगाला जाणीव झाली की ते काहीतरी वेगळं देऊ करत आहेत. तीच आवड आणि कुतूहल यांतून ते पॉडकास्टकडे वळले.

अनेक वर्षांनंतर, लेविस आता जगातील उत्तम पॉडकास्टर्सपैकी एक आहेत. त्यांनी सर्वोच्च १०० पॉडकास्ट होस्ट केल्या आहेत, 'द स्कूल ऑफ ग्रेटनेस', जे ४ अब्जांहून अधिक वेळा डाउनलोड झाले आहे. त्यांनी 'न्यू यॉर्क टाइम्स' नावाचे एक सर्वाधिक खपाचे पुस्तक लिहिले आहे आणि तीस वर्षांखालील सर्वोच्च शंभर उद्योजकांपैकी एक म्हणून त्यांना व्हाइट हाउसतर्फे आणि अध्यक्ष बराक ओबामा यांच्या तर्फे सन्मानित करण्यात आले. त्यांचा मीडियातील वावरही असाच प्रभावी असतो. ते 'इलेन डी जेनरस शो' आणि 'टुडे शो'मध्येही आमंत्रित होते. त्यांच्याबद्दल फोर्ब्स आणि न्यू यॉर्क टाइम्समध्येही लिहून आले आहे.

आता लेविस यांचं ध्येय आहे की जगभरात 'महानतेचा' प्रसार करायचा आणि लोकांना त्यांच्या जीवनात बदल करण्यासाठी सक्षम बनवायचं, त्यांना त्यांच्यातील वैशिष्ट्यपूर्ण भेटी शोधून काढायला आणि जगासाठी काहीतरी वैशिष्ट्यपूर्ण देऊ करायला मदत करायची. त्यांनी त्यांच्या व्यावसायिक खेळाडू बनण्याच्या ध्येयपूर्तीच्या मार्गावर विकसित केलेली मानसिकता आणि कामातील नीतिमत्ता त्यांच्यासाठी इतक्या मोठ्या ध्येयाच्या पूर्ततेसाठी महत्त्वाची ठरली; एक असं ध्येय जे त्यांच्या आवाक्याच्या पूर्णपणे बाहेर होतं आणि त्यांनी कधीही स्वतःसाठी त्याची कल्पनाही केली नव्हती. लेविस त्यांना अपेक्षित होतं तसं जीवन जगत नाही आहेत. लहानपणी त्यांचं जे ध्येय होतं, ते खरं ध्येय नव्हतं. तरीही त्यांनी घेतलेल्या धडप्यांमुळे ते मिरॅकल मेव्हनच्या

> जागी पोहोचले. त्यांनी निर्माण केलेले चमत्कार आता इतरांना त्यांचा स्वतःचा चमत्कार निर्माण करण्यासाठी मदत करत आहे.

तुम्ही आता तुमची अपयशाची भीती काढून टाकू शकता

एकदा का तुम्हाला ध्येयाचा खरा हेतू समजला आणि तुम्ही तो आपलासा केलात, की मग तुम्हाला लक्षात येईल अपयशाला घाबरण्याचे कारण नाही; कारण तुम्ही अपयशी होऊच शकत नाही. तुम्ही जे बनत आहात ते नेहमीच तुम्ही काय करता आहात यापेक्षा जास्त महत्त्वाचं असतं. तरीही उपहास असा, की तुम्ही काय करता आहात हेच नेहमी तुम्हाला कोण बनायचं आहे हे ठरवते. जोपर्यंत तुम्ही निश्चित केलेल्या प्रत्येक ध्येयासाठी परिणामांची पर्वा न करता, अढळ विश्वास टिकवून ठेवता आणि असाधारण प्रयत्न करता, तुम्ही नेहमी आधी होतात त्यापेक्षा अधिक शिकत राहता, विकसित होत राहता आणि आधीपेक्षा अधिक सक्षमदेखील होता. तुमची भविष्यातील ध्येयं, ज्यामध्ये अजून तुम्ही कल्पना केलेली नाही अशा ध्येयांचाही समावेश आहे, तीदेखील गोड फळे देतील.

मला याकडे लक्ष वेधून घ्यायचं आहे की यामुळे ध्येयामार्गावर अडचण आल्यावर तुम्ही डळमळत नाही. मी असं म्हणत नाही, की तुम्हाला जर ध्येयापर्यंत पोहोचण्याची शक्यता कमी दिसली तर प्रयत्न सोडून द्या. दुसऱ्या प्रकरणातील माझी स्वतःला ढकलण्याच्या कालावधीतील गोष्ट आठवते आहे का? मला माझं विक्रीचं ध्येय गाठण्यासाठी अखेरच्या शक्य क्षणापर्यंत प्रयत्न करावे लागले. आणि माझ्या मिरॅकल इक्केशनचा वापर करणाऱ्या इतर सहकाऱ्यांच्या बाबतीतही ते खरं ठरलं. त्यांचे इच्छित चमत्कार शेवटच्या आठवड्यात वास्तवात उतरले... शेवटच्या दिवशी... अगदी शेवटच्या तासात.. ते तसं का याबाबत मला खात्री नाही, पण ते सतत तसं होत राहिलं. पुन्हापुन्हा, मी पाहिलं आणि अनुभवलं की वैश्विक शक्ती नकळत आपली परीक्षा घेत असते की आपण आपल्या ध्येयांच्या बाबतीत किती कटिबद्ध आहोत. जेव्हा बहुतेक जण सोडून देतात, तेव्हा फक्त जे अढळ विश्वास टिकवून ठेवण्यासाठी आणि असाधारण प्रयत्न करण्यासाठी वचनबद्ध आहेत तेच अखेरच्या क्षणापर्यंत प्रयत्न करतात आणि त्यांचे चमत्कार प्रत्यक्षात

उतरताना बघतात. ते अखेरचे क्षण खूप महत्त्वाचे असतात आणि त्यांनी मला वेगळ्या पातळीवर नेऊन ठेवलं, ज्यामुळे मी आयुष्यात जे काही निर्माण केलं ते करू शकलो. अखेरच्या शक्य क्षणापर्यंत तुम्ही तुमचं सर्वस्व देऊ केल्यानंतर ध्येयापर्यंत पोहोचला नाहीत तर ते जेव्हा गोष्टी मनासारख्या घडत नाहीत असं लक्षात आल्यावर मध्ये सोडून देण्यापेक्षा वेगळं आहे. कारण, वास्तवात, कोणीही तो किंवा ती ज्याचा पाठलाग करत असतात त्या प्रत्येक ध्येयापर्यंत पोहोचत नाहीत. अगदी मिरॅकल मेव्हन्सदेखील.

माझ्या मुलाच्या खोलीत एक पोस्टर लावलेलं आहे ज्यामध्ये मायकल जॉर्डन यांचं एक प्रसिद्ध वाक्य आहे : 'मी माझ्या करीअरमध्ये ९०००पेक्षा जास्त शॉट्स चुकवले. मी जवळपास ३०० डाव हरलो. २६ वेळा मी डाव जिंकवणारा शॉट मारला आणि मी तो चुकलो. मी आयुष्यात पुन्हापुन्हा अपयशी झालो. आणि म्हणूनच मी यशस्वी झालो.'

अपयश हा शिकण्याच्या प्रक्रियेचा मूलभूत भाग आहे. आपण असेच घडतो. जेव्हा ध्येयांच्या बाबतीत तुमचा हा पवित्रा असेल, तेव्हा जरी तुम्ही ठरवलेल्या उद्दिष्टापर्यंत पोहोचण्यात अयशस्वी झालात, तरी तुम्ही तुमचा सर्वोच्च हेतू साध्य करण्यात कधीही अयशस्वी होणार नाही. जर तुम्ही अढळ विश्वास टिकवून ठेवलात आणि असाधारण प्रयत्न देऊ केलेत आणि ध्येयापर्यंत पोहोचण्यात कमी पडलात, तरीही तुम्ही मिरॅकल मेव्हन्सचे असे गुण आणि वैशिष्ट्ये विकसित केलेली असतील जी तुम्हाला सातत्याने पुढे जात तुमची ध्येयं साध्य करण्यासाठी मदत करतील. ते गुण आणि वैशिष्ट्ये जसे की विश्वास, स्वयंशिस्त, कामाप्रति नीतिमत्ता, लवचीकपणा वगैरे.

फक्त वाढ शेवटपर्यंत टिकते.

साधारणपणे, मला खऱ्या आयुष्यातील उदाहरणं आणि गोष्टींचं उदाहरणांचा वापर करून शिकवायला आवडतं. पण याबाबतीत, मी खालील गृहीत धरलेली परिस्थिती ही हा नवीन नमुना कसा काम करतो याचं उत्तम उदाहरण असेल. जॉन आणि मेरी या दोन सहकाऱ्यांपासून सुरुवात करू या. ते दोघं त्यांच्या चाळिशीत होते आणि मध्यम आकाराच्या कंपन्यांमध्ये नोकरी करून मध्यम वर्गीय उत्पन्न मिळवत होते. दोघंही कोट्यधीश व्हायची स्वप्नं बघत होते.

एका टळटळीत दुपारी जॉन एका स्थानिक दुकानात गेला आणि त्याने काही खायचे पदार्थ विकत घेतले, त्याबरोबर एक लोटो तिकीट विकत घेतलं. त्या दुपारी नशीब त्याच्या बाजूने होतं, कारण त्याने खेळलेल्या पाचही आकड्यांमुळे तो एका साध्या ऑफिस कर्मचाऱ्यावरून एक कोट्यधीश बनला. दुसऱ्या दिवशी सकाळी, त्याने त्याची नोकरी सोडली, आणि अजून मोठं घर शोधायला बाहेर पडला. त्याने युरोपमध्ये सुट्टी व्यतित करण्यासाठी एका सहा महिन्यांच्या महागड्या सुट्टीची योजना विकत घेतली. जॉनसाठी आयुष्य एकदम छान होतं.

त्याच्या अनेक वर्षांत पुढे न सरकलेल्या करीअरला वैतागून (आणि लोटोमध्येही न जिंकल्याने) मेरीने तिचा अनुभव वापरून तिचा स्वतःचा सल्लागाराचा व्यवसाय सुरू करायचं ठरवलं. तिने त्यात तिचा जीव ओतला आणि तिची खूप मोठी रक्कमही, जी चाळीस लाख होती. पण, इतर अनेक व्यवसायांप्रमाणे तो व्यवसाय एका वर्षातच बंद पडला. मेरी एक पाऊल मागे येऊन विचार करू लागली की, तिने तिला न आवडणारी ऑफिसमधली नोकरी पुन्हा करावी का. पण, किमान त्या नोकरीमुळे एक स्थिर पगार मिळाला असता.

त्याच वर्षात जॉन त्याच्या युरोपमधील दीर्घ सुट्टीवरून त्याच्या मोठ्या घरी एकटाच परत आला. त्याने अनेक नवीन गाड्या घेतल्या आणि तो दिवसभर टीव्ही बघत वेळ घालवत होता, रात्री रेस्टॉरंट आणि बारमध्ये जात होता. त्याला बहुतेक वेळा कंटाळा येत असे. पण तो अजून एक रात्र मजा करण्याचा विचार करे आणि मग त्याला बरं वाटत असे.

काळजीपूर्वक विचार केल्यावर मेरीने तिला न आवडणाऱ्या अन्य नोकरीवर परत न जाण्याचा निर्णय घेतला. तिने अढळ विश्वासाला जागृत केलं आणि नवीन व्यवसाय सुरू केला. पहिल्या अयशस्वी प्रयत्नातून शिकलेल्या धड्यांचा वापर करून तिने मार्केटमध्ये थोडा व्यवसाय मिळवला आणि पैसा कमवायला सुरुवात केली. तिला जवळजवळ दहा वर्षं लागली, पण अखेरीस तिने तिच्या बँक खात्यात एक कोटी रुपये जमा केलेच. आणि तो पैसा तिचा व्यवसाय वाढत गेला तसा वाढत गेला. तिने कधीही तिला काहीही परिणाम मिळाले तरी हार मानली नाही. मेरी एक मिरॅकल मेव्हन बनली.

दुर्दैवाने, ती दहा वर्षं जॉनकरता चांगली नव्हती. जॉनचा पैसा खर्च करण्याच्या सवयीमुळे तो लवकरच दिवाळखोर झाला. नक्कीच जॉनने मेरीपेक्षा एक कोटी रुपये फार लवकर आणि कमी कष्टात कमावले होते.

पण, त्याला तो पैसा कसा टिकवायचा याची काही कल्पना नव्हती. त्याने त्याच्या यशाचा सन्मान केला नाही आणि ना त्याला त्याची संपत्ती वाढवायला मदत करतील असे गुण विकसित केले नाहीत.

हे दोघं जरी काल्पनिक असले, तरी त्यांची परिस्थिती (साधारणपणे जी लहान प्रमाणावर) नेहमी घडत असते. आपल्यापैकी बहुतेक जण चंचल असतात. आपल्याला परिणाम लगेच हवे असतात. पण, लगेच हा काही महत्त्वाचे परिणाम मिळावेत आणि टिकवून ठेवता यावेत म्हणून स्वतःचा आवश्यक विकास करण्यासाठी मोठा काळ नव्हे. यशस्वी होण्यासाठी आणि ते यश टिकवून ठेवण्यासाठी तुम्हाला आवश्यक असलेले गुण विकसित करण्यासाठी हा काळ अजिबात पुरेसा नाही. म्हणूनच आपण पाहतो की अनेक लोकांना यश पटकन मिळतं, ते एका रात्रीत लॉटरी जिंकून सेलिब्रिटी होतात, पण जितक्या लवकर संपत्ती मिळाली, तितक्या लवकर ती गमावतातही.

आपला नमुना कसा विस्तारतो

एक प्रजाती म्हणून आणि वैयक्तिकरीत्याही, जे शक्य आहे त्याचा सातत्याने विस्तार करण्याची, ते मोठं करण्याची मनुष्यप्राण्याची क्षमता विलक्षण आहे. आजवर अनेक वेळा कल्पनाविलास वाटणाऱ्या गोष्टी वास्तवात उतरल्या आहेत, ज्या गोष्टींमुळे आपली ओळख विस्तारली आहे आणि आपल्या भविष्यातील शक्यताही विस्तारल्या आहेत.

तुम्ही लहान होतात तेव्हा तुम्हाला चालणं शक्य नव्हतं. नंतर हळूहळू, तुम्ही पहिलं पाऊल टाकलंत आणि अचानक तुमच्यासाठी चालणं ही सवय किंवा एक नमुना बनून गेलं. नंतर तुम्ही धावायला, उड्या मारायला सुरुवात केलीत आणि त्यानंतर त्यात प्रावीण्यही मिळवलंत. हे सगळे महत्त्वाचे टप्पे आपल्यापैकी बहुतेकांच्या आयुष्यात अगदी नैसर्गिकपणे येत गेले आणि आपण मोठे होत गेलो. अशाच प्रकारे आपलं व्यक्तिमत्त्वाची ओळख विस्तारत जाते आणि आकार घेते.

आपण शाळेत असतानाही यासारख्याच प्रक्रियेतून जातो. प्राथमिक शाळेत असताना, माध्यमिक शाळेचा विद्यार्थी असणं हे स्वप्न वाटतं. नंतर जेव्हा आपण माध्यमिक शाळेमध्ये जातो, तेव्हा आपण माध्यमिक शाळेतल्या

मुलांच्यातले एक होतो. तरीही, तिथे नवीन असताना आपल्या सीनिअर्स मुलांइतके स्मार्ट नसतो. ते वयाने मोठे असतात, त्यांच्यातील काही जण कार चालवतात आणि काही अगोदरच कॉलेजला गेलेले असतात.

तुम्ही नवीन विद्यार्थी होतात तेव्हाचे दिवस आठवून बघा आणि तेव्हा तुम्हाला तुमचे सीनिअर्स वयाने किती मोठे आणि परिपक्व वाटायचे ते आठवा. मला अजूनही आठवतं की मी माझे योसेमाइट हायस्कूलमधले सीनिअर्स मला खूप स्मार्ट वाटायचे. ते फक्त स्मार्ट नव्हते तर ते माझ्यापेक्षा खूप परिपक्वही होते आणि त्यांना सगळं उमजलं होतं असं वाटायचं.

आता जेव्हा मी स्वतःला त्या खूप स्मार्ट आणि परिपक्व वाटणाऱ्या सीनिअर्सची आठवण करून देतो, ज्यांना त्या वयातही सर्वकाही उमजलं आहे असं वाटायचं, ते तर मी माझ्या माध्यमिक शाळेतील वर्षांमध्ये सीनिअर असताना जितका अपरिपक्व, असुरक्षित आणि गोंधळलेला होतो तितकेच अपरिपक्व, असुरक्षित आणि गोंधळलेले होते. यामुळे मला एका गोष्टीची आठवण होते, की आपण सर्व जण आपल्याला ज्यांचं कौतुक वाटतं, त्या सर्वांची पातळी गाठण्याची क्षमता आपल्यामध्ये असते. तुम्हाला आज जी गोष्ट कल्पनाविलास वाटते, ती गोष्ट तुम्ही भविष्यातील वास्तव म्हणून निर्माण करू शकता.

आपण आपल्या शक्यतांच्या नमुन्याचा विस्तार कसा करू शकतो याचं एक बोलकं उदाहरण द्यायचं झालं, तर आपल्याला आपण किती पैसा कमावण्याची आपली क्षमता आहे याचा विचार करतो त्या वेळी आपल्याला ते समजतं. लहानपणी आपल्याला सुट्या पैशांची नाणी जमा करून आपल्या पिगी बँकमध्ये साठवायला किती उत्साह वाटायचा. त्या वेळी बाहेर जाऊन दहा डॉलर्स कमावणं हे आपल्या कुवतीबाहेरचं वाटायचं. एकदा आपल्याला पैसे घेऊन छोटी-मोठी कामं कोणी देऊ लागलं, जसं की शेजारीपाजारी त्यांची बाग साफ करायला सांगत, तेव्हा आपण चिल्लर सोडून नोटा साठवायला लागलो. अचानक, १० डॉलर्स कमावणं हे आपल्या शक्यतांच्या आवाक्यात आलं आणि आपण आपल्या पुढील टप्प्याकडे बघायला लागलो : १०० डॉलर्स कमावणे. हळूहळू ती १०० डॉलर्स कमावण्याची शक्यता १००० डॉलर्सपर्यंत पोहोचली, जी पुढे १०,००० डॉलर्स झाली आणि पुढे वाढत गेली.

मला चांगलंच आठवतं, मी एकोणीस वर्षांचा होतो आणि तासाला १० डॉलर्स देणारी माझी रेडिओ जॉकीची मला स्वप्नवत असलेली नोकरी एका संगीत कार्यक्रमात संगीत वादन करण्यासाठी सोडली; आणि कटकोची कटलरी कमिशन बेसिसवर विकून बघण्यासाठी माझी त्या कार्यक्रमाची तिकिटं विकून टाकली. पहिल्याच आठवड्यात, मी कमिशनमधून ३००० डॉलर्सपेक्षा जास्त कमाई केली, जी कमाई करायला मला रेडिओ स्टेशनवर ३०० तासांहून जास्त काम करावं लागलं असतं. तुम्ही कल्पना करू शकता की एका आठवड्यात मी जी कमाई केली ती करण्यासाठी अगोदर मला चार महिने लागत होते. यामुळे माझ्या आर्थिक भवितव्याचा नवीन नमुना निर्माण झाला होता.

मी जेव्हा 'मिरॅकल मॉर्निंग मिलेनिअर्स : व्हॉट द वेल्दी डू बिफोर ८ अच दॅट विल मेक यू रिच' हे माझं नुकतंच प्रसिद्ध झालेलं पुस्तक लिहीत होतो, तेव्हा मला स्वतःच्या बळावर कोट्यधीश झालेल्या डझनभर लोकांच्या मुलाखती घ्यायची आगळीवेगळी संधी मिळाली होती. यातील एक सामाईक सूत्र असं होतं की त्यांच्या आर्थिक शक्यता कशा हळूहळू आणि सातत्याने विस्तारत गेल्या आणि अजूनही होत आहेत.

बहुतेक कोट्यधीश लोकांसाठी एका वर्षात एक लाख डॉलर्स कमावणे हे त्यांच्या तरुणपणी स्वप्नवत होतं. त्यांनी अखेरीस जेव्हा ती अगोदर स्वप्नवत वाटणारी सहा आकडी कमाई केली, तेव्हा नंतर ती त्यांच्यासाठी एक नमुना झाली आणि त्यांनी त्याहूनही उंच ध्येयं निश्चित केली. बहुतेकांसाठी, त्यानंतरची चढाई धिम्या गतीने झाली – आंतरिक आणि बाह्य दोन्ही बाबतींत. म्हणजे आंतरिक विश्वास आणि बाह्य कमाईच्या बाबतीतही – जसं की १,००,००० डॉलर्स ते २,००,००० डॉलर्स ते ३,००,००० डॉलर्स आणि पुढे. कमाईच्या प्रत्येक पुढील पायरीमुळे त्यांना शक्यतांचा एक नवीन नमुना दृष्टिक्षेपात आला. तुम्हाला हेही जाणून घ्यायला आवडेल की कमाई वाढली म्हणून त्यांच्या कामाची पातळी वाढली असं आवश्यकरीत्या झालं नाही. अनेकदा ती कमी झाली. जसे ते अधिक ज्ञानी झाले, अधिक अनुभवी झाले, अधिक कार्यक्षम झाले आणि अधिक प्रभावी झाले, त्यांनी अधिक पैसाही कमावला. त्यांच्या व्यक्तिमत्त्वात बदल होऊन ते जे बनले, त्याचा परिणाम म्हणजे त्यांची संपत्ती होती.

तुमचा नमुना पुढील पातळीवर न्या

आपण रोज जितके विचार करतो त्याबाबत काही मतांतरं आहेत. मी इंटरनेट चाळलं असता मला आढळलं की आपल्या मनात रोज येणाऱ्या विचारांची संख्या प्रामुख्याने ५०,००० ते ६०,००० या आकड्यांच्या मध्ये असते. नक्की किती विचार येतात त्या निश्चित आकड्याचा विचार केला नाही, तर मला वाटतं की आपण सगळे याबाबत सहमत असू की आपण प्रत्येक दिवशी खूप विचार करतो.

विचार किती येतात तो अचूक आकडा महत्त्वाचा नाही. त्याहून तुमच्या-माझ्यासाठी अधिक महत्त्वाचं हे आहे की दररोज येणाऱ्या विचारांपैकी बहुतेक विचारांमध्ये तोचतोचपणा असतो. तुम्ही जर हे लक्षात घेतलं, की आपले विचार आपली ओळख निर्माण करतात तर हे खूप महत्त्वाचं आहे. वेगळ्या शब्दांत सांगायचं झालं तर, तुम्ही स्वतःबद्दल सातत्याने जे विचार करता, ते तुमचं वास्तव बनतं. तुम्हाला वाटता तितके तुम्ही सक्षम किंवा अक्षम असता. तुम्हाला आयुष्याच्या शक्यता मर्यादित किंवा अमर्यादित वाटत असतील तर त्या तशा असतात. हा सगळा तुमच्या समजुतीचा खेळ असतो. आपण उठतो आणि आपल्या मनामध्ये विचारांचे सवयीचे नमुने भरभरून येतात आणि बहुतेक वेळा ते आपला दिवस कसा पुढे सरकेल हे ठरवतात. सकाळी दरवाजाबाहेर पडण्यासाठी काय करावं लागेल याचा आपण विचार करतो. नंतर आपण विचार करतो की आपण घरी आल्यावर झोपण्यापूर्वी काय करायचं. आपण स्वतःला मोठं भविष्य लक्षात घेण्यासाठी आणि ते निर्माण करण्यासाठी आपल्याला कोण बनावे लागेल याचा विचार करण्यासाठी स्वतःला वेळच न दिल्यात जमा असतो. आणि म्हणून मग आपण तसेच राहतो आणि आपलं आयुष्यही अगदी तसंच राहतं.

आपण तेच विचार करत राहतो म्हणून आपण त्याच शक्यतांमध्ये अडकून पडतो किंवा त्या शक्यता नसण्यामध्ये अडकून पडतो. आता आपण जगत असलेलं वास्तव आजवर आपण आपल्या मनाला करू दिलेल्या विचारांमुळे निर्माण झालेलं असतं. तुमच्या जीवनात सुधार करण्यासाठी तुम्ही आधी सवयीने मनात येणाऱ्या विचारांमध्ये सुधारणा करा. हे करण्याचा सर्वांत प्रभावी मार्ग म्हणजे लेखी विधानं तयार करणे (जेणेकरून तुम्हाला फक्त तुमच्या स्मृतीवर अवलंबून राहायला लागणार नाही). ही अशी विधानं

असतील जी तुमच्या विचारांना तुमच्यासाठी जे सर्वाधिक महत्त्वाचं आहे, शक्य आहे, जे तुम्ही बनला पाहिजेत आणि शक्य असलेले अपरिहार्य करण्याच्या दृष्टीने काय केलं पाहिजे यासाठी धोरणात्मक रीतीने तयार केलेली असतात. यावर आपण ९व्या प्रकरणात पुरेसा वेळ देणार आहोत.

सर्व मिरॅकल मेव्हन्स स्वतःला ते आजवर जे नव्हते तसे बनताना बघण्याची तयारी करण्यापासून सुरुवात करतात. तुम्ही असं करता, तेव्हा तुम्हाला जाणवतं, की तुम्ही भूतकाळात काय केले आहे किंवा काय केले नाही याने काही फरक पडत नाही. तुमचे विचार महत्त्वाचे असतात आणि जेव्हा तुम्ही तुमच्या विचारांचा ताबा घेता, तुम्हाला जाणीव होते की अर्थपूर्ण परिणाम निर्माण करण्याची आणि तुमच्या आयुष्यात सुधारणा करण्याची क्षमता तुमच्याकडे कायमच उपलब्ध आहे. सातत्याने ही प्रक्रिया सुरू राहिली की त्यासोबत तुम्ही अधिक मोठं यश मिळवण्याच्या शक्यता आवाक्यात येतात.

सर्वकाही बदलून टाकणारे वर्ष

मी कटको सोडण्यापूर्वी, स्वतःसाठी अजून एक ध्येय निश्चित केलं होतं- मोठी झेप घ्यायची - मागील वर्षाच्या विक्रीच्या दुप्पट विक्री करायची. तुमची विक्री २५ टक्क्यांनी किंवा ५० टक्क्यांनी वाढवणं धमकावणारं असतं. पण, मी १०० टक्क्यांनी विक्री वाढवायची ठरवणं हे तर प्रचंड घाबरवणारं होतं. मी विशी गाठेपर्यंतची काही आणि त्यानंतरची काही, अशी मागील सात वर्षं मी एका वर्षात १००,००० डॉलर्सची उत्पादनं विकण्याच्या टप्प्याच्या दिशेने काम करत होतो. मी ते ध्येय दोन वेळा गाठलं आणि त्यामुळे दरवर्षी कंपनीच्या सर्वोच्च दहा (पाचव्या आणि सहाव्या क्रमांकांवर) क्रमांकांच्या यादीत राहिलो आणि त्यामुळे मला कंपनीतर्फे कॅनकम, मेक्सिको आणि बँफ, कॅनडा या ठिकाणी ट्रिपवर जायला मिळालं.

२००४मध्ये, पंचविसाव्या वर्षी, मी एक लेखक आणि व्याख्याता होण्याचं माझं स्वप्न पूर्ण करण्याच्या मार्गावर चालण्यासाठी तयार होतो. पण, मी सुरुवात करणारच होतो आणि मला एक वेदनादायक जाणीव झाली : मी कटकोमध्ये एक विक्री प्रतिनिधी म्हणून माझ्या क्षमता पूर्णपणे कधी वापरल्याच नाहीत. १००,००० डॉलर्सची विक्री हा एक अर्धवेळ कामातून केलेला प्रयत्न होता आणि त्यासाठी मी माझे आजवरचे सर्वोत्तम

प्रयत्न देऊ केलेच नव्हते, किमान एक पूर्ण वर्षभर तरी दिले नव्हते. मला माझं आजवरचं उद्दिष्ट दुप्पट करून एकाच वर्षात २००,००० डॉलर्सची विक्री करायची होती, तो एक असा टप्पा होता जो अगदी मूठभर विक्री प्रतिनिधींनाच शक्य झाला होता. असं करण्यामागील माझा प्राथमिक हेतू आयुष्यात स्वतःला जे पाहिजे आहे ते मिळवण्याकरता जे गुण आणि गुणवैशिष्ट्ये आवश्यक आहेत, ती विकसित करून स्वतःला सक्षम करणे हा होता. ते उद्दिष्ट माझं ध्येय बनलं.

त्या वर्षी मला इतर काही ध्येयं नव्हती असं नाही. खरं तर आता मी पूर्वीपेक्षा अधिक महत्त्वाच्या (दर्जा आणि आकार यांबाबतीत) ध्येयांप्रति वचनबद्ध होतो. माझ्या आजवरचा विक्रीचा आकडा दुप्पट करण्याच्या बरोबरीनेच मी माझं पहिलं पुस्तक लिहून प्रकाशित करण्याच्या तयारीत होतो, शाळा आणि कॉलेजमध्ये बारा व्याख्यानं दिली, जिच्याशी पुढे लग्न केलं त्या स्त्रीची भेट झाली आणि १०,००० डॉलर्स दान केले. आणि ही जरी माझी मुख्य ध्येयं होती, तरी ही यादी पूर्ण नव्हती. माझ्या आयुष्याच्या प्रत्येक अंगाच्या बाबतीत माझी ध्येयं ठरवली होती.

प्रत्येक ध्येय नीट स्पष्ट करणं हे खूप महत्त्वाचं होतं आणि त्या वर्षीच्या माझ्या स्वप्नावर खूप प्रभाव टाकणारं होतं. त्या वर्षी मी दोन्ही ध्येयं पूर्ण केली आणि माझी इतरही ध्येयं गाठली (आपण पुढील प्रकरणात तुमचं पहिलं ध्येय कसं ठरवायचं याबाबत बोलणार आहोत). माझ्या ध्येयांपैकी कोणत्या ध्येयांना सर्वोच्च प्राधान्य द्यायचं याबाबत स्पष्टता आणली आणि आपोआपच २००,००० डॉलर्सची विक्री करण्याच्या ध्येयावर मी जास्त वेळ खर्च केला. सोप्या शब्दांत सांगायचं तर, जोपर्यंत आधी ठरवलेल्या प्रक्रियेनुसार माझं स्वप्न पूर्ण करणं वास्तवात अपरिहार्य झालं नाही तोपर्यंत मी स्वतःला इतर ध्येयांवर वेळ खर्चू दिला नाही.

माझी वार्षिक विक्री दुप्पट करण्यासाठी, मी दररोज करायचो त्या फोन कॉल्सची संख्या दुप्पट केली (माझी 'प्रक्रिया') आणि त्या कॉल्सचे आणि त्यानंतर होणाऱ्या प्रेझेन्टेशन्सचे परिणाम काय असतील याच्याशी असणारी माझी भावनिक गुंतवणूक पूर्णपणे काढून टाकली. मी फक्त माझी प्रक्रिया करत गेलो जी अपरिहार्यपणे मला माझ्या इच्छित परिणामांकडे घेऊन जाणार होती. मी माझ्या सहकाऱ्यांचा एक गट तयार केला ज्यातील सर्वांना त्या वर्षी २,००,००० डॉलर्सच्या विक्रीचे ध्येय गाठायचे होते. दर

आठवड्याला आम्ही एकत्र फोनवर बोलायचो आणि आमचं यश-अपयश आणि आम्ही शिकलेले मौल्यवान धडेही एकमेकांना सांगायचो. असा गट तयार करणं जरी माझ्या यादीत खूप खाली होतं, तरी त्यामुळे माझ्या मुख्य स्वप्नाच्या दिशेने जाण्यासाठी खूप मदत झाली. मी नवीन क्षेत्रात काम करायला लागल्यावर या गटाने मला आधार दिला, मला नवीन कल्पना सुचवल्या आणि जेव्हा कधी मला स्वतःबद्दल शंका आली किंवा निराश वाटलं तेव्हा त्यांनी मला खूप ऊर्जा दिली.

मी माझं ध्येय निश्चित केल्यानंतर बारा महिन्यांच्या आत मला ईमेलवर माझ्या कमिशनचं स्टेटमेंट आलं. मी पाहिलं, की मी त्या वर्षी २,०५,००० डॉलर्सची विक्री केली होती. मी त्या आकड्याकडे अविश्वासाने पाहत राहिलो. मी माझ्या बेडच्या कडेला उभा होतो आणि संथ गतीने मागे पडलेलं मला चांगलं आठवतंय. मी एखाद्या ढगात पडत असल्याप्रमाणे मला वाटत होतं (इथे प्रेरणादायी संगीताची कल्पना करा). मला जे खूप अशक्य वाटत होतं ते मी साध्य केलं होतं हे जसं मेंदूला समजलं, तेव्हा माझी नाडी वेगाने धडधडू लागली. मला माझ्या जुन्या वास्तवातून या नवीन वास्तवात यायला थोडा वेळ जावा लागला. त्या क्षणापासून मला जाणवलं की आपल्यात आपल्या भीतीवर मात करण्याची आणि ज्या गोष्टीसाठी वचनबद्ध होण्याची तयारी असते ती कोणतीही गोष्ट प्राप्त करण्याची क्षमता असते.

आणि असा मी एकटाच नव्हतो. माझ्या गटातील अजून पाच जणांनी २,००,००० डॉलर्सचं लक्ष्य गाठलं जे आमच्या कंपनीच्या इतिहासातील सर्वोच्च होतं. पण, गोष्ट इथे संपलेली नाही. तुम्ही जेव्हा एखाद्या गोष्टीवर प्रचंड लक्ष केंद्रित करता, तेव्हा गमतीशीर गोष्टी घडतात. तुम्ही अढळ विश्वास आणि असाधारण प्रयत्न करत त्या ध्येयाच्या दिशेने जात असताना तुम्ही आजवर मागे सोडलेली अजूनही काही ध्येयं तुम्ही साध्य करता जी आता तुमच्या नवीन ओळखीशी सुसंगत असतात.

त्या एक वर्षाच्या काळात, मी माझं पहिलं पुस्तक, 'टेकिंग लाइफ हेड ऑन : हाऊ टू लव्ह द लाइफ यू हॅव व्हाइल यू क्रिएट द लाइफ ऑफ युवर ड्रीम्स', लिहून प्रकाशित केलं. मला स्वतःला व्याख्याता म्हणून स्थापित केलं, शरीरातील चरबीचं प्रमाण ५.७ टक्क्यांवर आणलं (मला माहीत नाही की ते निरोगी आहे का नाही); माझ्या स्वप्नातील स्त्रीला भेटलो (जिच्यापासून मला आता दोन मुलं आहेत); आठवड्यातून पाच

व्यायाम केला; आठवड्यातून तीन दिवस रॉक क्लाइंम्बिग केलं; योग सराव सुरू केला; आणि आजवर केले नव्हते तेवढे पैसे दान केले. ते वर्ष खरोखर असं होतं, की माझं आयुष्य बदलून गेलं कारण मी माझा नमुना बदलला; मी जे करण्यासाठी सक्षम होतो तो आणि जे करण्यासाठी वचनबद्ध होतो तोदेखील. थोडक्यात, अनेक वर्षं माझ्या पात्रतेपेक्षा कमी स्वीकारल्यानंतर, अखेरीस मी माझ्या क्षमता विस्तारल्या होत्या आणि स्वतःची अजून चांगली आवृत्ती बनलो होतो. ते वर्ष माझ्या आयुष्यातील उत्तम वर्ष होतं कारण मी पातळी उंचावली होती आणि अशी व्यक्ती बनलो होतो जी मी बनू शकतो याची मला नेहमीच कल्पना होती. आणि तो अनुभव तुम्हालाही यावा असं मला वाटतं.

आपण पुढच्या प्रकरणाकडे वळण्यापूर्वी, मी तुम्हाला तुमच्या स्वतःच्या आयुष्याच्या संदर्भातील नवीन ध्येयाचा नमुना लक्षात घेण्याची विनंती करतो. तुम्हाला आठवते का की कधी तुम्ही लवकर प्रयत्न सोडून दिलेत आणि पुन्हा सुरुवातही केली नाहीत कारण तुम्हाला ते यश अशक्य वाटत होतं? कधी शंका (किंवा तर्क) बाजूला सारून पुढे जात राहिलात आणि स्वतःला चमत्कारचकित केलेत? आपल्या सर्वांकडे अशा कहाण्या असतात. माझ्या आयुष्यातही अनेक वेळा मी खूप कष्ट करून ध्येय गाठलं. आणि असंही काही वेळा झालं की फारसे प्रयत्न केले नाहीत, तरीही ध्येय गाठलं. असंही कधीकधी झालं की मी खूप प्रयत्न केले आणि ध्येय गाठू शकलो नाही आणि अशीही वेळ येऊन गेली की मी फारसे प्रयत्न केले नाहीत आणि यशही मिळालं नाही. मुद्दा असा आहे, की तुमचे प्रयत्न नेहमी यशात, दृश्य रूपात दिसणाऱ्या परिणामांमध्ये परिवर्तित होतील असं नाही. पण, ते नेहमी तुम्हाला जे बनायचं आहे त्यासाठी तुम्हाला विकसित करत राहतील.

आता आपण ध्येयाचा खरा हेतू समजून घेतला आहे आणि तुमच्या शक्यतांचा नमुनाही विस्तारित केला आहे. पुढील प्रकरण तुमच्यासाठी सर्वांत महत्त्वाचं काय आहे आणि ते कसं ठरवायचं हे अजून खोलात जाऊन सांगेल. तुम्हाला तुमची कोणती ध्येयं तुमचं उद्देश्य होतील हे समजेल- तुमचं एकमेव सर्वांत महत्त्वाचं ध्येय ज्याचा सर्वांत जास्त प्रभाव तुम्हाला मिरॅकल मेव्हन बनवण्यासाठी तुमच्यातील गुणवैशिष्ट्ये आणि क्षमतांना विकसित करेल.

६

तुमचं उद्देश्य

ही तुमचं सर्वोच्च प्राधान्य स्पष्ट करण्याची वेळ आहे

'तुमचे व्यावसायिक जीवन दोन भागांमध्ये विभागलेले असते- सर्वांत महत्त्वाचे काय आहे आणि बाकी इतर गोष्टी. जे सर्वांत महत्त्वाचे आहे त्यासाठी तुम्ही प्रचंड मेहनत घेतली पाहिजे आणि इतर गोष्टींच्या बाबतीत जे घडेल ते स्वीकारले पाहिजे.व्यावसायिक यशासाठी हे आवश्यक असते.

–गॅरी केलर

तर मग शक्यतांचा हा नवीन नमुना कसा वाटतो? आता तुम्हाला तुमच्या ध्येयाचा खरा हेतू संपूर्णपणे नवीन प्रकारे समजला आहे, तर तुम्ही तुम्हाला हवी तितकी मोठी ध्येयं निश्चित करू शकता; अशी ध्येयं जी तुमच्यासाठी महत्त्वाची आहेत. आता कशाची भीती वाटण्याची गरज नाही कारण तुम्ही अपयशी होऊ शकत नाही. तुम्ही फक्त शिकू शकता, विकसित होऊ शकता आणि आजपर्यंत होतात त्यापेक्षा अजून चांगले बनू शकता. तुम्ही तुमच्या आरामाच्या कक्षेच्या जितके बाहेर पडाल, तितके अधिक शिकाल, तितक्या अधिक वेगाने मोठे व्हाल, आणि तितक्या लवकर मिरॅकल मेव्हनचे गुण तुमच्या अंगी येतील. अमर्याद अपरिहार्यतेचं एक नवीन जग तुमच्यासमोर आता खुलं झालं आहे.

कदाचित, तुम्ही कधीतरी स्वतःला अशा प्रकारे जगायला सुरुवात केल्यावर तुमचं आयुष्य कसं दिसेल (आणि कसं वाटेल) याबद्दलची थोडी दिवास्वप्नंही पाहू दिली असतील- की तुमचं उत्पन्न वाढलं आहे आणि आर्थिक सुरक्षिततेची एक नवीन भक्कम पातळी उभी केली आहे, व्यायाम वाढवला आहे आणि आयुष्याला सर्वोत्तम आकार दिलं आहेत आणि शेवटी काहीशा विस्मृतीत गेलेल्या यादीतील एकेक गोष्टी मिळवत आहात ज्यामध्ये तुमची मोठी ध्येयं आणि स्वप्नं समाविष्ट आहेत. विशेषकरून जर तुमची सर्वांत मोठी ध्येयं आणि स्वप्नं जर सगळी एकदम फळली तर, आयुष्य खूप चांगलं असेल ना?

एक मिनिट, सगळी एकदम? तुमची सगळी सर्वांत मोठी ध्येयं तुम्ही एकदम हाताळू शकाल असा विचार करत होतात का? याबद्दल एक मिनिट बोलू या.

एकलतेची ताकद

मागील वीस वर्षांत, मी जसजसा सर्व तऱ्हेच्या लोकांबरोबर काम करतो आहे, मला एक सामान्य अडचण दिसली की आपल्यापैकी बहुतेक जण एकाच वेळी अनेक ध्येयांवर काम करत असतात. त्यातही कोणत्या ध्येयांना

जास्त प्राधान्य द्यायचं याबाबतची स्पष्टता नसते. आपली ध्येयं आरोग्याबाबत असतात, कौटुंबिक, आर्थिक, व्यावसायिक, नातेसंबंध यांबाबत असतात. ही यादी अशीच वाढू शकते. आपल्या ध्येयांना जर प्राधान्य दिलं नाही तर काय होतं हे तुम्हाला माहीत आहे का? आपण व्यग्र राहतो, कदाचित थोडीफार प्रगती करतो. पण, बहुतेक वेळा आपण भारावून जातो आणि/किंवा आपलं लक्ष्य निसटून जातं.

आपण अशा प्रकारच्या ध्येयनिश्चितीची तुलना एकाच वेळी अनेक कामं करण्याशी करू शकतो. एकाच वेळी अनेक कामांमध्ये बुडून जाणं खूप सोपं आहे. आपल्यावर अशाप्रकारे दिवस व्यतित करण्याचा सांस्कृतिक संस्कार आहे. आपल्या मेंदूचे अनेक कप्पे करून वेगवेगळी कामं एकाचवेळी करत राहायची. आपण काम करत असतो तेव्हा पटकन फेसबुकवरचं एक नोटिफिकेशन चेक करून येतो. कार चालवताना फोनवर बोलतो. आपल्या मुलांबरोबर खेळताना टेक्स्ट मेसेज वाचतो. आपल्याला असं एका वेळी अनेक कामं करण्याच्या कलेवर प्रभुत्व मिळवल्यासारखं वाटतं. पण आपण खरोखर अधिक कार्यक्षम आहोत का?

याचं सोपं उत्तर नाही असं आहे. २००९ साली स्टॅनफोर्ड युनिव्हर्सिटीने केलेल्या अभ्यासात असं आढळून आलं की जे लोक नेहमी एकाच वेळी अनेक कामं करतात, त्यासाठी माध्यमांचे विविध प्रकार वापरतात, ते लोक प्रत्यक्षात कमी कार्यक्षम असतात. त्यांना अनावश्यक माहिती काढून टाकण्यासाठी आणि दोन वेगवेगळ्या कामांमध्ये इकडून तिकडे करताना खूप त्रास होतो. जे लोक दोन कामांच्या मध्ये त्यांचं लक्ष इकडे तिकडे करत नाहीत, त्यांच्या तुलनेत त्यांची स्मृती तितकी तीव्र नसते. एकाच वेळी अनेक कामं केल्याने तुमची प्रगती मंदावते. आणि एकाच वेळी अनेक ध्येयांचा पाठलाग केल्याने, सर्व ध्येयांना समान महत्त्व दिल्यानेही तेच होतं.

असं समजा की तुम्ही तुमचं लक्ष एकाच वेळी पाच विविध ध्येयांमध्ये विभागलं आहे. काही महिन्यांत, कदाचित तुम्ही त्यातील दोनेक ध्येयांमध्ये ५ ते ७ टक्के प्रगती कराल आणि इतर ध्येयं २ ते ३ टक्क्यांवर मागे पडतील; आणि काही ध्येयांना तर तुम्ही अजून स्पर्शही केलेला नसेल. अजून काही महिन्यांनी, तुम्ही कदाचित काही ध्येयांच्या बाबतीत अजून ५ ते ७ टक्के प्रगती कराल, इतरांच्या बाबतीत २ ते ३ टक्के आणि एक किंवा दोन

ध्येयं अगदी दुर्लक्षित कराल. सहा महिन्यांनी तुम्ही कोणत्याही ध्येयाच्या पृष्ठभागापलीकडेही गेलेला नसाल. तोपर्यंत तुमच्यातील आंतरिक इच्छा आणि ज्या प्रेरणेने तुम्ही प्रत्येक ध्येय निश्चित केलं होतं, ती आंतरिक इच्छा आणि प्रेरणादेखील कमी झाली असेल; आणि तुम्हाला उत्साहित करणाऱ्या, ताज्या आणि रोमांचक अशा पाच नवीन ध्येयांच्या दिशेने वाटचाल करण्याची इच्छा होईल. तुम्ही असाच पवित्रा घेतलात, तर तुम्ही त्या नवीन ध्येयांच्या बाबतीतही अजून ५-७ टक्के (किंवा त्याहून कमी) प्रगती कराल. एकाच वेळी अनेक ध्येयांमध्ये लक्ष विभागण्याची पद्धत कधी न संपणाऱ्या अपयशी ध्येयांचं आणि अवास्तव क्षमतांचं शाश्वत चक्र बनते. हे चक्र तुम्हाला प्राध्यान्य देण्याची, लक्ष एकाग्र करण्याची आणि दीर्घ काळ लक्ष केंद्रित ठेवण्याची क्षमता विकसित करण्यापासून रोखते. या क्षमता महत्त्वाची ध्येयं प्राप्त करण्यासाठी आणि दृश्य, मोजण्यायोग्य परिणामांची निर्मिती करण्यासाठी आवश्यक असतात.

आपण जितकी अधिक ध्येयं निश्चित करू आणि सर्वांना जर समान प्राधान्य देऊ, तितकी आपल्यासाठी सर्वांत जास्त महत्त्वाचं आहे ते मिळवण्याची शक्यता कमी असते. जर आपल्याला सर्वोच्च (एकल) प्राधान्याबाबत स्पष्टता नसेल, तर मनुष्यस्वभावानुसार आपण कमीतकमी विरोध असलेल्या मार्गाची निवड करून आणि कमी महत्त्वाचे परिणाम देणाऱ्या कृतींची निवड करून आपण त्यात व्यग्र राहू. आपण जेव्हा फोन करून अधिक प्रभावीपणे संभाषण करू शकतो तेव्हा आपण त्याऐवजी ईमेल पाठवतो. जेव्हा एखादं वैयक्तिक विकासाचं पुस्तक वाचू शकतो तेव्हा त्याऐवजी आपण नेटफ्लिक्स बघतो. आपण आपल्या व्यग्रतेला आपली अमर्यादता अशा प्रकारे हडप करू देतो.

आपण असं करणं थांबवलं पाहिजे. तुम्ही तुमच्यासाठी काय महत्त्वाचं आहे त्यावर लक्ष केंद्रित करायला शिकलं पाहिजे. त्यामुळे तुम्ही जे खरोखर महत्त्वाचं आहे त्याचा अनुभव घ्यायला सुरुवात करू शकाल. या प्रकरणात आणि उर्वरित पुस्तकातही, तुम्ही फक्त एकाच ध्येयावर लक्ष केंद्रित करणार आहात- तुमच्या सर्वांत महत्त्वाच्या ध्येयावर, हे ध्येय तुमचं जीवनमान सर्वांत जास्त प्रभावित करणार आहे. मला जाणवलं की ते कदाचित अस्वस्थ करणारं असेल. तुम्ही म्हणाल, ''पण हाल, माझ्यासाठी

खूप गोष्टी महत्त्वाच्या आहेत. मला खूप ध्येयं प्राप्त करायची आहेत. तुम्ही मला फक्त एक ध्येय निवडायला कसं काय सांगू शकता?'' मी ऐकतो आहे आणि एकाच वेळी अनेक कामं करणाऱ्या लोकांना माझं बोलणं कसं वाटत असेल तेही समजत आहे. पण, मला खरोखर असं वाटतं की मिरॅकल मेव्हन बनण्यात तुम्हाला यश मिळावं आणि एकाच गोष्टीवर लक्ष केंद्रित करून ते टिकवून ठेवण्याने ते तुम्हाला अधिक प्रभावीपणे करता येईल.

मी आणि माझा व्यावसायिक भागीदार जॉन बरगॉफ यांनी क्वांटम लीप मास्टरमाइंड रिट्रीट्स आयोजित केली होती. त्यादरम्यान प्राइसलाइन. कॉमचे संस्थापक आणि अब्जाधीश जेफ हॉफमन यांनी भाषण केलं. त्यातील अनेक गोष्टी मी टिपून घेतल्या आणि त्यापैकी पुढील गोष्टी खूपच ठळकपणे लक्षात राहिल्या : 'तुम्ही एकापेक्षा अधिक खेळांत सुवर्णपदक जिंकू शकत नाही.' हे समजण्यासाठी एक मिनिट वेळ घ्या. अनेक ऑलिम्पिक खेळाडू त्यांचं संपूर्ण आयुष्य एका गोष्टीमध्ये स्वतःला जगातील सर्वोतम म्हणून विकसित करण्यासाठी केंद्रित करतात. आणि आपण मागील प्रकरणात काय शिकलो आहोत ते लक्षात ठेवा- जेव्हा तुम्ही एकाच उद्देश्याची निवड करून त्याला वचनबद्ध होता, तुमची इतर ध्येयं प्राप्त करणं अधिक शक्य होतं कारण तुम्ही तुमच्या सर्वोच्च प्राधान्याशी सुसंगत असं जीवन जगणार असता.

या प्रकरणात, तुम्ही तुमच्या सर्वोच्च प्राधान्याशी सुसंगत जगत आहात का नाही हे स्पष्ट होईल. (तुम्ही तसं जगत नसाल याचीच शक्यता जास्त आहे. चिंता करू नका, कारण तसं करणारेही तुम्ही एकटे नसणार आहात.) नंतर तुम्ही एकाच उद्देश्याकडे झेप मारून त्याच्याशी वचनबद्ध राहणार आहात (आणि मी तुम्हाला विनंती करतो की तुम्ही हे प्रकरण वाचताना तसे करा, कारण तेव्हा हे सर्व तुमच्या मनात ताजे असेल) मी तुम्हाला काही सुरक्षिततेच्या जाळ्या देऊ करणार आहे जेणेकरून तुमचं उद्देश्य प्राप्त करण्यासाठी तुम्ही आधार म्हणून त्याकडे पाहाल. हे सर्व दहाव्या प्रकरणातील ३० दिवसांच्या मिरॅकल इक्वेशन आव्हानासाठीची तयारी म्हणून करायचे आहे.

ठीक आहे, एक दीर्घ श्वास घ्या. आपण झेप घेतो आहोत.

जे सर्वांत जास्त महत्त्वाचं आहे त्यापासून सुरुवात करा

काही जण म्हणतील की तुमची सर्वोच्च प्राधान्यं ओळखण्याचा सर्वांत वेगवान मार्ग म्हणजे तुम्ही अजून किती जगणार आहात किंवा तुमच्या सर्वांत जवळची व्यक्ती किती जगेल या वास्तवाला सामोरे जा. मला जेव्हा सदतिसाव्या वर्षी कॅन्सर झाला, तेव्हा मी माझ्या प्राधान्यांचा विचार केला (हो, तोपर्यंत माझी अनेक प्राधान्यं होती). पहिलं कुटुंब, दुसरं म्हणजे आरोग्य, तिसरं मित्र, चौथं आर्थिक सुरक्षितता, पाचवं उत्पादकता / कामगिरी आणि सहावं होतं मौजमजा, अशा क्रमाने माझी प्राधान्यं होती. तरीही पुढील काही महिन्यांत मृत्यू येण्याची शक्यता ७०-८० टक्के आहे हे समजल्यावर माझ्यासाठी काय खरं आहे हे लवकरच जाणवलं : मी भ्रमात होतो.

जर तुम्ही मला माझ्या जगात माझ्यासाठी सर्वांत जास्त महत्त्वाचं काय आहे असं विचारलं असतं, तर मी विनासंकोच तुम्हाला सांगितलं असतं : 'माझं कुटुंब'. आणि ते खरं आहे. मी माझी पत्नी आणि दोन मुलं यांच्यापेक्षा जास्त कोणावर प्रेम केलं नाहीये. ते माझं जग आहे आणि माझा खरोखर विश्वास आहे की इतर गोष्टी त्यांच्यानंतर येतात. मी जे केलं ते त्यांच्यासाठी केलं.

मग समस्या काय होती? काय बिनसलं होतं? तर, माझ्या वेळापत्रकावर एक नजर फिरवून ते शोधणं अवघड नव्हतं. मी माझा वेळ कसा घालवायचो त्यावरून वेगळं चित्र उभं राहिलं : मी सतत व्यवसायासाठी प्रवास करत होतो, मी आठवड्याला साठपेक्षा जास्त तास काम करत होतो, मी आठवड्यातील सुट्टीच्या दिवशीदेखील कुटुंबाला वेळ देत नव्हतो कारण माझा अजून एक मोठा प्रोजेक्ट येऊ घातला होता. नेहमी माझी त्याहून कमी महत्त्वाची प्राधान्यांसाठी माझं कुटुंब माझ्यासाठी प्रथम प्राधान्य होतं, तर ते बाजूला सारलं जात होतं. माझ्या कृती मी जे माझ्यासाठी महत्त्वाचं होतं असं बोलत होतो (किंवा तसा विचार करत होतो)त्याच्याशी सुसंगत नव्हत्या.

खोलात जाऊन आत्मपरीक्षण सखोल मनन केल्यावर असं लक्षात आलं की मी इतर कोणत्याही गोष्टीपेक्षा माझी उत्पादकता आणि माझी कामगिरी यांना जास्त महत्त्व देत होतो. माझा बहुतेक सगळा वेळ आणि ऊर्जा एक काम संपवून दुसरं मिळवण्यावर खर्च होत होता. माझ्या मुलांना

रात्री झोपण्यापूर्वी गोष्टी सांगण्याऐवजी मी माझ्या व्यावसायिक गुंत्यांमध्ये अडकलेला होतो. माझ्या ईमेल्स वाचून मला खूप निकडीच्या आहेत असं वाटायचं त्यांना उत्तर देत देत मी तिच्याकडे बघून फक्त बळच मान डोलावायचो. मी कोणत्याही एका गोष्टीवर खरोखर लक्ष केंद्रित केलेलं नव्हतं, विशेषकरून माझ्या कुटुंबावर. म्हणजे तसं मला तर वाटत होतं. मला माझ्या आणि माझ्या कुटुंबासाठी आर्थिक सुरक्षितता महत्त्वाची वाटायची. पण त्यासाठी माझ्याकडे चांगलं कारण होतं. मला ते लोक हवे होते, ते मला माझ्यापेक्षा खूप महत्त्वाचे होते. त्यांना चांगलं जेवू घालायचं होतं, चांगले कपडे द्यायचे होते आणि सुखात ठेवायचं होतं. मी जेव्हा बसून माझ्या विचारांची दिशा तपासली तेव्हा मला दिसलं की जरी माझा रोख आर्थिक सुरक्षिततेवर होता, तरी त्याचा उगम माझ्या कुटुंबीयांवरील प्रेमातून झालेला नव्हता, तो भयातून झालेला होता. माझ्या प्राधान्यांमध्ये झालेला सूक्ष्म बदलांशी त्याचा काडीमात्र संबंध नव्हता.

२००८ साली आलेल्या आर्थिक मंदीनंतरच्या वर्षांमध्ये, मला माझ्या ग्राहकांवर पूर्ण नियंत्रण आहे असं वाटायचं त्यात बदल झाला आणि त्या मंदीत होरपळले गेलेले माझे निम्म्याहून अधिक ग्राहक गमावले. त्यांना माझ्याकडून काहीही खरेदी करणं आता शक्य नव्हतं. माझ्या उत्पन्नामध्ये मोठा खड्डा पडल्याने मी माझं कर्ज फेडू शकत नव्हतो आणि त्यामुळे माझी पत खराब झाल्यामुळे माझ्या घरावर जप्ती आली आणि मी घर गमावलं. हे सगळ्याचं मूळ होतं आणि ते प्रचंड भीतिदायक होतं. मी काहीही केलं तरी माझा व्यवसाय वाढत नव्हता आणि मी कर्जात बुडत चाललो होतो. मी त्या आर्थिक नुकसानाच्या खड्ड्यातून स्वतःला कसं वर काढणार होतो हे मलाही समजत नव्हतं. जरी मी नंतर माझी परिस्थिती बदलली आणि पुढे जात राहिलो तरीही मला अनेक वर्षांनंतर लक्षात आलं की माझ्या आत कुठेतरी ती भीती घर करून बसली होती की मी पुन्हा हे सर्वकाही गमावेन.

आणि त्यामुळे माझ्या ग्राहकांकडून येणारे ईमेल्स हे माझ्यासाठी सर्वांत जास्त महत्त्वाचे बनले होते. मी द्यायचो ते प्रत्येक व्याख्यान माझ्यासाठी जीवनदायिनीसारखं होतं. हो, मला माझ्या कुटुंबासाठी कमवायचं होतं. त्याहून पुढची गोष्ट म्हणजे मला पुन्हा एकदा आर्थिक संकटातून, नैराश्यातून जाण्याची भीती होती. ती एक अशी भावना होती की जणू माझ्या आयुष्यावर माझं शून्य नियंत्रण आहे.

त्या भीतीचा सामना करण्यासाठी, उत्पादकता हे माझं सर्वोच्च प्राधान्य होतं, मग भले मला त्याची जाणीव असो किंवा नसो. आणि या वर्षी माझ्या व्याख्यानांमधून अगणित लोकांशी संवाद साधताना मला दिसलं की अनेकांच्या बाबतीत असच घडलं होतं. मग तुम्ही त्याला उत्पादकता म्हणा किंवा यश, कामगिरी किंवा काम म्हणा; या सगळ्या गोष्टी एकाच प्रकारात मोडतात आणि आपल्यापैकी अनेकांना त्याचं व्यसन जडलेलं आहे. आपण फक्त आपल्याला व्यग्र ठेवणाऱ्या आणि खूप आनुषंगिक कामांमध्ये बुडालेले नसतो, तर आपण आपल्यासाठी जे महत्त्वाचं आहे त्याकडे दुर्लक्ष करून त्यावर लक्ष केंद्रित करतो.

आपण जेव्हा सतत अशा प्रकारे काम करतो तेव्हा आपलं शरीर आणि मेंदू दोन्हींचं नुकसान होतं. त्यामुळे आपण स्वतःच्या तब्येतीचं नुकसान करत असतो. त्याहीपेक्षा जास्त आपण आपल्या कुटुंबाचं, आपल्या मौजमजेचं, आपल्या आध्यात्मिकतेचं आणि आपल्या कामाचंदेखील (सगळं एकाच वेळी) नुकसान करतो कारण आपण अखेरीस स्वतःला थकवतो. जर तुम्हाला एकच सर्वोच्च प्राधान्य असेल तर बाकी सर्वकाही गोष्टी प्राधान्यांच्या यादीत खाली ढकलल्या जातात.

पण, आपण उत्पादकतेशी संबंधित कामांच्या बाबतीत तसं करत नाही. आपण ते महत्त्वाच्या नसलेल्या अनेक कामांच्या बरोबरीने करत राहतो. तुम्हीच पहा की तुम्ही किती वेळ नेटफ्लिक्स, इंटरनेट, फेसबुक चाळण्यात घालवता, किंवा तुमच्या फोनवर गेम्स खेळण्यात वाया घालवता. हो, या सर्व गोष्टी तुम्ही तुमच्या महत्त्वाच्या प्राधान्यावर वेळ खर्च करताना गणल्या जातात. तुम्ही कधी असा विचार केला आहे का, की माझ्याकडे दररोज माझ्या सर्वोच्च प्राधान्याच्या गोष्टीसाठी वेळ नाहीये. हे आवश्यक नाही की तुमच्याकडे पुरेसा वेळ नाहीये, पण तुम्ही इतर कमी महत्त्वाच्या गोष्टींवर त्या जास्त महत्त्वाच्या आहेत असं समजून जास्त वेळ घालवता आहात. याचं साधं कारण म्हणजे तुम्ही त्या गोष्टी करण्यात वेळ वाया घालवता. लक्षात ठेवा, तुमचं वेळापत्रक खोटं बोलत नाही.

मला कॅन्सर आहे याचं निदान होईपर्यंत मला मी फक्त माझ्या सर्वोच्च प्राधान्यांशी विसंगत जीवन जगत नव्हतो याची जाणीव झाली नव्हती. तोपर्यंत माझा दिवस हा माझ्या आतील भीतीने प्रेरित असायचा. मला तसं

वाटण्याचं कारणदेखील होतं; कारण मी तशा परिस्थितीतून गेलो होतो. परंतु, मला नाही वाटत की आपण सर्व जण असे भीतीपोटी जगतो; किमान मी जगत नव्हतो हे मला माहीत होतं. म्हणून मी एक मोठा बदल करण्याचं ठरवलं जेणेकरून माझं सर्वोच्च प्राधान्य असलेलं माझं कुटुंब माझ्या दिनचर्येत सर्वप्रथम असेल. मी पाच दिवसांची किमोथेरपी करून घरी आलो तेव्हा याची सुरुवात झाली. मी माझ्या चार वर्षांच्या मुलासमोर बसलो आणि त्याला म्हणालो ''बाळा, आपण आज तुला जे हवं ते करू शकतो! आपण तलावाकाठी जाऊ शकतो. आपण गो कार्टिंग, किंवा बोलिंगसाठी जाऊ शकतो. आपण तुला हवं ते काहीही करू शकतो!''

त्याचं उत्तर होतं, ''खरच?? हं.. मग आपण माझ्या खोलीत माझ्या खेळण्यांबरोबर खेळू या.''

मला वाटलं मी काय म्हणतो आहे ते त्याला समजलं नाही. ''नाही बाळा, मी म्हणतो आहे की तुला पाहिजे ते काहीही! जर तू काही करू शकत असशील तर तुला काय करायला आवडेल?''

त्याचं उत्तर होतं, ''मला माझ्या खोलीत तुमच्याबरोबर खेळायचं आहे.''

हे माझ्या डोळ्यांत अंजन घालणारं होतं. मला जाणवलं की माझ्या मुलाचं सर्वोच्च प्राधान्य फक्त माझ्याशी खेळणे हेच होतं. जर माझ्यासाठी माझ्या जगातील सर्वांत महत्त्वाची गोष्ट माझं कुटुंब ही होती, तर माझ्या मुलासाठी जे सर्वांत जास्त महत्त्वाचं होतं, तेच माझ्यासाठीही सर्वांत जास्त महत्त्वाचं होतं.

एका क्षणात मला एक साक्षात्कार झाला : मी किती कर्ज फेडलं हे माझ्या मुलांना लक्षात राहणार नाहीये. त्यांना मी किती पुस्तकं लिहिली, किती विकली याची चिंता नाहीये; आणि माझ्या आयुष्याच्या अखेरीस, (जी मला फार दूर आहे असं मला वाटत नाही) मलाही नसेल. मला असंदेखील जाणवलं की मी काम संपवून मग माझ्या मुलांबरोबर 'चांगला' वेळ घालवण्याची वाट बघायचो आणि तसं करून मी माझ्या आयुष्यातील सर्वांत महत्त्वाच्या लोकांच्या वाट्याला 'उरलासुरला बाप' देऊ करत होतो. माझी उत्तम आवृत्ती त्यांच्या वाट्याला येतच नव्हती. थकलेला, दमलेला आणि मानसिकदृष्ट्या गळून गेलेला मी त्यांच्या वाट्याला येत होतो. आणि तेही थकलेले होते. मला ते बदलायचं होतं आणि माझ्या कुटुंबाला माझ्या

वेळापत्रकात सर्वप्रथम आणायचं होतं, प्रत्यक्षात आणि वेळापत्रकातील आकड्यातूनदेखील.

म्हणून मग त्या सकाळी, मी आणि माझा मुलगा दोघे त्याच्या खोलीत जाऊन खेळलो. मी रोज सकाळी तो शाळेला जाण्यापूर्वी त्याच्याशी अर्धा तास खेळायचं असं ठरवून टाकलं. त्यासाठी मला फक्त थोडासा वेळ द्यायला लागला आणि त्याच्यासाठी मी त्याला वेळ देणं ही खूप मोठी गोष्ट होती. त्याचा परिणाम म्हणून आम्ही दररोज आमचं नातं अधिकाधिक घट्ट करू शकलो.

तुमचं वेळापत्रक तुमच्या सर्वोच्च प्राधान्याशी सुसंगत करा

माझ्या मुलासोबत तो दिवस घालवल्यानंतर आणि कॅन्सरमधून बरा झाल्यानंतर मी माझ्या कुटुंबावर खूप लक्ष केंद्रित केलं आणि उत्तम बाप आणि पती होण्यासाठी जे काय शक्य होतं ते करायचं होतं. यामुळे मी माझ्या वेळापत्रकात मोठे बदल केले जेणेकरून ते माझ्या सर्वोच्च प्राधान्यांशी आणि जे माझ्यासाठी खरोखर महत्त्वाचं आहे त्याच्याशी सुसंगत असेल. आमच्या घरी दिवस/ आठवडा साधारणपणे कसा असतो ते पहा :

मी अजूनही दररोज पहाटे ४.३० वाजता मिरॅकल मॉर्निंग करता आणि S.A.V.E.R. करता उठतो. R म्हणजे रीडिंग टाइम. आता मी एक नियम केला आहे की मी पालकत्व किंवा लग्न या विषयावरील पुस्तकाची किमान दहा पानं वाचल्याशिवाय मला व्यवसायविषयक पुस्तक वाचायला परवानगी नाही. या वचनबद्धतेमुळेच मला दररोज आठवण करून दिली जाते की माझं कुटुंब हे माझं प्रथम प्राधान्य आहे.

सहा वाजता, मी माझ्या मुलाच्या आणि मुलीच्या खोलीत जातो आणि त्या दोघांनाही उठवतो (जे आधी नेहमी माझी पत्नी करायची आणि मी माझा सकाळचा वेळ एकट्याने घालवायचो). मी त्यांना अशा प्रकारे जागं करण्याचा प्रयत्न करतो की त्यामुळे त्यांचा दिवस सकारात्मक मानसिकतेने आणि सकारात्मक भावनांनी सुरू होईल. प्रथम मी हळूच त्यांच्या अंथरुणात शिरतो आणि त्यांना कुशीत घेतो किंवा गुदगुल्या करतो. नंतर मी ते जागे होत असताना सकारात्मक विधानं करतो, जसे की, 'सुप्रभात माझ्या बाळांनो... तुम्ही प्रेमळ, आणि हुशार आहात... तुमच्यामध्ये आता जागे

होताना सकारात्मक ऊर्जा भरलेली आहे... आता अंथरुणातून उठायची वेळ आहे आणि दिवसाचा उत्तम उपयोग करण्याची वेळ आहे.' मी जे माझ्या मनात येईल ते म्हणतो. नेहमी मी या गोष्टी गातो, कधीकधी मजेशीर आवाजात म्हणतो. हे सगळं फक्त सगळ्याची छान सरमिसळ करून त्यांचं जागं करणं मजेशीर व्हावं म्हणून.

एकदा का माझी मुलं दात घासून कपडे घालून तयार झाली, की आम्ही मिरॅकल मॉर्निंगची लहान मुलांसाठीची आवृत्ती करतो. नंतर मी माझ्या मुलाबरोबर खेळतो (जी त्याची सर्वांत आवडती गोष्ट आहे), ज्यामध्ये आकड्यांशी खेळण्यापासून बोर्डगेम्सपर्यंत सगळ्याचा समावेश असतो. लहान मुलांसाठीची मिरॅकल मॉर्निंग आणि खेळून झालं, की माझ्या पत्नीचा मदतनीस म्हणून काम करतो. तिला मुलांचे शाळेचे डबे भरायला मदत करतो (ही अशी गोष्ट आहे जी मी पूर्वी कधीही करत नव्हतो, कारण मी माझ्या ऑफिसचं काम करण्यात बुडालेला असायचो). माझ्या पत्नीला आणि मुलांना सकाळी तयार होण्यासाठी मदत करणं हा एक अर्थपूर्ण कौटुंबिक अनुभव झाला आहे. हे कोणी लादलेलं नाही; पण, आमच्यातील नातं घट्ट करण्याची आणि माझ्या मुलांवर सकारात्मक प्रभाव पाडण्याची संधी आहे.

नंतर मी माझ्या मुलाला आणि मुलीला शाळेत सोडतो (जे काम मी आधी काहीही विचार न करता माझ्या पत्नीवर ढकलून दिलेलं होतं). दररोज सकाळी माझ्या मुलांबरोबर इतका छान वेळ घालवणं- त्यांना दिवसाची सुरुवात करून देणं अर्थपूर्ण संवाद साधणं, चांगलं संगीत ऐकणं, नृत्य करणं (हो, आम्ही कारमध्येही नृत्य करतो) - हे अनमोल आहे! मी आठवड्यातून तीन दिवस संध्याकाळी ५ वाजता काम संपवण्याऐवजी दुपारी २ वाजता संपवायला सुरुवात केली, जेणेकरून मला मुलांना शाळेतून आणायला जाता येईल. माझ्या दिवसाच्या कामातून तीन तास काढणं हे मला सुरुवातीला जरा जड गेलं. पण, मी ते केलं याचा मला आनंद आहे.

संध्याकाळी ५ वाजता आम्ही एकत्र जेवतो. त्या वेळी आम्ही कृतज्ञता व्यक्त करणारा अक्षरांचा खेळ खेळतो ज्यातून आम्ही कशाबद्दल कृतज्ञ आहोत हे सांगता येतं. या खेळाची सुरुवात 'अ' अक्षरापासून करतो. मी मुलांना झोपवण्याच्या कामातही सामील असतो. मी त्यांना गोष्ट वाचून दाखवतो किंवा माझ्या लहानपणातील गोष्टी सांगतो (ज्या तुमच्या मुलांना

तुम्हाला जाणून घेण्यास मदत करतात आणि तुम्ही आयुष्यभरात शिकलेले अमूल्य धडे शिकवण्यास मदत करतात). यामुळे मी दिवसाची सुरुवात आणि ते झोपण्यापूर्वी दिवसाची अखेर मुलांसोबत वेळ घालवून करतो या गोष्टीला सर्वोच्च प्राधान्य दिलं जातं.

शनिवारी मी मुलांना बाहेर घेऊन जातो ज्यामुळे त्यांना आनंद मिळेल अशा गोष्टी करता येतात आणि माझ्या पत्नीला तिच्यासाठी वेळ मिळतो. आणि दर आठवड्यातून एका रात्री माझी पत्नी आणि मी फक्त दोघेच एकमेकांना वेळ देतो. आम्ही मुलांना सांभाळायला कोणाचीतरी मदत घेतो आणि एकमेकांसोबत वेळ घालवण्यासाठी दोघेही बाहेर जातो.

या सगळ्या गोष्टी एका रात्रीत घडल्या नाहीत, पण हळूहळू नक्कीच घडल्या. आणि त्या करणं अजिबात सोपं नव्हतं. मला अजूनही भीती वाटते की पुन्हा अर्थव्यवस्था घसरेल आणि मला पुन्हा एकदा आर्थिक संकटाला तोंड द्यायला लागेल. यामुळे मी कामावर/ उत्पादकतेवर पुन्हा भर देतो. पण चांगली बातमी अशी, की आता मला माझ्या सर्वोच्च प्राधान्यांशी सुसंगतपणे जगता येऊ लागलं आहे (जसं की बदलासोबत जगता येऊ लागलं आहे) आणि हे सोपं आणि नैसर्गिक वाटतं. एक दिवस कोणीतरी मला एका कार्यक्रमाला बोलावलं होतं. तो कार्यक्रम माझ्या व्यवसायासाठी महत्त्वाचा ठरला असता, पण मी म्हणालो, ‘‘धन्यवाद, पण मी त्या दिवशी माझ्या मुलांबरोबर असेन.’’

मी परिपूर्ण असण्यापासून बराच दूर आहे, कारण कधीकधी काही गोष्टी मला अजूनही जमत नाहीत आणि माझ्या पत्नीची मदत घ्यावी लागते. पण, मी माझ्या नातेसंबंधांच्या बाबतीतील प्राधान्यांमध्ये केलेला मोठा बदल असा, की आता माझं कुटुंब माझं हे सर्वोच्च प्राधान्य आहे; आणि माझी आता त्यांना ‘पुरेसा’ वेळ दिला आहे असं म्हणून एखादी काल्पनिक गोष्ट करण्याची तयारी नसते. त्याऐवजी, अजून मुलं लहान आहेत आणि त्यांना माझ्याबरोबर वेळ घालवावा असं वाटत आहे (अनेक अनुभवी पालकांनी मला सावध केलं आहे की मला जरी हे हवं असं वाटलं तरी ते लवकरच संपणार आहे), तर मी त्यांच्याबरोबर शक्य तितका वेळ व्यतित करायचं ठरवलं आहे. माझ्या आयुष्यातील प्रथम प्राधान्य माझ्या मुलांशी जोडलं जाणं आणि त्यांना सकारात्मकरीत्या प्रभावित करणं आहे आणि ते करण्याचा एकमेव मार्ग म्हणजे त्यांच्याबरोबर उत्तम वेळ घालवणं.

मी जितका अधिक वेळ त्यांच्याबरोबर असतो, तितकं आमचं नातं घट्ट होतं आणि तितकं अधिक मी त्यांच्या वाढीवर सकारात्मक प्रभाव पाडू शकतो. म्हणून त्यासाठी मिळणारी एकही संधी मी सोडत नाही.

मला वाटतं, की मी ज्या काळात माझ्यासाठी खरोखर महत्त्वाच्या असलेल्या गोष्टींशी सुसंगतपणे जगत नव्हतो तेव्हा एकटा (किंवा अविवाहित) असायला हवा होतो. पण माझा नवीन संदेश (कॅन्सरनंतर) 'सर्वांत महत्त्वाचं काय आहे', मी हजारो लोकांबरोबर शेअर केला, तेव्हा मीही त्यांच्यापैकीक एक होतो. जर तुम्हीही या प्रकारात मोडत असाल, तर ते मान्य करणं आणि बदल करण्याची तयारी करणं हे तुमच्यासाठी सर्वांत जास्त महत्त्वाचं आहे. स्वतःशी प्रामाणिक रहा. तुमच्या प्राधान्याबरोबर काम करायचं असेल, तर त्याच्याशी वचनबद्ध रहा आणि त्याबाबत अपराधी वाटून घेऊ नका. मला मुलं होण्यापूर्वी, खूप काम करणं हे माझं प्राधान्य होतं. अजूनही कधीकधी काम हे माझं सर्वोच्च प्राधान्य असतं. पण, आता तो नियमाला अपवाद असतो. जर तुमच्या आरोग्याला महत्त्व देणं गरजेचं आहे हे तुम्हाला माहीत आहे, तर तुमच्या कृती आणि तुमचं वेळापत्रक या गोष्टीला मदत करेल असं असायला हवं.

हे माहीत असू द्या : तुमचं सर्वोच्च प्राधान्य बदलू शकतं आणि बदलेल. मला खात्री आहे, की तुम्ही पंधरा वर्षांचे होतात तेव्हा तुम्ही ज्या गोष्टीला प्राधान्य देत असाल, ते आता नसेल; आणि ते पुन्हा बदलेल, कदाचित उर्वरित आयुष्यभरात अनेक वेळा बदलेल. त्यामुळे आत्ता तुमचं सर्वोच्च प्राधान्य काय आहे हे ठरवताना स्वतःवर खूप दबाव आणू नका. या निवडीमुळे तुमच्या इतर ध्येयांवर परिणाम होईल अशीही भीती बाळगू नका. एकदा का तुम्हाला तुमचं सर्वोच्च प्राधान्य काय आहे हे स्पष्ट समजलं आणि तुमच्यासाठी सर्वांत जास्त महत्त्वाचं काय आहे हे समजलं की तुमची उत्पादकता प्रत्यक्षात वाढेल.

तुमच्यासाठी सर्वांत जास्त महत्त्वाचं काय आहे?

तुमच्यासाठी जीवनात सर्वांत जास्त महत्त्वाचं काय आहे हे तुम्हाला स्पष्टपणे माहीत आहे असं तुम्ही खात्रीने सांगू शकता का? कुटुंब? मित्र? तुमचं आरोग्य? तुमचा हेतू? जर तुम्हाला खात्री नसेल, तर मी तुम्हाला

ते शोधून काढण्याची विनंती करतो. कारण, जगातील सगळ्यात अधिक यशस्वी, समाधानी लोकांनी त्यांच्यासाठी सर्वांत जास्त महत्त्वाचं काय आहे (म्हणजेच त्यांची उच्च मूल्यं आणि सर्वोच्च प्राधान्यं काय आहेत) हे ओळखलं आहे आणि ते दररोज त्याच्याशी सुसंगत असं आयुष्य जगतात.

मला कल्पना आहे की प्रत्येकाच्या आयुष्यात अशा आमूलाग्र बदल घडवणाऱ्या घटना येत नाहीत, ज्यामुळे त्याला त्याच्यासाठी सर्वांत महत्त्वाचं काय आहे हे अधिक स्पष्टपणे दिसेल आणि त्यांना त्याच्याशी सुसंगत कसं जगायचं हे समजेल. म्हणून, जर तुम्हीदेखील तुमच्यासाठी काय महत्त्वाचं आहे हे शोधण्याचा प्रयत्न करत असाल, तर आपण एक वेगळी पद्धत अवलंबून बघू या.

एक क्षण तुम्ही भविष्यात गेले असल्याची आणि तुम्ही मिरॅकल मेव्हनचं आयुष्य जगत आहात अशी कल्पना करा. भविष्यातला तो दिवस सुरू होताना तुम्ही जागे होता आणि रोजच्या दिवसाला अढळ विश्वास आणि असाधारण प्रयत्नांनी सामोरे जाता. तुम्ही सातत्याने तुम्हाला समाधान देणारी आणि काही मिळवल्याचा आनंद देणारी कामगिरी करत आहात. लोक तुमच्याकडे तुम्ही म्हणून बघतात, 'ओऽह, सगळं यांच्याकडे सहज चालत येतं. हे किती नशीबवान आहेत!' आता तुम्ही आजवर जितके आनंदी नव्हतात तितके आनंदी आहात आणि तुमच्याजवळ मानसिक शांतता आहे. कारण, तुम्ही तुमची सर्वोच्च मूल्यं आणि तुमच्या सर्वाधिक क्षमता यांच्याशी सुसंगत असं जीवन जगता आहात. तुमचं वेळापत्रकच ते सिद्ध करत आहे. जरी तुम्हाला सर्वत्र संधी दिसत असल्या, तरी तुम्ही त्यातील बहुतांश संधींना नाही म्हणू शकत आहात; कारण तुम्हाला फक्त तुमच्यासाठी महत्त्वाच्या असलेल्या गोष्टींशी सुसंगत असलेल्या संधींचाच फायदा करून घ्यायचा आहे.

तुम्ही जेव्हा स्वतःला अशा प्रकारे मिरॅकल मेव्हनच्या आवृत्तीत बघता, तेव्हा तुमच्यासाठी जीवनात सर्वांत जास्त महत्त्वाचं काय आहे? कुटुंब, आरोग्य, काम, पैसा, अध्यात्म, मौजमजा, सेवा, का वैयक्तिक विकास? हे तुम्हाला कसं समजतं? तुमच्या वेळापत्रकातील कोणत्या कृती तुमच्या सर्वोच्च मूल्यांना आणि तुमच्या सर्वोच्च प्राधान्यांना बळ देणाऱ्या आहेत?

मला माहीत आहे की मी या मुद्द्यावर जरा जास्त भर देतो आहे. पण, तुमचं उद्देश्य स्पष्ट करण्यासाठी तुमच्यासाठी काय जास्त महत्त्वाचं आहे हे ओळखणं आवश्यक आहे. तुम्ही त्या मूल्यांच्या आणि सर्वोच्च प्राधान्यांशी सुसंगत जीवन जगत असाल तरच चमत्कार– विशेषकरून दृश्य, मोजण्याजोगे चमत्कार साध्य करणं सोपं जाईल. अन्यथा तुम्ही सतत अनेक प्राधान्यांच्या भ्रामकतेने भारावून जात आहात आणि तुमची ऊर्जा कुठे केंद्रित करायची यामध्ये गोंधळून जात आहात असं वाटेल.

आता, जर तुम्हाला तुमचं सर्वोच्च प्राधान्य काय आहे हे स्पष्ट झालं असेल, तर तुमची ध्येयं लिहून ठेवलेली यादी बाहेर काढा. अजूनही तुम्ही वर्षभराची, आयुष्याची ध्येयं लिहिलेली नसतील, तर कृपया आता हे पुस्तक बाजूला ठेवा आणि काही मिनिटं वेळ काढून पुढील काही महिन्यांत तुम्हाला कोणत्या ध्येयांच्या दिशेने जायचं आहे ते लिहून काढा. ती अगदी अचूक असतील का किंवा परिपूर्ण असतील का याबाबत काळजी करू नका. फक्त खालील विषयांतील तुमच्या मनात येईल त्या पहिल्या गोष्टीपासून (ज्यामध्ये तुम्हाला सुधारणा करायची आहे त्या गोष्टीपासून) सुरुवात करा :

- आरोग्य आणि स्वास्थ्य
- कुटुंब
- मित्रमैत्रिणी
- काम
- पैसा
- मौजमजा
- वैयक्तिक विकास
- आध्यात्मिकता
- समाजसेवा / दानधर्म

तुमचं सर्वोच्च प्राधान्य म्हणून गणले जाण्यासाठी यांपैकी कोणती गोष्ट पुरेशी महत्त्वाची आहे यावर विचार करताना, खालील प्रश्नाचं उत्तर द्या :

'या ध्येयांपैकी कोणते एक ध्येय मला मला जीवनात हवं असलेलं सर्वकाही मिळवण्यासाठी आवश्यक गुण आणि वैशिष्ट्य विकसित करण्यासाठी मदत करेल?'

हे ध्येय तुम्हाला तुमच्यातील मिरॅकल मेव्हन आवृत्तीच्या दिशेने रेटणारे असले पाहिजे आणि त्यासाठी आवश्यक गुणवैशिष्ट्ये, जसे की शिस्त, लवचीकपणा, सातत्य आणि मुख्य म्हणजे अढळ विश्वास आणि

असाधारण प्रयत्न तुमच्या अंगी बाणवणारे असले पाहिजेत. हे ध्येय तुम्हाला ज्यांच्यासह जगायचं आहे त्या तुमच्या सर्वोच्च मूल्यांशी सुसंगत आहे का? जर नसेल, तर एक तर ते ध्येय बदलायला हवं आहे किंवा मूल्यं बदलायला हवीत. लक्षात ठेवा, तुम्हाला तुमचं सगळं लक्ष आणि सगळी ऊर्जा तुमच्या नवीन व्यक्तिमत्त्वावर केंद्रित करायची आहे, जेणेकरून तुमचं सर्वोच्च ध्येय आणि तुमची सर्वोच्च मूल्यं यांच्याशी ते एकरूप होईल. तसच, जी ध्येयं घाबरवतात किंवा त्यांची भीती वाटते, अशा ध्येयांपासून मागे हटू नका. ती ध्येयं तुमच्या सुखाच्या, आरामाच्या कक्षेच्या बाहेरच असायला हवीत आणि तुम्हाला स्वतःमध्ये बदल करण्यासाठी भाग पाडतील. म्हणून ती ध्येयं लक्षणीय आहेत ना, याची खात्री करून घ्या.

वजन कमी करण्याच्या ध्येयासाठी मिरॅकल मेव्हन होण्याकरता आवश्यक असलेले गुण विकसित करणं आवश्यक आहे का? एक नवीन व्यवसाय सुरू करणं कसं राहील? करीअरमध्ये बदल? पुस्तक लिहिणं? धावण्याची स्पर्धा? किंवा तुमचं उत्पन्न दुप्पट करणं? यांतील अखेरच्या दोन ध्येयांनी ते माझ्या बाबतीत ते घडवून आणलं.

कोणतं ध्येय तुम्हाला तुमच्या या नवीन व्यक्तिमत्त्वाच्या दिशेने प्रभावीपणे नेईल हे एकदा स्पष्ट झालं की ते ध्येय तुमचं उद्देश्य बनते. मी 'उद्देश्य' हा शब्द (माझ्या आयुष्यातही) जाणीवपूर्वकपणे वापरतो. कारण, हा शब्द अधिक गांभीर्य निर्माण करतो आणि एक उच्च हेतू सुचवतो. मेरियम वेब्स्टर यांच्या व्याख्येनुसार, ध्येय म्हणजे, 'प्रयत्न ज्या अंतिम परिणामाच्या दिशेने निर्देशित केले आहेत'. ध्येय निश्चित करण्यात मजा येते. तुम्हाला या सर्व महान गोष्टींची कल्पना करता येते. आणि जर तशी कल्पना करता येत नसेल, तर तुम्ही नवीन ध्येयाची निवड करा आणि ते खरे होत असल्याची कल्पना करा. आपल्याला हा कल्पनाविलास असल्यासारखं वाटतं.

तर, उद्देश्य म्हणजे एका वेगळ्या पातळीवरील वचनबद्धता असते. कदाचित शंभर ध्येयं मिळून एका उद्देश्याइतके महत्त्वाचे होणार नाही. सैन्यदल उद्देश्य अमलात आणतात. मानवतेच्या संस्था उद्देश्य अमलात आणतात. उद्देश्याचे महत्त्व ध्येयाच्या महत्त्वापेक्षा खूप वेगळे असते आणि उद्देश्य नेहमी एका मोठ्या दृष्टीला किंवा स्वप्नाला जोडलेले असते. इथे वापरलेले वेगवेगळे शब्द तुमच्यासाठी वेगवेगळा अनुभव निर्माण करतील.

ध्येय : आपल्याला साध्य करायच्या असलेल्या अनेक गोष्टी.

उद्देश्य : काहीही झाले तरी ही एक गोष्ट मिळवायचीच याच्याशी आपण वचनबद्ध असतो.

तुमचं उद्देश्य (जर अजून ठरवलं नसेल तर) ठरवताना, तुमच्या सर्व ध्येयांकडे पाहून पुढील प्रश्न विचारा : 'यांपैकी कोणते एक ध्येय मला जीवनात हवे असलेले सर्वकाही मिळवण्यासाठी जसे बनावे लागेल तो बनण्यासाठी मदत करेल?'

माझं उद्देश्य आहे ______________________________

____

____

____

____

____

____

आता आपण तुमच्या ध्येयामध्ये स्पष्टता आणण्यामध्ये थोडी गती आणली आहे. घाबरून जाऊ नका. पण, आता मी हे मोठं ध्येय कसं साध्य करायचं आहे? असं तुम्हाला वाटत असेल. आपण अजून ते ठरवलेलं नाहीये, पण मी वचन देतो, की आपण तुमची त्यासाठीची प्रक्रिया विकसित करण्याबद्दल ८व्या प्रकरणात पाहू. मी आता तुम्हाला इतकंच सांगतो, की ते तुम्हाला वाटतं त्यापेक्षा खूप सोपं असेल. त्यामुळे पुढे जात रहा.

तुमच्या उद्देश्यासाठी सुरक्षितता जाळी तयार करा.

ज्यांना दोरीवरील कसरत करण्याची आवड असेल (मला नाहीये), त्यांनी त्या दोरीवर पहिलं पाऊल टाकण्याआधी खाली सुरक्षितता जाळी आहे ना याची आधी खात्री केली पाहिजे. आणि कोणतीही नवीन, भीतिदायक आणि तुमच्या आरामाच्या कक्षेबाहेरील गोष्ट करण्याआधी केलं पाहिजे.

चमत्कार निर्माण करण्याच्या कामातील पहिली अडचण तुम्हाला अढळ विश्वास (जो आपण पुढील प्रकरणात सविस्तरपणे अभ्यासणार

आहोत) स्थापन करण्यात येते. तुम्ही तुमचं उद्देश्य जितकं शक्य असण्याच्या दिशेने नेऊ शकाल, तितके अधिक त्यामध्ये गुंतलेले राहाल. आपल्या उद्देश्यामध्ये स्वतःला झोकून देण्याआधी, ते साध्य करण्याच्या शक्यता वाढवण्याच्या दृष्टीने काही धोरणांवर काम करायला सुरुवात केली पाहिजे.

मासिक उद्देश्य स्थापन करा (लोक बारा महिन्यांत जितके काही साध्य करतात त्यापेक्षा दर तीस दिवसांत काही साध्य करा).

प्रत्येक नवीन वर्ष हा ध्येय साध्य करणाऱ्या लोकांसाठी रोमांचक काळ असतो. त्यामुळे त्यांना त्यांच्या मागील वर्षीच्या प्रगतीकडे वळून बघण्याची आणि पुढील बारा महिन्यांसाठी नवीन ध्येय निश्चित करण्याची संधी मिळते. तरीही, दरवर्षी, लाखो लोक वार्षिक ध्येय निश्चित करतात आणि दरवर्षी कोणत्या ना कोणत्या प्रकारे एखाद्या ध्येयात अपयशी होतात. असं का होतं?

मी एक 'द १२ वीक इअर' नावाचं खूप उत्तम पुस्तक वाचलं होतं. या पुस्तकातील 'एक वर्ष हा खूप मोठा काळ असतो' या दृष्टीकोनामुळे माझे डोळे उघडले. तो खूप जास्त काळ असतो का? जानेवारीअखेरीस तुमच्या ध्येयांच्या दिशेने जात नाही आहात का? ठीक आहे, तुमच्याकडे पुन्हा गाडी रुळावर आणण्यासाठी अजूनही अकरा महिने आहेत. जर तुम्ही एप्रिलमध्येही त्या दिशेने योग्य मार्गावर जात नसाल तर? चिंता करू नका, तुमच्याकडे ते नुकसान भरून काढण्यासाठी अजूनही मे, जून, जुलै, ऑगस्ट, सप्टेंबर, ऑक्टोबर, नोव्हेंबर आणि डिसेंबर हे महिने आहेत. खूप वेळ आहे, बरोबर ना?

दीर्घ मुदतीच्या ध्येयांच्या बाबतीत हे आव्हान असतं की तुम्ही स्वतःला खूप वेळ देता आणि तसं करताना त्याच्या निकडीचं बहुमोल तारतम्य गमावता. निर्णयाची टाळाटाळ करणे आणि अवास्तव, शाश्वत आशावाद या गोष्टी एकत्रित आल्या, की तुम्ही नेहमीच असा विचार करू लागता की माझ्याकडे खूप वेळ आहे. काम पुढे ढकलणे ही चैन वाटू लागते आणि ती आपल्याला परवडते, असं आपल्याला वाटू लागतं. या चक्रामुळे संधी हातच्या जातात, ध्येय साध्य होत नाहीत आणि क्षमतांचा वापर होत नाही.

जर, ध्येय साध्य करण्यासाठी स्वतःला बारा महिन्यांचा काळ देण्याऐवजी तुम्ही एकच महिना दिलात तर? जर प्रत्येक महिन्यात तुम्ही नवीन वर्षाप्रमाणेच सुरुवात केलीत तर? जर प्रत्येक महिना म्हणजे तुमच्या प्रगतीकडे वळून बघण्याची, नवीन ध्येय निश्चित करण्याची आणि नवीन सुरुवात करण्याची संधी असेल तर?

मासिक ध्येय निश्चित करणे- म्हणजे असं एक ध्येय दरमहा निश्चित करणे जे तुमच्या मोठ्या उद्देश्यासाठी मदत करणारं असेल. त्यामुळे तुम्हाला तुमच्या सर्वोच्च प्राधान्याला प्रत्येक महिन्यात एकाग्रता देऊ करेल. ते तुम्हाला एक निरोगी, सातत्यपूर्ण निकडीची भावना देईल आणि तुम्हाला अंतिम उद्देश्याच्या मार्गावर चालत ठेवेल : मिरॅकल मेव्हनची मानसिकता आणि त्यांच्यासारखं वागणं विकसित करण्याच्या मार्गावर!

तुमच्या भोवतीच्या वातावरणाची पुनर्रचना करा

आपणच अनेकदा स्वतः समोर ध्येय विचलित करणाऱ्या गोष्टी उभ्या करतो याची आपल्याला जाणीव नसते. आपण म्हणतो की मला दहा किलो वजन कमी करायचं आहे, आणि तरीही स्वयंपाकघरात बिस्किटं, सोडा अशा वस्तू आणून ठेवतो. आपल्याला सकाळी ध्यान किंवा व्यायाम करायचा असतो, तरीही आपण आपला फोन बघत राहतो आणि ईमेल्स, सोशल मीडिया आणि कधी न संपणाऱ्या कामांच्या यादीत बुडून जातो. आपण आपली मोठी ध्येयं आणि स्वप्नं आहेत असा दावा करतो, पण त्या दृष्टीने काम करण्यासाठी आपल्या वेळापत्रकात वेळच ठेवलेला नसतो.

तुमचं वातावरण तपासा आणि तुमच्या वेळापत्रकावर एक नजर फिरवून खात्री करा की तुमच्या प्रथम क्रमांकाच्या प्राधान्यामध्ये अडथळा आणेल असं त्यात काही नाही ना. आदर्शरीत्या, 'उद्देश्यासाठीचा वेळ' तुमच्या वेळापत्रकात दिवसाच्या शक्यतो सुरुवातीसच वारंवार योजलेला असला पाहिजे, जेणेकरून तुम्ही सर्वांत अवघड कामं आधी हाताळाल. कारण, तुम्ही जितकी जास्त वाट बघाल तितकी तुम्ही ती कामं पुढच्या दिवसावर ढकलण्याची शक्यता जास्त असते (तुम्ही असं केलं नसल्यास हात वर करा). डोकं शांत असताना आणि तुमची ऊर्जापातळीही जास्त असताना सर्वांत जास्त महत्त्वाची कामं उरकणं कधीही सोपं असतं.

त्याऐवजी जर कामावरून घरी येता येता तुम्हाला जिममध्ये जायचं असेल, तर घरून निघतानाच जिमला जाण्याची पिशवी कारमध्ये ठेवा. ऑफिसमधून निघण्यापूर्वीदेखील तुम्ही कपडे बदलून जिमसाठीचे कपडे घालू शकता. तुमचं ध्येय पूर्ण करणं सोयीचं कसं होईल ते पहा.

जर तुम्हाला तुमच्या व्यवसायात अधिक ग्राहक मिळवायचे असतील, तर फोन कॉल करून भेटीगाठी ठरवण्यासाठी एक शांत जागा आणि वेळ आहे ना याची खात्री करून घ्या. जर एखादी परकीय भाषा शिकण्याचं तुमचं ध्येय असेल, तर तुमच्या भोवताली ती भाषा बोलणारी माणसं, पुस्तकं आणि रेडिओ स्टेशन आहे ना याची खातरजमा करून घ्या. आपण यापूर्वीच चर्चा केली आहे, की चमत्कार घडण्यासाठी वाव मिळण्याकरता स्वतःमध्ये भावनिक जागा कशी निर्माण करायची. तशाच प्रकारे, तुम्ही तुमच्या भोवती प्रत्यक्ष जागाही निर्माण करू शकता.

तसंच, तुमच्या भोवताली कोणते लोक आहेत याकडेही लक्ष द्या. जर खूप कारणं देणारे आणि आयुष्यात काही करायचे नाही आहे अशा प्रकारचे लोक तुमच्या आजूबाजूला असतील, तर तुम्हाला त्यांच्याकडून विशेष प्रोत्साहन मिळणार नाही. त्याऐवजी असे लोक शोधा जे अगोदरच तुम्ही करत आहात अशा गोष्टी करत आहेत किंवा किमान जे त्यांच्या सर्वोच्च प्राधान्यांशी सुसंगत जीवन जगत आहेत आणि जे काही करतात त्यात यश मिळवत आहेत.

आता माझं वेळापत्रक माझ्या 'कुटुंबाच्या' उद्देश्याशी सुसंगत आहे. ते आपोआप घडेल अशा प्रकारे त्याची रचना केली आहे. यामुळे मला माझ्या कॅन्सरमुक्त राहण्यावर पुन्हा लक्ष देता आलं. आता मी माझ्या कुटुंबाबरोबर अधिक काळ, निरोगी आयुष्य जगू शकेन. रोज सकाळी, मी दहा मिनिटं कॅन्सरमुक्त असण्याची विधानं म्हणतो, त्यानंतर दहा मिनिटं कॅन्सरमुक्तीचं ध्यान, नंतर कॅन्सरशी संबंधित पुस्तकातील दहा पानं वाचन जे मला कॅन्सरमुक्त राहायला शिकवतं. मी रोज सकाळी सेंद्रिय लिंबांचं घरी बनवलेलं लिंबू सरबत पितो आणि दर आठवड्याला व्हेजी वाइब्स (www.veggievibes.com http://www.veggievibes.com>) मधून घरपोच होणाऱ्या रुचकर सेंद्रिय भाज्या खातो. मी ओझोन सॉना मशीन विकत घेतलं आहे जे मी आठवड्यातून तीन दिवस वापरतो आणि मी दररोज तीस सप्लिमेंट घेतो.

या सप्लिमेंट माझ्यासारख्या कॅन्सर रुग्णांना फायदेशीर असतात. याशिवाय मी आठवड्यातून एकदा कॉफी एनिमा घेतो (मी तुम्हाला खात्रीने सांगतो, की यामध्ये एक नळी तुमच्या ढुंगणात खुपसण्याव्यतिरिक्त काही विशेष मेहनत करावी लागत नाही). मी हेतुपुरस्सरपणे सगळं वातावरण निर्माण केलं आहे जे माझ्या सध्याच्या उद्देश्याला मदत करेल. जसं की माझं कुटुंब उद्देश्य, माझं कॅन्सरमुक्ती उद्देश्य, हे आता आपोआप होतं आहे. त्यामुळे मी माझं लक्ष इतर उद्देश्यांवर केंद्रित करू शकतो. तुम्ही जर तुमचं वेळापत्रक नीट आखलंत आणि तुमच्या प्रत्येक उद्देश्याला मदतशीर ठरणारं वातावरण उभं केलंत तर हळूहळू तुम्हीही गोष्टी स्वयंचलितपणे घडण्याच्या स्थितीत पोहोचता आणि तुमचं लक्ष इतर उद्देश्यांवर वळवू शकता. आणि शिवाय तुम्ही मिरॅकल मेव्हनची गुणवैशिष्ट्येदेखील विकसित करता. यामुळे दरवेळी तुम्ही स्वयंचलितपणाच्या स्थितीपर्यंत खूप जलद आणि खूप सहजपणे पोहोचू शकता.

जबाबदारीसाठी एक स्रोत स्थापन करा

आधी कधीही न केलेली गोष्ट करण्याचा प्रयत्न करताना ताण येणं आणि म्हणून प्रयत्न सोडून देणं किती सोपं आहे हे मला माहीत आहे. थोडा पुढाकार घेऊन आणि स्वतः आपल्यासारख्या मनोवृत्तीच्या लोकांमध्ये मिसळणं ही खूप फायदेशीर गोष्ट का आहे ते पहा : संघ एकत्रित करण्यामुळे आणि त्यांचं नेतृत्व करण्यामुळे तुम्हाला जबाबदारी, प्रोत्साहन आणि दृष्टीकोन मिळतो. या सर्व गोष्टी तुम्हाला तुमचं उद्देश्य प्राप्त करण्यासाठी मदत करतात.

प्रथम तुम्ही एकमेकांना जे तुम्ही कराल असं म्हणता त्यासाठी जबाबदार धरता. सर्वांत शक्तिशाली आणि न वापर झालेल्या उपलब्ध स्रोतांपैकी एक आहे एकनिष्ठता, ज्याची माझ्या मते व्याख्या अशी आहे, तुम्ही जे करू असे, आणि जेव्हा करणार आहात असे म्हणता तेव्हा ते अपवाद आणि सबबी न देता करणे. जेव्हा तुम्ही निरागस एकनिष्ठतेने जगण्यासाठी वचनबद्ध होता, तेव्हा तुम्हाला जे बोलाल ते वास्तवात आणण्याची ताकद मिळते. कारण तुम्ही काहीतरी करणार आहात असं म्हणता आणि तुम्ही तुमचा शब्द पाळता. हे ती गोष्ट केल्यासारखेच आहे. (याला 'अपरिहार्य' असंही म्हणतात.)

वास्तवामध्ये, एकनिष्ठता कायम टिकवून ठेवणं हे बोलण्याइतकं सोपं नाही, विशेषकरून जेव्हा आपला नैसर्गिक कल सबबी देण्याकडे आहे. खरं तर, आपण ते एरवी नकळत करत असलो, तरी आपण आपल्या सबबींना एकनिष्ठतेपेक्षा जास्त महत्त्व देतो. सबबी देण्याकडे तुमचा कल आहे का नाही हे तुम्ही कसं ओळखू शकता? जेव्हा तुम्ही ज्या कामाप्रति तुम्ही वचनबद्ध आहात असं एखादं काम पूर्ण करण्याची वेळ पाळू शकलेले नाही आहात, अशा वेळी काय होईल याचा विचार करा. तुमचं लक्ष आणि सर्जनशीलता कुठे गेली? ती वेळ काहीही झालं तरी पाळण्यासाठीचे असाधारण प्रयत्न करण्याऐवजी तुम्ही (तुम्हाला ते जाणवतही नाही) नैसर्गिक प्रवृत्तीनुसार सबबीचा विचार करता आणि तुम्हाला आशा वाटते की तुम्हाला तुमच्या वचनबद्धतेतून सुटका मिळेल. मग तुम्ही प्रयत्न ढिले कराल किंवा पूर्णपणे सोडून द्याल. जे लहानपणी 'माझ्या कुत्र्याने माझा गृहपाठ खाऊन टाकला', असं सुरू झालं, तो जबाबदारी टाळण्याचा याहून थोडा अधिक अत्याधुनिक प्रयत्न होता. खूप लोक असं करतात. आणि म्हणूनच तुमच्या आजूबाजूला त्यांच्या क्षमतांचा समाधानकारक वापर करणारे आणि लक्षणीय ध्येय साध्य करणारे लोक असणं महत्त्वाचं आहे. ते आपल्यासाठी सर्व प्रकारची सुरक्षा जाळी तयार करतात. तुम्ही जे कराल असं म्हणता त्यासाठी ते तुम्हाला जबाबदार धरतात किंवा तुम्ही आराम करत असाल किंवा सबबी देत असाल तर तुम्हाला तुमच्या उद्देश्याची आठवण करून देतात.

ते मदतही करतात आणि प्रोत्साहनही देतात. हे मान्य करू या की कोणत्याही ध्येयाकडे जाण्याचा सरळ सोपा मार्ग नाही. त्यात नेहमीच चढउतार असतील आणि चांगले-वाईट दिवसदेखील असतील. जेव्हा तुम्ही पुरेसे वाईट दिवस काढल्यानंतर तुम्हाला ते ध्येय सोडून द्यावं असं वाटेल, तेव्हा अशा प्रकारे सुरक्षिततेचा आधार देणारे जाळे असेल तर ते तुमच्या यशासाठी खूप महत्त्वाचं ठरेल. हे फक्त तुमच्यासाठी खास वैयक्तिक मार्गदर्शकांचा गट तयार केल्याप्रमाणेच आहे. पण, अशा व्यक्ती एकतर्फी काम करत नाहीत. इतरांना मदत केल्याने तुमच्यातीलही उत्तम गुण बाहेर येतात. इतरांना जबाबदार धरल्याने तुम्हीही जबाबदार होण्यास मदत होते.

तुमची मिरॅकल मेव्हन्सची टीम (किंवा तुम्ही त्याला काहीही नाव दिलं असेल ते) तुम्हाला अडखळल्यासारखे किंवा एका जागी अडकल्याप्रमाणे वाटेल तेव्हा वेगवेगळ्या पद्धती आणि धोरणं देऊ करू शकते. त्यामुळे तुम्हाला परिस्थितीबाबत स्पष्टता येईल आणि तुम्ही त्यातून बाहेर पडू शकाल. केवळ आपण एकटे नाही आहोत या भावनेमुळेही एखाद्या मोठ्या ध्येयाबाबतची भीती कमी होते. आणि तुमच्यासारख्याच मनोवृत्तीचे लोक आसपास असतील ज्यातील प्रत्येकाकडे त्याने / तिने काय केले किंवा नाही केले याची नोंदवही असेल, तर ते अनमोल असते.

जर तुम्हाला अशा तुमच्यासारख्याच मनोवृत्तीच्या व लक्षणीय ध्येयांच्या दिशेने काम करणाऱ्या लोकांचा गट माहीत असेल तर त्यात सामील व्हा. किंवा जर तुम्हाला कोणत्याही गटात काम करायला आवडत नसेल, तर तुमच्यासाठी अजून एक पर्याय आहे. तो पर्याय म्हणजे, एक वैयक्तिक जबाबदारी भागीदार शोधायचा. जोपर्यंत तुमच्याकडे वारंवार त्याबद्दल बोलायला वेळ आहे आणि ती इतर व्यक्ती तुम्हाला तुमच्या प्रक्रियेदरम्यान पुरेशा कठोरपणे जबाबदार धरेल अशी आहे, तोपर्यंत तो किंवा ती त्या गटाचे काम करतील. माझ्या 'मिरॅकल मॉर्निंग' या पुस्तकाचे दोन सहलेखक कॅमेरॉन हेरॉल्ड (द मिरॅकल मॉर्निंग फॉर इंट्राप्रिन्युअर्स : एलेव्हेट युअरसेल्फ टू एलेव्हेट युअर बिझनेस) आणि जोई पोलिश (द मिरॅकल मॉर्निंग फॉर ॲडिक्शन रिकव्हरी : लेटिंग गो ऑफ हू यु हॅव बीन फॉर हू यु कॅन बिकम) हे एकमेकांचे जबाबदारी भागीदार आहेत. ते एकमेकांना दररोज विचारणा करतात आणि त्यांच्या सामाईक जबाबदारीकरता मदत करतात, त्यासाठी ते एका mitTo3 नावाच्या ॲप्लिकेशनचा वापर करतात. ते ॲप्लिकेशन त्यांना दररोज त्यांची तीन सर्वोच्च प्राधान्य स्पष्ट करायला सांगते आणि ते त्यांचं पालन करतील याची खातरजमा करते. मुद्दा असा आहे, की तुम्हीदेखील तुम्हाला मदत करण्यासाठी आणि तुम्ही तुमची संपूर्ण एकनिष्ठता टिकवून ठेवाल हे बघण्यासाठी कोणी व्यक्ती असेल याची काळजी घ्या. मी असं सुचवेन की ही व्यक्ती तुमची जोडीदार, कौटुंबिक सदस्य किंवा प्रिय व्यक्ती नसावी. कारण, ते तुम्हाला जवळच्या नसलेल्या व्यक्तीच्या तुलनेत खूप सहजपणे सोडून देतील. तुमच्या वेळापत्रकात अशा व्यक्तीची नेमणूक करण्यासाठी वेळ राखून ठेवा कारण हा एक घटक तुम्हाला यशस्वी किंवा अयशस्वी करू शकतो.

तुमच्या मिरॅकल मेंटॉर्सचा शोध घ्या (ते/ त्या कुठे भेटतील हे तुम्ही सांगू शकत नाही)

किमान एक मेंटॉर म्हणजे मार्गदर्शक असणं फायदेशीर असतं. कारण, आपल्याला आपला एकच दृष्टीकोन असण्याची मर्यादा असते. तुमचा मार्गदर्शक कदाचित तुमच्या मिरॅकल मेव्हन्स टीममधील कोणी एक असेल किंवा तुम्ही ज्याला जबाबदारी भागीदार म्हणून निवडलं आहेत ती व्यक्ती असेल. एक मार्गदर्शक तुम्हाला जबाबदार धरू शकतो, तेव्हा बहुतेक वेळा तो किंवा ती तुम्हाला शक्यतांचा एक विस्तृत स्रोत देऊ शकतात. मार्गदर्शक तुम्हाला सल्ला देतात आणि मार्गदर्शन करतात. काही वेळा, तुमचे मार्गदर्शक तुम्हाला त्यांच्या तुम्ही ज्या ध्येयाच्या दिशेने काम करत आहात त्यासारख्याच ध्येयासाठी प्रयत्नातून (किंवा कदाचित ते साध्य केल्यातून) आलेल्या अनुभवांवर आधारित सल्ला देऊ शकतील. इतर वेळी, तुमचे मार्गदर्शक कदाचित फक्त तुम्हाला चांगलं ओळखणारे असतील; आणि ती ओळख तुम्हाला मार्ग नीट दिसतो आहे ना आणि त्यावर चालताना आत्मविश्वास वाटतो आहे ना हे बघण्यासाठी पुरेशी असेल.

ज्यांचा उल्लेख मी यापूर्वीही या पुस्तकात केला आहे ते जॉन बरगॉफ, या दुसऱ्या प्रकारच्या मार्गदर्शकांमध्ये मोडतात. त्यांनी मागील वीस वर्षं मला सकारात्मकरीत्या प्रभावित केलं आहे आणि त्यांचा माझ्या जीवनावर खूप मोठा प्रभाव आहे. आम्ही भेटलो तेव्हा मला वाटलंदेखील नव्हतं की पुढे ते माझे मार्गदर्शक बनतील.

पहिली गोष्ट म्हणजे, ते माझ्यापेक्षा वयाने लहान होते. दुसरी, आम्ही 'कटको'मध्ये कडवे प्रतिस्पर्धी होतो. ते माझ्यानंतर दीड वर्षांनी कटकोसाठी काम करू लागले होते आणि त्यांनी जवळपास लगेचच मी तोपर्यंत कंपनीमध्ये स्थापित केलेले विक्रीचे सर्व विक्रम मोडायला सुरुवात केली होती. मला अजूनही आमची एका विक्री परिषदेदरम्यान झालेली पहिली विचित्र भेट आठवते. ती भेट त्यांनी मी स्पर्धा कालावधीत स्थापन केलेला मौल्यवान विक्रम मोडीत काढल्यानंतर काही मिनिटांतच झाली होती. त्यापुढील वर्षी आम्ही दोघंही एकमेकांना जाणून घेऊ लागलो आणि हळूहळू आमच्यात मैत्री झाली. ते मला आजवर भेटलेल्या सर्वांत बुद्धिमान

व्यक्तींपैकी एक होते आणि म्हणूनच ते वयाने लहान असूनही आणि कमी अनुभव असूनही कंपनीच्या इतिहासातील प्रत्येक विक्री प्रतिनिधीने (ज्यामध्ये अनेक दशकांचा अनुभव असलेल्या लोकांचाही समावेश आहे) केलेला विक्रम मोडू शकले.

२००१मध्ये अजूनही कटकोमध्ये विक्री करत असताना, अन्य कंपनीने त्यांच्या उत्पादनांची विक्री करण्यासाठी माझी अर्धवेळ नेमणूक केली. मला माझं उत्पन्न वाढवण्याचा तो एक चांगला मार्ग वाटला आणि मी जॉन यांना फोन करून माझ्याबरोबर त्या कंपनीसाठी काम करायचं आहे का, असं विचारलं. त्यांचं उत्तर जरी अनपेक्षित असलं, तरी त्यामुळे माझ्या जीवनाचा मार्ग पूर्णपणे बदलला.

''हाल, तुम्ही काय करताय?'' त्यांचा आवाज गंभीर होता. ''ऐका, एका क्षणी तुम्ही मेलाच होतात आणि नंतर तुम्हाला सांगण्यात आलं होतं की तुम्ही चालू शकणार नाही. पण, तरी तुम्ही चाललात. मला माहीत आहे तुम्हाला ती फारशी मोठी गोष्ट वाटत नाही कारण ते तुम्ही करून दाखवलंत आणि ते अगदी नैसर्गिकपणे घडून आलं. पण ते सामान्य नाहीये.'' त्यांनी मला सांगितलं की मी माझी गोष्ट लोकांना सांगितली पाहिजे आणि मी जशी माझ्या विपरीत परिस्थितीवर मात केली आणि त्यातून कसा वर आलो हे सांगितलं पाहिजे; जेणेकरून लोकांनाही तसं करता येईल. ''मी जर तुमच्या जागी असतो, तर मी मला मोकळं मिळालेलं एकेक मिनिट माझ्या जीवनकहाणीवर पुस्तक लिहिण्यासाठी गुंतवलं असतं; इतर कंपन्यांची उत्पादनं विकली नसती.'' मी त्यांच्या बोलण्यावर खूप विचार केला आणि मला जाणवलं की त्यांचं म्हणणं बरोबर होतं. ते संभाषण पुढे मी लेखक आणि व्याख्याता म्हणून काम करण्यासाठी कारणीभूत ठरलं.

मी जेव्हा जॉन यांना भेटलो, तेव्हा भविष्यात ते माझे मार्गदर्शक बनतील हा विचारही माझ्या मनात आला नव्हता. म्हणूनच मी लोकांना सांगतो की तुमचे कान चांगल्या सल्ल्यासाठी उघडे ठेवा, कदाचित तो सल्ला एखाद्या अनपेक्षित ठिकाणाहून येऊ शकतो. आपण वेगवेगळ्या प्रकारच्या लोकांकडून जितकं अधिक शिकतो आणि त्यांची मतं लक्षात घेतो, आपल्याला नवीन मार्गदर्शक मिळण्याच्या आणि नवीन दृष्टीकोन मिळण्याच्या शक्यता तितक्या अधिक वाढतात.

तुमचं उद्देश्य सार्वजनिक करा

तुमच्या उद्देश्याप्रति असलेली अढळ वचनबद्धता अबाधित राखण्यासाठी आणि त्यासाठी स्वतःला जबाबदार धरण्यासाठी, ते सार्वजनिक करा. तुमच्या सर्वांत जवळच्या व्यक्तींना तुम्ही कोणत्या गोष्टीसाठी प्रयत्न करत आहात, आणि त्याप्रति पूर्णपणे वचनबद्ध आहात, मग काहीही होवो... दुसरा पर्याय नाही....हे सांगा. मला माहीत आहे की तुमचं ध्येय कोणाला सांगू नये असाही एक मतप्रवाह आहे; त्यानुसार तुम्ही लोकांना सांगण्यापेक्षा कृती करून दाखवा. पण, माझ्या मते तुमचं ध्येय इतरांना सांगितल्यामुळे खूप फरक पडतो. जेव्हा तुम्ही सांगत नाही, तेव्हा स्वतःला सूट देणं खूप सोपं असतं. आपण ते नेहमीच करत असतो.

मी ध्येय सार्वजनिक करण्याचा परिणाम अनेकदा अनुभवला आहे. तुम्हाला हे माहीतच आहे, की मी माझ्याबरोबर काम करणाऱ्या इतर विक्री प्रतिनिधींची एक टीम बनवली होती. मी ते ध्येय निश्चित केलं, तेव्हा तेदेखील २,००,००० डॉलर्सची विक्री करण्याचं ध्येय बाळगून होते. यामुळे माझं ध्येय माझ्या सहकाऱ्यांना समजलं आणि आम्ही एकमेकांना मदत केली आणि जबाबदार धरलं. मी त्याहून मोठी एक सार्वजनिक बांधिलकी घेतली ज्यामध्ये मी समाजसेवेसाठी एक अल्ट्रा मॅराथॉन (जी सलग ५० मैल धावण्याची असते) धावण्याचा निश्चय केला. आता या वचनबद्धतेबाबत काही संदर्भ देतो. मी म्हणालो : 'सर्व धावपटूंना माझा सलाम. पण मी तुमच्यापैकी एक नाही. जरी मला त्याबाबत विशेषकरून अभिमान नाही, तरी मी 'मला धावायला आवडत नाही' या गटातला आहे. नेहमीच.'

तरीही, २००८च्या मध्यावर, मी अल्ट्रा मॅराथॉन धावण्याचं उद्देश्य ठरवलं कारण मला धावायला आवडत नाही. हे पूर्णपणे मागास वाटेल याची मला कल्पना आहे. माझ्या मिरॅकल मॉर्निंग्सच्या दरम्यान, माझ्या मनात विचार आला होता की मी जर एका दिवसात सलग ५० मैल धावू शकलो तर मी कोण बनलो असतो? मी त्या माणसाला ओळखत नाही, मी त्याला कधी भेटलो नाहीये. तो कसा असेल मला माहीत नाही. मी कल्पना केली की मी आता आहे त्यापेक्षा खूप शिस्तशीर असलो असतो आणि खूप जास्त सक्षमदेखील असलो असतो. हो, तो कदाचित जी गोष्ट मनात आणेल ती मिळवेल आणि मला खरोखर तसा माणूस बनायचं होतं.

म्हणून मी इतरांची मदत आणि जबाबदारी मिळवण्यासाठी दोन गोष्टी केल्या. पहिली गोष्ट अशी, की मी फेसबुकवर गेलो आणि माझ्या आवडत्या, फ्रंट रो फाउंडेशनकरता मदत म्हणून पैसे उभे करण्यासाठी अल्ट्रा मॅराथॉन धावण्याची वचनबद्धता सार्वजनिकपणे जाहीर केली. ती वचनबद्धता सार्वजनिक केल्यामुळे मला हवी असलेली मदत उभी राहिली. मला दिसून आलं, की जेव्हा मला अगदी आता हे सोडून द्यावं (जे आपल्या सर्वांना चमत्कार निर्माण करण्याच्या आपल्या प्रवासात वाटतं)असं वाटलं, तेव्हा मला असा पैसे उभे करण्यासाठी धावण्याची वचनबद्धता घेऊन नंतर विचार बदलून ती सोडून देणारा माणूस बनायचं नव्हतं. मी त्यानंतर एक पुस्तक ऑनलाइन मागवलं, 'द नॉन रनर्स मॅराथॉन ट्रेनर'.

नशिबाने, माझे तीन मित्र माझ्यासोबत अल्ट्रा मॅराथॉन करायला तयार होते : जेम्स हिल, अलिशा अँडरर आणि फेवियन वॅलेन्सिया. आम्ही स्वतःला 'अल्ट्राफ्रेंड्स' असं नाव दिलं. अखेरीस आम्ही सर्वांनी मॅराथॉन पूर्ण केली आणि मी त्यांच्या वतीने बोलू शकत नसलो तरी, मला अजूनही धावायला आवडत नाही. पण, त्या प्रक्रियेत मी काय केलं माहीत आहे का? मी फक्त अल्ट्रा मॅराथॉन धावू शकेल अशा माणसाला भेटलो नाही तर मी तो बनलो! आणि त्यानंतर माझं आयुष्य खूप चांगलं झालं आहे. तुम्ही जेव्हा एखादी वचनबद्धता तुम्हाला ज्यांचा आदर वाटतो आणि त्यांनी तुम्हाला दिलेल्या आदराची किंमत वाटते अशा लोकांशी सार्वजनिक करता, तेव्हा प्रयत्न करायचे सोडून देणं हा पर्यायच असत नाही.

आपले ध्येय जेव्हा अनेक चालू ध्येयांकडे नेते

माझे मित्र आणि कटकोमधील अजून एक माजी सहकारी जॉन इस्राएल (मला माहीत आहे, मी जर कटकोमध्ये नसतो, तर मला मित्रच नसते) हे एक उद्देश्य अनेक महत्त्वाची ध्येयं साध्य करण्याकडे कसे नेते याचे एक उत्तम उदाहरण आहेत. जॉन, यांना 'मिस्टर थँक यू' म्हणूनही ओळखतात. ते या ग्रहावरील कृतज्ञतेची भावना १ टक्क्याने उंचावण्याच्या उद्देश्याप्रति कार्यरत आहेत. एका वेळी एक धन्यवादचे कार्ड. पहिल्या वर्षी जेव्हा ते या उद्देश्याप्रति वचनबद्ध झाले, तेव्हा त्यांनी दररोज पाच हाती लिहिलेल्या धन्यवाद नोट्स द्यायचं ठरवलं

होतं आणि त्यादेखील वेगवेगळ्या लोकांना. ते वर्षभरात एका व्यक्तीला फक्त तीनच वेळा नोट पाठवू शकणार होते. मजेशीर उद्देश्य, बरोबर?

त्यांनी त्यांच्या उरलेल्या उद्देश्यांप्रति काय दृष्टीकोन ठेवला ते जाणून घेणंही तितकंच मजेशीर होतं. त्यांची इतर सर्व ध्येयं त्यांच्या कृतज्ञता या ध्येयाच्या चाळणीतूनच पोसली जात होती. अशा प्रकारेच त्यांनी त्या वर्षी खूप कामगिरी केली. त्यांना एक लहान बाळ होतं. ते देशभरात फिरले आणि त्यांनी समान मनोवृत्तीच्या बाबा लोकांची एक कम्युनिटी स्थापन केली, जिचं नाव होतं, 'मिरॅकल मेव्हन डॅड्स'. त्या माध्यमातून, त्यांचे नातेसंबंध आणि कम्युनिटी लवकर विस्तारत गेली आणि त्यांनी ते त्यांचं कटकोमधील सर्वांत उत्तम वर्ष होतं, ज्यामध्ये त्यांनी ४,४५,००० डॉलर्सची प्रभावी विक्री केली आणि हाती लिहिलेल्या धन्यवाद नोट्स पाठवण्याचं उद्देश्यही १८२५ नोट्स पाठवून साध्य केलं. जगाप्रति अधिक कृतज्ञता व्यक्त करून त्यांनी कृतज्ञ राहावं असं खूप काही मिळवलं. त्यांची सर्व ध्येयं त्यांच्या या उद्देश्याच्या खालोखाल होती, ज्यांची जवळजवळ त्यांनी त्या वर्षी जे जे करायचं ठरवलं होतं ते ते सर्व करण्यासाठी मदत झाली.

तुमची इतर ध्येयं विसरू नका

आपण एकल ध्येय ओळखणे आणि ते तुमचं सर्वोच्च ध्येय, तुमचं उद्देश्य म्हणून निश्चित करणे याबद्दल चर्चा केली आहे. पण, एकल ध्येय निश्चित करायचं याचा अर्थ तुमच्या जीवनातील इतर गरजा मागे सोडून द्यायच्या असा होत नाही. त्याचा अर्थ इतकाच आहे की तुमचं उद्देश्य सर्वप्रथम आलं पाहिजे. एकदा का ते केलं, की तुम्ही अन्य कोणतीही ध्येयं हाताळू शकता.

तुम्हाला आठवत असेल तर, मी ज्या वर्षी माझी वार्षिक विक्री दुप्पट केली होती, ते वर्ष माझ्यासाठी इतर सर्व ध्येयंही पूर्ण करण्यासाठी सर्वोत्तम होतं. एकल ध्येय निश्चित करण्याने तुम्हाला तुमचा वेळ आणि प्राधान्य एका वेळी त्या एकाच ध्येयावर केंद्रित करण्यासाठी भाग पाडते. कधीही उठून जे सगळ्यात सोपं ध्येय आहे त्यासाठी प्रयत्न करण्यापेक्षा हे खूप जास्त प्रभावी आणि कार्यक्षम असते. तुम्ही प्राथमिकरीत्या एकाच ध्येयावर लक्ष

केंद्रित केलं असेल, तर तुम्हाला प्रत्यक्षात अनेक ध्येयं एका वेळी साध्य करणं सोपं वाटेल.

आता आपण ध्येयाचा खरा हेतू आणि तुमचं उद्देश्य कसं निवडायचं हे पाहिलं आहे. पुढील दोन प्रकरणं मिरॅकल मेव्हन बनण्यासाठी आणि तुमच्या सर्वांत मोठ्या ध्येयाला शक्य... ते कदाचित... ते अपरिहार्य.. या दिशेने नेण्यासाठी जे दोन निर्णय घ्यायचे त्याबाबत अधिक खोलात शिरतील. जर एखाद्या ध्येयाप्रति वचनबद्ध होणं इतकं मोठं असेल की ते अजूनही विचार करण्याजोगे नाही असे वाटून घाबरवत असेल, तर तुम्हाला कदाचित पुढील पानं दोनदा वाचावी लागतील.

७

तुमचा पहिला निर्णय : अढळ विश्वास

तुम्ही विश्वास ठेवलाच पाहिजे, जोपर्यंत...

'लोकांमध्ये श्रद्धेचा अभाव असतो त्यामुळे त्यांना आव्हानं घ्यायची भीती वाटते, आणि माझा स्वतःवर विश्वास होता.'

–मोहम्मद अली

तुम्हाला माहीत होतं का,

डॉ. सूस (सॉइस असाही उच्चार केला जातो) यांचं पहिलं पुस्तक सत्तावीस प्रकाशकांनी नाकारलं होतं. त्यानंतर त्यांनी साठ यशस्वी पुस्तकं प्रकाशित केली, आणि जगभरात त्यांच्या पुस्तकांच्या ६० कोटींहून जास्त प्रती विकल्या गेल्या.

बेब रुथ यांनी १३३० स्ट्राइक आउट केले होते आणि होम रन रेकॉर्ड केला. त्यांना आजवरच्या महान बेसबॉलपटूंपैकी एक मानलं जातं.

व्हिंसेंट व्हॅन गॉग यांचं फक्त एक पेंटिंग त्यांच्या मित्राने विकत घेतलं होतं, आणि तरीही ते पेंटिंग करत राहिले. त्यांचा मृत्यू झाला तोपर्यंत त्यांनी आठशेहून जास्त पेंटिंग्स केली होती, जी आता लाखो डॉलर्सना विकली जातात.

टायलर पेरी, बहुआयामी लेखक, अभिनेता, निर्माता आणि दिग्दर्शक यांनी पहिलं नाटक केलं, तेव्हा सगळी संपत्ती गमावली होती (आणि पुन्हा सुरुवात करण्यासाठी फारसं काही हातात नव्हतं). पण ते घाबरून गेले नाहीत, त्यांनी प्रयत्न सुरू ठेवले आणि वेळप्रसंगी कारमध्येच राहावं लागलं तरी नवीन नाटकं लिहून रंगमंचावर आणत राहिले. त्यांचं नाटक अखेरीस तब्बल सहा वर्षांनी प्रचंड लोकप्रिय झालं आणि त्यांच्या करीअरने वेगळीच उंची गाठली. तेव्हापासून आजपर्यंत त्यांची एकूण मालमत्ता करोडो डॉलर्सच्या पार गेली आहे.

वॉल्ट डिस्नी यांना एका वृत्तपत्रातून 'त्यांच्याकडे चांगल्या कल्पना नाहीत' या कारणास्तव काढून टाकण्यात आलं होतं. त्यांनी नंतर आजवरची सर्वांत मोठ्या सर्जनशील कंपनीची स्थापना केली.

एल्विस प्रेस्ली ग्रँड ओले ओप्रीमधील ऑडिशननंतर सांगण्यात आलं होतं की परत जा आणि तुझी ट्रक चालकाची नोकरी कर. त्यांनी त्या सल्ल्याकडे दुर्लक्ष केलं आणि पुढे ते संगीतातील महान आदर्श बनले.

मायकल जॉर्डन यांना त्यांच्या शाळेच्या बास्केटबॉल टीममधून वगळण्यात आलं होतं. पुढे ते शिकागो बुल्सकडून खेळू लागले आणि एक आदर्श बास्केटबॉलपटू बनले.

यांपैकी काही उदाहरणं तुम्ही यापूर्वी ऐकली असतील. मी या पुस्तकासाठी संशोधन करेपर्यंत मलाही यांतील काहींबद्दल माहिती नव्हती. पण, मला ही सर्व उदाहरणं खूप आकर्षक वाटली. डॉ. सूस लिहीत राहिले. बेब रुथ पोहत राहिले. व्हान गॉग पेंटिंग करत राहिले. टायलर पेरी पुन्हा रंगमंचावर येत राहिले. वॉल्ट डिस्नी कल्पना करत राहिले. एल्विस प्रेस्ली गात राहिले. मायकल जॉर्डन बास्केटबॉल खेळत राहिले. पण का? ते का पुढे जात राहिले? त्यांच्यापैकी अनेकांना प्रयत्नांना सुरुवात केल्यानंतर अनेक वर्षांनी यश मिळालं आहे. काही तर त्यादरम्यान आर्थिक नुकसानीत सापडले. प्रत्येकाला, कधी ना कधी, जशी आपल्याला वाटते तशी स्वतःबद्दल शंका वाटलीच असेल. का आणि (हे कदाचित चांगल्या प्रकारे विचारलं तर) कसे काय- त्यांनी प्रयत्न सुरू ठेवले आणि पुन्हा पुन्हा अपयश पचवत राहिले.

मला याचं एकमेव उत्तर देता येऊ शकेल आणि ते सगळ्यांच्या बाबतीत खरं आहे ते म्हणजे त्यांनी अढळ विश्वास टिकवून ठेवला.

तुम्हाला माहीतच आहे की मिरॅकल इक्वेशनमध्ये दोन निर्णय समाविष्ट आहेत जे स्थापन केले पाहिजेत आणि दीर्घ काळासाठी टिकवून ठेवले पाहिजेत- अढळ विश्वास आणि असाधारण प्रयत्न. जर तुम्ही या दोन निर्णयांसह पुढे जायचं ठरवलं, तर तुम्ही यशस्वी होण्याच्या शक्यता मोठ्या प्रमाणावर वाढतात. ते यशाची हमी देत नाहीत, किंवा जादूई शक्ती निर्माण करत नाहीत जी तुम्हाला अपेक्षित असलेले परिणाम आकर्षित करेल. हे समीकरण त्यापेक्षा अधिक मजबूत आहे.

वरील उदाहरणातील प्रत्येक मिरॅकल मेव्हनने असा विश्वास निर्माण केला होता की त्यांना जे हवं आहे त्यासाठी कृती करण्यास ते प्रवृत्त होतील; आणि जितकी अधिक कृती करतील तितकी यशापर्यंत पोहोचण्याची शक्यता अधिक असेल. या प्रक्रियेदरम्यान ते अधिक सक्षम आणि प्रभावी बनतील. तुम्ही वचनबद्ध असलेल्या कोणत्याही परिणामाच्या दिशेने जाता तेव्हा, तुमच्यासाठी जे शक्य आहे ते संभाव्य बनू लागते आणि काही काळाने अखेरीस ते अपरिहार्यतेमध्ये बदलते. तिथेच तुम्हाला आयुष्यातील अद्भुत गोष्टी भेटतात.

मला या लोकांच्या उदाहरणांतून जे समजलं ते तुम्हालाही समजलं असेल अशी आशा करतो; ते असं : यश सहज येऊन तुमच्या झोळीत पडत नाही आणि त्यासाठी शॉर्टकट नसतात. पुढे जात राहण्यासाठी जी एकमेव

गोष्ट बाळगली पाहिजे, ती म्हणजे विश्वास. यातील कोणीही (आणि इतर अनेक जण) जर त्यांच्या दृष्टीवर शंका घेत बसून राहिले असते आणि स्वतःवरील विश्वास ढळू दिला असता, तर आज ते त्यांच्या करीअरच्या ज्या शिखरावर पोहोचले आहेत, तिथे पोहोचलेच नसते. त्यांचा तो विश्वास त्यांच्या प्रयत्नांना यश मिळेपर्यंत ऊर्जा देत राहिला. अढळ विश्वास टिकवून ठेवण्याचा त्यांचा निर्णय स्पष्ट, ठळक आणि अढळ होता. या प्रकरणात आपण, तुम्ही असा अढळ विश्वास कसा विकसित करू शकता, जोपासू शकता आणि तो कृतीत उतरवू शकता हे पाहू.

अढळ विश्वासाकडे झेप

विश्वास थोडा भ्रामक असतो. तो मिळणं जरा कठीण आहे कारण त्याच्यासाठी कोणत्याही पुराव्याची आवश्यकता नाही. आणि म्हणून तो अदृश्य असतो कदाचित अविश्वासार्हही. जेव्हा लोक विश्वासाबद्दल बोलतात, ते अनेकदा कोणत्यातरी वाईट घटनेच्या संदर्भात असतं. आपल्याला असं सांगितलं जातं, की 'फक्त असा विश्वास ठेवा की ही भयानक घटना काही कारणाने घडली असेल.' किंवा, 'विश्वास ठेवा, गोष्टी बदलतील,' मला वाटतं की अशा प्रकारचा विश्वास तुम्हाला थोडा वेळ बरं वाटण्यासाठी ठीक असतो, तोदेखील कधीकधीच.

मी अशा प्रकारच्या विश्वासाबद्दल बोलत नाहीये. मी तुमच्यासाठी जे शक्य आहे त्या विश्वासाच्या संदर्भात बोलतो आहे- कोणत्याही प्रकारच्या संकटांना तोंड देऊन दृश्य, मोजण्याजोगा चमत्कार निर्माण करण्याच्या तुमच्या क्षमतेबद्दल. जे सुरुवातीला हास्यास्पद वाटतं, अजूनही अदृश्य वाटतं आणि तितकंसं विश्वासार्ह वाटत नाही. कारण, विश्वास असण्यासाठी आपल्या भौतिक संशयी वृत्तीपासून दूर झेप घेतली पाहिजे. आणि खरंच, जो अढळ विश्वास मिरॅकल इक्वेशनचा ५० टक्के भाग आहे, तो नैसर्गिक नाही. अढळ विश्वास हा जन्मतः येत नाही. तो जन्मजात नाही. आणि ती एक भावनाही नाही. उलट, तो जाणीवपूर्वक निर्णय घेऊन निर्माण करावा लागतो, नंतर जागरूकपणे जोपासावा लागतो आणि दीर्घ काळ टिकवून ठेवावा लागतो. प्रत्येक दृश्य, व मोजण्याजोगा चमत्कार एका वैयक्तिक विश्वासापासूनच सुरू झालेला असतो. तो विश्वास, तो चमत्कार वास्तवात यावा यासाठी

प्रार्थना करत असतो. असा विश्वास तेव्हाच टिकून राहतो, जेव्हा चमत्कार वास्तवात उतरत नाही तोपर्यंत आपण असाधारण प्रयत्न करत राहतो, मग तसं होण्यास कितीही वेळ का लागो. अढळ विश्वास टिकवून ठेवण्याचा निर्णय घेण्याचा एक फायदा असाही आहे की तो तुम्हाला तुमच्या मनात येणाऱ्या स्वतःबद्दलच्या नकारात्मक शब्दांवर मात करायला आणि बहुतेक लोकांनी कधीही न अनुभवलेली मनोवृत्ती मिळवण्याचा मार्ग प्राप्त करून देण्यासाठी मदत करतो.

हे समजून घ्या, की सर्व मिरॅकल मेव्हन सर्वप्रथम जो निर्णय घेतात तो हाच आहे. आणि ते पुढे आयुष्यभर तो निर्णय कायम घेत राहतात. तो निर्णय जाणीवपूर्वकरीत्या आणि वारंवार घेतल्याने, ती त्यांची मूलभूत मनोवृत्ती बनते ज्यामुळे त्यांना सर्व प्रकारची आव्हानं आणि संधी पाहता येतात. लोक जेव्हा कोणत्याही महान व्यक्तीच्या मनोवृत्तीबद्दल सांगतात, तेव्हा अढळ विश्वासाचा संदर्भ कधीकधी अन्य नावाने दिला जातो, जसं की असाधारण स्व-विश्वास, उच्च आत्मविश्वास, किंवा अभेद्य ठामपणा. तुम्ही त्याला काय नाव देता यापेक्षा त्याचा अंगीकार न करणारा मिरॅकल मेव्हन भेटण्याची शक्यता कमी आहे.

ज्या वर्षी मी पुन्हा मरणारच होतो- ते वर्ष

माझ्या आयुष्याने माझी एकापेक्षा जास्त वेळा इतकी परीक्षा का घेतली किंवा मुळात ती का घेतली हे मी नक्की सांगू शकणार नाही. तरीही, मी त्यातून हे शिकलो की जेव्हा आपल्या भोवतालचे जग कोलमडून पडते तेव्हा आपली मनोवृत्ती निवडण्याची ताकद आपल्याजवळ नेहमीच असते- खरोखर आनंदी, कृतज्ञ, आणि आशावादी. तो पर्याय निवडून आपण आपला विवेक टिकवून ठेवतो जेणेकरून आपण आपलं जग पुन्हा उभं करू शकू.

मी नुकतंच मिरॅकल इक्वेशन वापरलं तो काळ निःशंकपणे सर्वांत कठीण काळ होता आणि सर्वांत अधिक फलदायी होता. त्यामुळे माझा जीव वाचला. २०१६मधील ऑक्टोबर महिन्यातील एका मध्यरात्री मला अचानक जाग आली. माझा श्वास कोंडला होता. श्वास घेण्याची धडपड करत असताना, मी मोठ्याने श्वासोच्छ्वास करत होतो. त्या आवाजाने माझ्या पत्नीला जाग आली.

"तू ठीक आहेस का?" उर्सुलाने विचारलं.

"मला माहीत नाही," मी पुन्हा श्वास ओढला. "मला श्वास घ्यायला त्रास होतो आहे," तिने लगेचच माझ्या पाठीशी उशा लावून मला बसतं केलं, ज्यामुळे मला पुन्हा झोपायचा प्रयत्न करण्यासाठी पुरेसा आराम मिळाला. आम्हाला दोघांनाही असं वाटलं की आम्ही सकाळी उठून तात्काळ वैद्यकीय सेवा देणाऱ्या दवाखान्यात गेलं पाहिजे. मला थोड्या वेळाने बसूनच डुलकी लागली. दुसऱ्या दिवशी, आम्ही आमच्या येथील तत्काळ वैद्यकीय सेवा देणाऱ्या स्थानिक दवाखान्यात गेलो. आम्हाला आशा वाटत होती की तिथल्या डॉक्टरना मला नक्की काय त्रास होता ते सांगता येईल. मला न्युनोनिया झाला असल्याचं निदान झालं आणि मला अझिथ्रोमायसिन (ॲन्टीबायोटिक) देण्यात आलं. डॉक्टर म्हणाले की त्यामुळे थोडा आराम वाटेल, पण दुर्दैवाने तसं झालं नाही.

पुढील आठवड्यात तब्येत अजूनच बिघडली, इतकी की मला उठताबसता सतत तत्काळ वैद्यकीय सेवा केंद्रात जाऊन माझ्या डाव्या फुप्फुसातील पाणी काढावं लागत होतं; कारण ते सतत काम करेनासं होई. दरवेळी हे पाणी काढणं खूप वेदनादायक होतं. या प्रक्रियेत माझ्या बरगड्यांच्या मागील बाजूने एक मोठी सुई आत खुपसून आतील तो जास्तीचा द्रव काढला जाई आणि तो खरोखर खूप असे. त्या काळात, माझ्या फुप्फुसातून जवळजवळ अकरा लिटर (बावीस पाउंड) द्रव काढला गेला. तरीही मला आराम वाटत नव्हता. दरवेळी द्रव काढला की तो पुन्हा तयार होई. रात्री मला झोप लागत नसे, कारण मला श्वास घेण्यासाठी धडपड करावी लागे. हॉस्पिटलमध्ये माझ्या फुप्फुसाचं नक्की काय बिघडलं आहे ते जाणून घेण्याचा प्रयत्न करण्यासाठी मला एका स्पेशालिस्टकडून दुसऱ्याकडे पाठवलं गेलं. पण त्यापैकी कोणाकडेही मला हा त्रास का होत होता याचं उत्तर नव्हतं... अर्थात, मी डॉ. बर्कले यांना भेटेपर्यंत!

डॉ. बर्कले यांनी विविध तपासण्या आणि स्कॅन्स करायला सांगितले. ते सर्व मी केले. दुसऱ्या दिवशी, त्यांच्या नर्सने मला फोन केला. तिच्या आवाजात एक प्रकारची तातडी जाणवत होती. तिने सांगितलं की डॉ. बर्कले यांना माझ्या तपासण्यांच्या निष्कर्षाबाबत बोलायचं आहे आणि त्यासाठी मला ताबडतोब भेटायला बोलावलं आहे. आता अखेरीस असं वाटत होतं

की माझ्या त्रासाबाबत काहीतरी निदान हाती लागते आहे. म्हणून मी लगेच कार काढली आणि डॉ. बर्कले यांच्या क्लिनिकमध्ये गेलो. मी त्यांच्या क्लिनिकमध्ये त्यांची वाट बघत बसलो असताना, मला नक्की काय त्रास आहे आणि दोन आठवडे मला श्वास घ्यायला त्रास का होतो आहे हे आता तरी समजेल या विचाराने हायसं वाटत होतं. डॉ. बर्कले आले, माझ्यासमोर बसले आणि माझ्या तपासण्यांचे कागद चाळू लागले. त्या तपासण्यांच्या निष्कर्षावरून त्यांनी त्यांचं प्राथमिक निदान केलं : ''हाल, असं दिसतंय की तुला एक प्रकारचा कॅन्सर आहे.''

कॅन्सर? नाही. ते खरं नसेल. मी विचार केला. मला नाही.

खूप वर्षांपूर्वी मी एक डॉक्युमेंटरी पाहिली होती, 'हीलिंग कॅन्सर फ्रॉम इनसाइड आउट'. मी द चायना स्टडी, इटिंग वेल फॉर ऑप्टिमम हेल्थ : द इसेन्शिअल गाइड टू फूड, डाएट अँड न्युट्रिशन यांसारखी आरोग्याबाबतीतील पुस्तकं वाचून त्याचा पाठपुरावा केला होता. परिणामी, माझ्या कॅन्सरचं निदान होण्यापूर्वी सहा वर्षं मी ज्याला आपण 'अँटीकॅन्सर' जीवनशैली म्हणू शकू ती जगायला सुरुवात केली होती. सदतिसाव्या वर्षी मी प्राथमिकतः सेंद्रिय भाजीपाला व आहार घेत होतो, ज्यासोबत थोडा गवतावर वाढवलेल्या प्राण्यांच्या, संप्रेरक मुक्त व उच्च दर्जाच्या मांसाचा समावेश होता. हे मी एक दशकाहून अधिक काळ खात होतो. मी दररोज व्यायाम करत होतो. ध्यानधारणा करत होतो. मी खरोखर आनंदी होतो आणि अत्यंत कमी ताण कसा येईल याची काळजी घेत होतो. मी दारू फारशी पीत नव्हतो, मात्र कधीतरी एखादी बिअर घ्यायचो. उर्सुला आणि मी आमच्या घरातील सर्व रासायनिक पदार्थ काढून टाकले होते. आमच्या घरी फक्त नैसर्गिक, रसायनमुक्त शांपू, टूथपेस्ट, डिओडोरंट आणि सफाईची द्रव्ये होती. तुम्ही असं म्हणू शकता की आम्ही आधुनिक हिप्पी होतो.

त्यामुळे, मी जवळच्याच अजून एका हॉस्पिटलमधून दुसरं मत घेतलं आणि टेक्सासमधल्या ह्यूस्टन येथील एमडी अँडरसन कॅन्सर सेंटरमधून तिसरं मत घेतलं. तिथे डॉक्टरना लगेच लक्षात आलं, की माझं फक्त डावं फुप्फुसच नाही, तर दोन्ही किडन्या आणि हृदयही कोलमडण्याच्या बेतात होतं. मी खरा तर तिथे मला कॅन्सर झालाय का नाही हे ठरवण्यासाठी गेलो होतो, पण मला ताबडतोब स्ट्रेचरवर घालून नर्सेसनी तत्काळ वैद्यकीय सेवेच्या ठिकाणी

नेलं. तिथल्या डॉक्टरनी माझ्या फुप्फुसातील द्रवाची पिशवी काढली जी या वेळी हृदयाच्या भोवताली तयार झाली होती. ती द्रवाची पिशवी आठ इंच जाड होती आणि तिथल्या डॉक्टरांनी मला सांगितलं की जर ती पिशवी जर अजून काही मिलिमीटरही वाढली असती, तरी माझं हृदय काम करेनासं झालं असतं. मला हृदयविकाराचा झटका आला असता आणि त्यांना ते पुर्णपणे उघडून (ओपन हार्ट) शस्त्रक्रिया करावी लागली असती.

माझा यावर विश्वासच बसत नव्हता. मी हादरून गेलो होतो आणि तरीही गोष्टी पुढे अजूनच बिनसत गेल्या.

डॉक्टरनी मला सांगितलं की माझ्या फुप्फुसातील द्रवाच्या पिशवीतून द्रव काढण्यासाठी त्यांना बरगड्यांच्या मागील बाजूने एक मोठी सुई आत खुपसावी लागणार होती, कारण त्या पिशवीला भोकं करणं आवश्यक होतं. ती पिशवी माझ्या हृदयापासून फक्त एक अष्टमांश सेंटिमीटर दूर होती आणि ती सुई हृदयाला स्पर्श करू नये यासाठी डॉक्टर त्यांच्या अखत्यारीत असलेले सर्वतोपरी प्रयत्न करत होते. या संपूर्ण प्रक्रियेदरम्यान मी पूर्णपणे जागा होतो. ती प्रक्रिया सुरू होण्यापूर्वी मला एका फॉर्मवर सही करावी लागली ज्यामध्ये असं लिहिलं होतं, की जर त्यांनी अपघाताने ती सुई माझ्या हृदयाला टोचली आणि मला त्यामुळे हृदयविकाराचा झटका आला, तर मी हॉस्पिटलवर कायदेशीर कारवाई करू शकणार नाही. मी उर्सुलाचं चुंबन घेतलं. ती मुसमुसून रडत होती. दोन हिरव्या रंगाचे गाउन घातलेल्या लोकांनी मला व्हीलचेअरवरून ऑपरेशन रूममध्ये नेण्यापूर्वी मी माझ्या वडिलांना मिठी मारली. त्या ऑपरेशन रूमला काचेच्या खिडक्या होत्या, ज्यामधून माझे कुटुंबीय ती पूर्ण प्रक्रिया पाहू शकणार होते.

पंधरा मिनिटांत ती प्रक्रिया झाली. माझ्या हृदयाला धक्का न लागता. त्यामुळे हृदयावर शस्त्रक्रिया वगैरेही नाही. तरीही त्या प्रक्रियेमुळे माझ्या नुकत्याच सुरू झालेल्या आयुष्याचं वर्ष व्यग्र राहणार होतं. आम्हाला अजूनही शोधून काढायचं होतंच की माझे अवयव का काम करेनासे होत होते? मला ते समजलं नाही. मी असा काही दिवसांतच निरोगी असण्यापासून एकदम मृत्यूच्या उंबरठ्यावर कसा काय पोहोचलो होतो?

एमडी अँडरसनमधील विशेषज्ञांनी लवकरच निदान केलं की मला अतिशय दुर्मीळ असा अत्यंत आक्रमक कॅन्सर, ज्याला अक्युट लिम्फोब्लास्टिक

ल्युकेमिया किंवा ALL म्हणतात, झाला होता. हा आजार इतका दुर्मीळ आहे की मी त्यापूर्वी ज्या दोन हॉस्पिटलमध्ये गेलो होतो, त्यांच्याकडे हे निदान करण्याची साधनंदेखील नव्हती. हा ALL इतका आक्रमक असतो, की चुकीचं निदान झाल्यामुळेच बहुतेक लोकांचा मृत्यू होतो. मीही त्याप्रमाणेच तत्काळ वैद्यकीय सेवा केंद्रात पोहोचलो होतो. ALL इतक्या जलद काम करतो, की जोपर्यंत बहुतेक रुग्णांना त्याचं नीट निदान होतं, तोपर्यंत त्यांना वाचवायला उशीर झालेला असतो. नीट निदान झालं तरीही येणाऱ्या अडचणी मोठ्या असतात. ALL झालेल्या प्रौढांमध्ये जीव वाचण्याचा दर २० ते ३० टक्के असतो. ज्या कोणाला 'ग्लास अर्धा रिकामा आहे' असं वाटतं, त्यांच्यासाठी तुम्ही असं म्हणू शकता की 'तुम्ही मरणार आहात'. ही शक्यता ७० ते ८० टक्के असते. माझं भयानक दुःस्वप्न आता माझं वास्तव बनलं होतं– माझी पत्नी विधवा होणार होती आणि मुलांचं पितृछत्र हरवणार होतं. हे चित्र अजिबात चांगलं दिसत नव्हतं.

एमडी अँडरसनमधील पुढील चाचण्या–तपासण्यांमध्ये असं दिसून आलं की माझ्या कॅन्सरमध्ये एक अत्यंत दुर्मीळ पेशींचं विभागीकरण होत होतं, ज्याला NUPI म्हणतात. हे विभागीकरण आणि ALL हे दोन्ही एकत्रित येणं इतकं दुर्मीळ होतं, की त्याबाबत जीव वाचण्याची शक्यता किती असते याबाबतची काही आकडेवारी प्रसिद्ध रूपात कुठेही नव्हती. अशा प्रकारे, जीव वाचण्याची २०–३० टक्के शक्यता हीच माझ्यासाठी मोठी आशा होती. पण, एका ल्युकेमिया डॉक्टरनी मला असं सांगितलं की मी वाचण्याची शक्यता १० टक्क्यांहून कमी होती. मी जेव्हा 'ॲक्युट लिम्फोब्लास्टिक ल्युकेमिया आणि NUPI' असं शोधण्याचा प्रयत्न केला, तेव्हा चौथ्या पानापर्यंत याबाबत काहीही सापडलं नाही. मला झालेल्या प्रकारचा कॅन्सर बरा करू शकलेला पृथ्वीतलावरील एकही डॉक्टर मला माहीत नव्हता.

मला माझ्या पत्नीचं कौतुक वाटतं. माझी दोन लहान मुलं माझ्या जिवाचा तुकडा आहेत. मला ग्लोबल मिरॅकल मॉर्निंग कम्युनिटीचं नेतृत्व करायचं होतं. आधीपेक्षा आता माझ्याकडे गमावण्यासारखं खूप काही होतं. मी आजवर ज्या संकटांना तोंड दिलं, त्यापैकी हा कॅन्सर सर्वांत जास्त भीतिदायक आणि संभाव्य विनाशकारी होता. बरं होण्याचा काहीही स्पष्ट मार्ग नसताना, मी काय करणार होतो?

मी पहिला जाणीवपूर्वक निर्णय घेतला तो म्हणजे मला कॅन्सर आहे हे पूर्णपणे स्वीकारून भावनिकदृष्ट्या अजिंक्य व्हायचं. विरोध करायचा नाही. मला कॅन्सर नव्हता अशी इच्छा करायची नाही कारण ते भ्रामक आणि अर्थहीन ठरलं असतं आणि त्यामुळे अजूनच भावनिक त्रास झाला असता. माझ्या वास्तवाला विरोध करण्याऐवजी आणि ते वेगळं असतं असा विचार करण्याऐवजी, मी जाणीवपूर्वक विनाअट स्वीकार करण्याचा पर्याय निवडला. तसं करण्यामुळे मला माझ्या बाबत केलेल्या निदानाचा त्रास झाला नाही आणि माझ्या विचारांना आणि ऊर्जेला मला नको असलेल्या परिणामांची भीती वाटण्याऐवजी, मला हव्या असलेल्या परिणामांवर लक्ष केंद्रित करण्यासाठी वाव मिळाला. तसं म्हणायचं झालं तर आता कॅन्सर ही माझी नवीन व्हीलचेअर होती. मी ज्याप्रमाणे माझ्या कार अपघातानंतर ठरवलं होतं, त्याप्रमाणे आताही ठरवलं की मी कॅन्सरशी आणि मला अज्ञात असलेल्या भविष्याशी लढताना मी सर्वांत जास्त आनंदी आणि सर्वांत जास्त कृतज्ञ व्यक्ती असेन.

भीतीच्या जागी विश्वास निर्माण करणे

मला सांगितलेल्या निदानाचा विचार करताना हे स्पष्ट झालं होतं, की मी मरणार आहे याबाबतच्या आकडेवारीवर लक्ष केंद्रित करून मी माझा वेळ वाया घालवू शकत नाही. त्यामुळे फक्त माझ्यातील तणाव वाढेल, जो मला बरं होण्यासाठी काही कामाचा नव्हता याची मला कल्पना होती. या भीतीमुळे माझा कॅन्सरसोबतचा प्रवास संपणार नव्हता. मला कॅन्सर आहे म्हणून आनंद झाला नव्हता. पण, मी माझ्यातील भीतीला मला मारण्यासाठी मदत करू देणार नव्हतो. माझ्या जगण्याच्या शक्यता वाढवण्यासाठी मी काहीतरी केलं पाहिजे होतं आणि त्या शक्यता अशक्यतेकडून संभाव्यतेकडे आणि सर्वांत महत्त्वाचं म्हणजे अपरिहार्यतेकडे न्यायच्या होत्या.

मला ताबडतोब मिरॅकल इक्वेशन आठवलं. मला आलेल्या अगणित अनुभवांमधून हीच एक गोष्ट मला माहीत होती जी माझ्या अडचणी कमी करून असाधारण परिणाम निर्माण करेल. त्या समीकरणामुळेच मला डॉक्टरनी 'तू कधीही चालू शकणार नाहीस' असं म्हटल्यावर पहिलं पाऊल टाकता आलं होतं. मी जेव्हा विक्रीचे विक्रम मोडण्यासाठी प्रयत्न करत

होतो, तेव्हा याच समीकरणाची मदत झाली होती. मी ज्या ज्या व्यक्तीला हे समीकरण शिकवलं, त्या त्या व्यक्तीसाठी ते प्रभावी आणि विश्वासार्ह सिद्ध झालं होतं. जगातील सर्वांत लक्षणीय कामगिरी करणाऱ्या लोकांच्या बाबतीतही हे समीकरण उपयुक्त ठरलं होतं. म्हणून मी आधी काय केलं, तर माझ्या डोक्यातील भीती काढून टाकण्यावर अढळ विश्वास निर्माण केला.

आता, मी टोकाचे विचार करत नव्हतो आणि मी शांतपणे बसून असा विश्वास ठेवू शकत होतो की मी ALLच्या त्या ३० टक्के रुग्णांमध्ये असेन जे कॅन्सरवर मात करून जिवंत राहतील. ते ३० टक्के १०० टक्क्यांमध्ये बदलण्याच्या प्रयत्नात मी माझी भीती मान्य केली आणि मी खूप निरोगी, दीर्घ जीवन जगणार आहे असा अढळ विश्वास टिकवण्याचा जाणीवपूर्वक निर्णय घेतला, मग भले काहीही होवो... दुसरा पर्यायच नव्हता. मी स्वतःशी एक गोष्ट ठरवली की मी असाधारण प्रयत्न करेन आणि जिवंत राहण्यासाठी जे जे आवश्यक ते ते सर्व करेन. माझ्यासमोरील सर्व शक्यतांवर लक्ष केंद्रित करण्यासाठी मी अढळ विश्वासाची मदत घेतली, त्यामध्ये फक्त मृत्यू यापेक्षा अधिक शक्यता होत्या. मी ठरवलं की मला १०० वर्षांचा होईपर्यंत जगायचं आहे. मी माझ्या कुटुंबीयांबरोबर माझा शंभरावा वाढदिवस साजरा करतो आहे अशी कल्पना करायला सुरुवात केली. माझ्या शंभराव्या वाढदिवशी माझी मुलगी (जी त्या वेळी बालवाडीमध्ये होती) ती सदुसष्ट वर्षांची असेल, इ. माझ्या मनात कोणताही अन्य पर्याय नव्हता. तिथे पोहोचण्याचा मार्ग सरळ नव्हता.

माझ्यासमोर असलेल्या आव्हानांमधील सर्वांत मोठं आव्हान होतं ते म्हणजे डॉक्टरनी सुचवलेले औषधोपचार : हायपर CVAD किमोथेरपी करायचे का नाही हा निर्णय घेणे! मी 'स्वाभाविकपणे जे घडेल ते' या प्रकारच्या मनोवृत्तीच्या माणसांमध्ये मोडतो. किमोथेरपीची औषधं, जी कॅन्सरने माणसाला मारण्याआधी कॅन्सरला मारण्यासाठी असल्याने खूप विषारी असतात; ती माझ्या शरीरात जाऊ देणं हे माझ्या आरोग्याच्या संदर्भातील आजवरच्या सर्व तत्त्वांच्या विरोधात होतं.

दुसरं म्हणजे, हायपर CVAD किमोथेरपी ही अस्तित्वात असलेल्या औषधोपचारातील सर्वांत तीव्र पद्धत असते. किमोथेरपीची औषधं आणि ती द्यायच्या पद्धती वेगवेगळ्या असतात. अनेक कॅन्सर पेशंट्सच्या पद्धतीत महिन्यातून एकदा किंवा दोनदा हॉस्पिटल किंवा क्लिनिकमध्ये एक किंवा दोन तासांसाठी जाणं समाविष्ट असतं. त्या एका गोष्टीमुळे लोकांना त्याच्या साइड इफेक्ट्समुळे खूप आजारी वाटतं.

तर, हायपर CVADमध्ये चार ते पाच किमोथेरपी औषधांचे संयोजन (कोर्स अ आणि कोर्स ब) एका वेगळ्या पद्धतीने दिलं जातं, प्रत्येक संयोजन चार ते पाच दिवसांसाठी दिलं जातं जे एकूण मिळून किमोथेरपीचे ६५० तासांहून जास्त तास होतात. ही किमोथेरपी इतकी विषारी असते की त्यामुळे माझ्या नसांचं कायमचं नुकसान झालं असतं आणि ती माझ्या दंडात एक नळी घालून द्यायला लागणार होती- ती दंडात घातलेली नळी जी माझ्या नसांमध्ये जाऊन किमोची औषधं आतल्या मजबूत रक्तवाहिनीत सोडणार होती. हायपर CVAD किमोचे भयंकर परिणाम कमीतकमी करण्यासाठी त्या औषधांची मात्रा कमी प्रमाणात द्यावी लागते. त्याचे खूप गंभीर आणि जीवघेणे परिणाम असतात आणि विविध औषधांमुळे निर्माण होणारी गुंतागुंत असते जी हॉस्पिटलमध्ये डॉक्टरांच्या काळजीपूर्वक निगराणीखालीच होणं आवश्यक असतं. खरं तर, जेव्हा मला दिल्या जाणाऱ्या औषधांच्या परिणामांची यादी दिली गेली, त्यातला एक भयंकर परिणाम होता- ल्युकेमिया.

काय? माझा ॲक्युट लिम्फोब्लास्टिक ल्युकेमिया बरा करण्यासाठी माझ्या नसांमध्ये जे औषध दिलं जाणार होतं, त्यामुळे ल्युकेमिया होतो?

इथे उद्दिष्ट होतं, की कमीतकमी वेळात, कॅन्सरने मला मारण्याआधी त्याला मारण्यासाठी जास्तीतजास्त वेळा (किंवा आवश्यकतेप्रमाणे) किमोथेरपी देणे. डॉक्टरनी मला सांगितलं होतं की प्रत्येक किमोथेरपी सायकलचा कालावधी वेगवेगळा असेल आणि तो आधीच्या सायकलनंतर माझं शरीर त्यातून कितपत बाहेर पडतंय त्यावर अवलंबून असेल. वेगळ्या शब्दांत सांगायचं झालं तर, किमोमुळे माझ्या शरीराचं जे नुकसान होईल त्यावरून ठरवता येईल की माझं शरीर अजून किती नुकसान सोसू शकेल.

जर किमोने शरीरात हैदोस घातला जात असेल, आणि सर्व किमो तो घालतातच- तर ही किमोथेरपी तुमच्या शरीरात प्रचंड हैदोस घालते. प्रत्यक्षात लोक कॅन्सरपेक्षा या औषधोपचाराने मरतात. तुम्ही तुमचा जीव

वाचवण्यासाठी एखादं औषध घेता, पण त्या प्रक्रियेत ते औषधच तुम्हाला मारतं असा विचार करणं जरा वेडेपणाचं आहे. पण, अशी आशा असते की ते औषध आधी कॅन्सरला मारेल आणि तोपर्यंत रुग्णाचं शरीर बऱ्यापैकी मजबूत होईल जेणेकरून तो किंवा ती मरेपर्यंत कॅन्सरला मारण्याच्या काळात रुग्ण जिवंत राहील.

मला खात्री आहे की तुम्ही कल्पना करू शकता की तो निर्णय घेणं माझ्यासाठी किती आव्हानात्मक असेल. ती पद्धती स्वतःच जीवघेणी होती. आम्ही सगळे जण यामुळे माझा जीव वाचेल अशी आशा करत असताना, मी या औषधोपचारामुळेच मरेन का? आणि त्याही पुढची गोष्ट म्हणजे माझा अशी कोणतीही विषारी गोष्ट माझ्या शरीरात जाऊ देण्यावर विश्वास नव्हता. पण ते सगळं माझ्या एकूणच विचारांच्या विरुद्ध होतं. अजून दुसरा काही चांगला मार्ग असेल असा विचार करण्याशिवाय माझ्या हातात काही नव्हतं.

मला लगेचच एमडी अँडरसनमध्ये जगातील मोठ्या कॅन्सर स्पेशालिस्ट्सपैकी एक डॉ. एलियास जब्बार यांच्या हाती सोपवलं गेलं. त्यांच्या क्लिनिकमध्ये आम्ही प्रथम भेटलो तेव्हा मी माझी पत्नी उर्सुला हिच्या शेजारी हताश आणि घाबरून बसलेला होतो. एकमेकांचे हात हातात धरून आम्ही डॉ. जब्बार यांच्याकडे आमची काळजी व्यक्त केली आणि त्यांना विचारलं, की ते मला माझा कॅन्सर नैसर्गिकपणे बरा करण्यासाठी मदत करतील का?

त्यांच्या उत्तराने मी दचकलो. ते मला म्हणाले, की जरी त्यांना मला माझा कॅन्सर नैसर्गिकपणे बरा करायचा आहे याचं कौतुक वाटलं, तरीही ALL हा त्या प्रकारातला कॅन्सर नव्हता की मला तो पर्याय परवडेल. त्यांनी समजावून सांगितलं की, मला काही हळूहळू वाढणारा ट्युमर नव्हता आणि त्यांनी हेदेखील लक्षात आणून दिलं की मी काही आठवड्यांपूर्वी एकदम निरोगी होतो आणि आज माझी फुप्फुसं, हृदय आणि किडन्या निकामी होण्याच्या मार्गावर होत्या. त्यांनी मला खात्रीपूर्वकपणे सांगितलं की जर हायपर CVAD किमोथेरपी लगेचच दिली गेली नाही तर काही दिवसांत माझं मरण निश्चित होतं; कदाचित एका आठवड्यातच. उर्सुलाला रडू कोसळलं. तिने माझा हात घट्ट दाबून धरला, इतका घट्ट की मी कळवळलो.

मला जरी अर्थातच माझ्या डॉक्टरांचं उत्तर आवडलं नाही, तरी मला त्यांच्या हेतूबाबत प्रश्न निर्माण झाला. मी त्या माणसाला नुकताच भेटलो होतो त्यामुळे त्यांच्या मनात काय आहे हे मला माहीत नव्हतं. ही मला घाबरवण्याची युक्ती होती का? मला प्रश्न पडला. माझ्यातील शंकासुर अजूनच बळावला. मी त्यांना विचारलं, की आम्ही आमच्यापुढे असलेल्या पर्यायांवर चर्चा करण्यासाठी २४ तासांचा वेळ घेऊ शकतो का? डॉ. जब्बार थोडे नाराजीनेच तयार झाले.

त्या रात्री, मी आणि उर्सुलाने काही स्पष्टता मिळावी म्हणून गुगलची अनेक पेज धुंडाळली. मी या गोष्टीवर समग्र पद्धतीने उपचार होऊ शकतो याचा पुरावा शोधत होतो. पण तसा पुरावा नव्हता. खरं तर, आम्ही जे जे काही वाचलं ते ते सर्व डॉ. जब्बार खूप प्रामाणिकपणाने सांगत होते यावर शिक्कामोर्तब करणारं होतं. जर मी लागलीच किमोथेरपी सुरू केली नसती, तर मी जगण्याची शक्यता खूप कमी होती. आणि जरी सुरू केली असती, तरी माझ्या जगण्याची शक्यता १० ते ३० टक्क्यांच्या मध्ये कुठेतरी होती.

अखेरचा प्रयत्न म्हणून मी दुसऱ्या दिवशी सकाळी उठलो आणि जगातील सर्वांत मोठ्या समग्र कॅन्सर उपचार करणाऱ्या डॉक्टरना फोन केला. ते ह्यूस्टनमध्ये होते. त्यांनी हजारो कॅन्सर पेशंट्सवर, ज्यामध्ये सुझान सोमर्ससारख्या सेलिब्रिटीचाही समावेश होता, उपचार केले होते. मला खूप आशा वाटत होती.

मी जेव्हा त्यांच्या नर्सला फोनवर सांगितलं की मला ॲक्युट लिम्फोब्लास्टिक ल्युकेमिया आणि सोबत NUPI आहे, तिने मला फोन सुरूच ठेवायला सांगितलं आणि तिने डॉक्टरना माझ्या निदानाबाबत सांगितलं. ती एक मिनिटाने जेव्हा फोनवर परत आली, तेव्हा तिने माझी माफी मागितली कारण त्यांना अशा प्रकारचा कॅन्सर बरा करण्याचा कोणताही विशिष्ट अनुभव नव्हता आणि ते मला मदत करू शकणार नव्हते.

तुम्ही कल्पना करू शकता की मी काय विचार करत असेन : जर जगातील एक उत्तम कॅन्सरवर समग्र उपचार करणारा डॉक्टर मला मदत करू शकणार नसेल आणि मी वाचलेलं सगळं सांगत आहे की, जर मी हायपर उतअऊ किमोथेरपी सुरु केली नाही तर हा कॅन्सर काही दिवसात माझा जीव घेईल; पण हायपर CVAD च्या परिणामांमुळे मला कदाचित

ल्युकेमिया होईल, तर मी काय करणं अपेक्षित आहे? याची स्पष्ट उत्तरं नव्हती. आमच्या घरापासून आणि आमच्या मुलांपासून १७० मैल दूर एका हॉटेलच्या खोलीत बसून मी आणि उर्सुलाने हायपर CVAD किमोथेरपी सुरू करण्याचा निर्णय घेतला. मी डॉ. जब्बार यांच्या क्लिनिकमध्ये एक फोन केला आणि एक तासाने मी हॉस्पिटलच्या बेडवर होतो आणि माझ्या दंडात PICCची नळी खुपसलेली होती.

अगणित प्रार्थना करायच्या होत्या, पण अगदी सुरुवातीला अगदी प्रामाणिक कुतूहलातून जी प्रार्थना आली ती अशी : 'देवा, मी अगोदर एकदा मेलोच होतो; हे माझ्यासोबत पुन्हा का होत आहे?' अजून एका मोठ्या संकटातून मी अजून काय शिकणार आहे? काय ते मला लवकरच समजणार होतं, मी खूप काही शिकणार होतो.

अढळ विश्वास असाधारण प्रयत्नांना पोषक असतो

पुढील बारा महिन्यांत, माझा वेळ तीन ठिकाणांमध्ये धावपळ करण्यात गेला : एमडी अँडरसन कॅन्सर सेंटर, त्याशेजारी मी भाड्याने घेतलेलं अपार्टमेंट जेणेकरून मी उपचारानंतर बरा होईपर्यंत तिथे राहू शकेन आणि अध्येमध्ये कुटुंबीयांना भेटण्यासाठी घरी जाणे. माझ्या कुटुंबीयांच्या बाबतीत म्हणाल, तर माझे उपचार हे पूर्णपणे कुटुंबाचे प्रयत्न होते. माझे वडील एक यशस्वी अधिकारी होते, पण त्यांनी त्यांचं करीअर बाजूला ठेवलं आणि सगळं काही सोडून माझी काळजी घेण्यासाठी माझ्याबरोबर राहायला आले. ते मला माझ्या अपॉइंटमेंट्सकरता घेऊन जात, मला किमो दिली जात असताना माझ्याबरोबर बसत, आणि दरवेळी मला ताप चढायला लागला (तुम्ही किमोथेरपी घेत असताना इन्फेक्शन्स जीवघेणी असू शकतात) की धावतपळत मला तत्काळ वैद्यकीय मदतीसाठी दवाखान्यात घेऊन जात. माझ्या आईने आणि बहिणीने देशाच्या या टोकापासून त्या टोकापर्यंत अनेक खेपा घातल्या आणि माझ्याबरोबर हॉस्पिटलमध्ये राहिल्या किंवा माझ्या पत्नीला माझ्याबरोबर राहता यावं म्हणून त्या वेळी माझी मुलं सांभाळली. हे सगळं हॉस्पिटलमध्ये आणि आजूबाजूला सुरू असताना, उर्सुला माझा भक्कम आधार बनून होती. माझ्या मते ते सगळ्यात कठीण काम होतं. ती ह्यूस्टनला उपचारादरम्यान माझ्याबरोबर राहण्यासाठी गाडी चालवून येणं

आणि १७० मैलांवर घरी आमच्या मुलांना सर्वकाही ठीक असल्यासारखं वाटावं म्हणून घरी राहणं, या दोन्हींमधला समतोल साधत होती. एका रात्री मी घरात होतो तिथपासून एकटीने मुलांना मोठं करणं, त्यात मला गमावण्याची भीती आणि ताण दोन्हीही होतंच, या सगळ्याला सामोरी गेली. माझ्या कुटुंबीयांच्या आणि मुख्य म्हणजे उर्सुलाप्रति कृतज्ञता व्यक्त करण्यासाठी माझ्याकडे शब्द नाहीत.

या कठीण काळात माझा विवेक टिकवून ठेवण्यासाठी मला कशाची मदत झाली असेल, तर माझ्या अढळ विश्वास टिकवून ठेवण्याच्या निर्णयाची. मला जी आकडेवारी सांगण्यात आली होती, ती सांगण्यात आली तर आधी कोणती गोष्ट सोडून जाते तर ती म्हणजे विश्वास. आपण जाणीवपूर्वकरीत्या अढळ विश्वास टिकवून ठेवण्याचा निर्णय घेतला पाहिजे, आणि तो तुम्हाला त्या आकडेवारीतून बाहेर काढतो आणि जे सातत्याने अडचणींवर मात करतात त्या लोकांच्यात नेऊन बसवतो. बऱ्याच लोकांना जे वाटतं त्याच्या विरुद्ध, विश्वास टिकवून ठेवणं हे इतरांची शिकवण आणि श्रद्धांवर आंधळा विश्वास ठेवण्यापुरतं मर्यादित नाही. उलट, अढळ विश्वास म्हणजे तुम्ही स्वतःवर विश्वास ठेवणं आणि तुम्ही जे काही करू इच्छिता त्याचा आदर्श परिणाम मिळवण्यासाठी असाधारण प्रयत्न करण्याची तुमची वचनबद्धता पाळणं.

इथेच माझे समग्र उपाय पुढे आले. एमडी अँडरसन कॅन्सर सेंटरमध्ये डॉ. जब्बार यांच्याकडून सर्वांत अद्ययावत वैद्यकीय उपचार घेण्याच्या बरोबरीनेच मी ताबडतोब सर्वांत प्रभावी आणि सिद्ध समग्र उपचार पद्धती शोधण्याच्या कामी लागलो– किमोथेरपीमुळे माझ्या शरीरात आलेली विषारी द्रव्य काढणे, माझी रोगप्रतिकारक शक्ती वाढवणे आणि कॅन्सर धक्का लावू शकणार नाही असं वातावरण निर्माण करणे. यामध्ये वनस्पतींवर आधारित प्राथमिक आहार, ताजे सेंद्रिय भाज्यांचे रस पिणे आणि ७०हून अधिक नैसर्गिक सप्लिमेंट रोज घेणे यांचा समावेश होता. मी दर आठवड्याला ॲक्युपंक्चर आणि ओझोन सॉना सेशन्स घेत होतो, कॉफी एनिमा घेत होतो, BEMER नावाचं उपकरण दिवसातून दोनदा चालवत होतो, CBD तेल घेत होतो, ध्यानधारणा, प्रार्थना, व्यायाम, कॅन्सरसंबंधित विधानं, आणि बरंच काही. मी केलेलं संशोधन आणि त्यातून आलेले समग्र उपचार माझे असाधारण प्रयत्न बनले.

अढळ विश्वास कृतीत आणणे

काही काळापूर्वी, मी या पुस्तकाची कल्पना करत असताना मी मिरॅकल मॉर्निंग कम्युनिटी (फेसबुक ग्रुप) वर विचारलं की कोणाकडे मिरॅकल इक्वेशनबद्दल सांगण्याजोगी काही कहाणी आहे का? तिथे मला अनेक प्रेरणादायी कहाण्या मिळाल्या, त्यांपैकी ही एक होती. मला ही गोष्ट विशेषकरून आवडली, कारण यामध्ये आणि माझ्या कॅन्सरच्या प्रवासामध्ये खूप साम्य होतं. ही कहाणी तुम्हाला दाखवून देते की जे कोणी मिरॅकल इक्वेशनचा वापर करतात त्यांच्यासाठी ते खरोखर कामी येतं.

रशेल हॅरीस यांना जेव्हा त्यांना कॅन्सर झाला असल्याचं समजलं तेव्हा मिरॅकल इक्वेशनबद्दल प्रथम समजलं. अडतिसाव्या वर्षी त्यांचा आतड्याचा कॅन्सर त्यांच्या यकृतात आणि लीम्फ नोड्समध्ये पसरला होता, आणि डॉक्टरनी त्यांना सांगितलं होतं की तो शस्त्रक्रिया करण्याजोगा नाही. त्यांना पॅलिएटिव्ह किमोथेरपीवर ठेवण्यात आलं. दोन लहान मुलांची आई असल्याने त्यांनी ते उपचार करून घेण्यास नकार दिला आणि त्यांच्या आयुष्याला मिरॅकल इक्वेशन लागू करण्याचं ठरवलं. रशेल यांच्या मते, 'आपण ते इक्वेशन श्वासात आणि जगण्यात आणायचं असतं.'

इथे चमत्कार घडला. डॉक्टरनी जरी उदास भविष्यवाणी केली असली तरी, किमोचा एक राउंड झाल्यावर त्यांचे ट्युमर आकसू लागले आणि अचानक शस्त्रक्रिया करण्याजोगे लहान झाले. रशेल यांनी त्या दीर्घ काळ आणि आनंदी जीवन जगतील या अढळ विश्वासाच्या जोडीने त्यांच्या आहारात केलेले महत्त्वाचे बदल, काही सप्लिमेंट घेणे, रोज सकाळी ध्यान करणे, तंदुरुस्त रहाणे आणि त्यांचं शरीर बरं करण्यासाठी शक्य तितकं संशोधन करणे हे असाधारण प्रयत्न सुरू ठेवले. त्या म्हणाल्या, ''मिरॅकल इक्वेशनने माझ्या कॅन्सर प्रवासाला दिशा दिली आणि मी ती नेहमीच पाळेन. मला वाटतं की यामुळे माझा जीव वाचला आहे!''

सर्वांत कठीण, वेदनादायी आणि आतडी पिळवटून टाकणारं वर्ष काढताना - ज्यामध्ये ६५० तासांहून जास्त तासांची किमोथेरपी आणि अनेक रात्री तत्काळ वैद्यकीय मदत केंद्रात जिवासाठी धडपडत घालवल्यानंतर- मी कृतज्ञपणे तुम्हाला सांगतो, की मला नुकतेच नवीन निदान मिळाले आहे : मी कॅन्सरमुक्त होतो आहे. याचा अर्थ डॉक्टरना माझ्या शरीरात कोणताही कॅन्सर सापडत नाहीये. हो, मला काही वेदनादायी परिणाम भोगावे लागले. हो, मला मरण्याची आणि माझ्या बायकोमुलांना सोडून जाण्याची भीती वाटली. आणि हो, असे अनेक दिवस होते की मी स्वतःवर शंका घेतली आणि हार पत्करण्याची इच्छादेखील झाली. पण, मला वाटतं की मी हे सगळं इतर अनेक लोकांपेक्षा जास्त खूप चांगल्या प्रकारे हाताळू शकलो, कारण मी या पूर्ण प्रवासात प्रत्येक पावलावर जागरूकपणे माझा अढळ विश्वास टिकवून ठेवला. अगदी माझ्या डॉक्टरनाही धक्का बसला की मी माझ्या अगदी वाइटात वाईट उपचाराच्या काळातही किती सकारात्मकता आणि उत्साह टिकवून ठेवला.

सर्वांत महत्त्वाचं म्हणजे, मी त्यातून वाचलो आणि आता माझ्या कुटुंबीयांबरोबर दीर्घ काळ, निरोगी जीवन जगण्याची माझी वचनबद्धता पाळू शकतो आहे.

तुमचा अढळ विश्वास कुठे शोधायचा

मी अगदी नुकताच दृश्य, मोजण्याजोगा चमत्कार (कॅन्सरवर मात) निर्माण करण्यासाठी मिरॅकल इक्वेशनचा वापर केला. त्या अनुभवावरून मी सांगू शकतो की मी भूतकाळात अनेक वेळा मिरॅकल इक्वेशन वापरलं असल्याचा मला नक्कीच फायदा झाला. आणि मी ते अनेक जणांना वापरताना बघत होतो. मला ते कसं वापरायचं ते माहीत होतं - आणि त्याहून महत्त्वाचं म्हणजे ते लागू पडतं आणि म्हणूनच मी त्याला चिकटून राहू शकलो मी माझ्यातल्या अढळ विश्वासाला जागृत केलं. परंतु, जर तुम्ही अजून ते केलं नसेल, तरी काळजी करू नका. तुम्ही तो अढळ विश्वास अनेक ठिकाणांहून उधार घेऊ शकता.

तुम्ही मिरॅकल मॉर्निंग डॉक्युमेंटरी पाहिली असेल, तर तुम्हाला रिस्टर राटेमोची गोष्ट नक्कीच माहीत असेल. चौदाव्या वर्षी जेव्हा रिस्टरची दृष्टी

कमजोर व्हायला सुरुवात झाली, तिने अढळ विश्वास ठेवला की देव तिचे डोळे बरे करेल आणि तिची दृष्टी परत आणेल. तिने तिचा विश्वास असाधारण प्रयत्नांना बळ देण्यासाठी वापरला आणि जगाला वळसा घालून तिच्या केनियातील घरून अमेरिकेतील क्लिनिकमध्ये तिच्या पहिल्या सहा शस्त्रक्रिया करून घेण्यासाठी आली. तिच्या प्रयत्नांना असाधारण बनवणाऱ्या गोष्टींपैकी एक म्हणजे रिस्टरला बऱ्यापैकी आंधळी असूनही हा प्रवास एकटीने करण्याशिवाय काहीही पर्याय नव्हता; कारण, केनियन संस्कृतीत दुसऱ्या व्यक्तीचा शारीरिक अवयव घेणे वाईट समजले जाते. तिच्या शस्त्रक्रियेत दुसऱ्या व्यक्तीचा कॉर्निया घेतला जाणार होता. त्यामुळे ती एकटीच याला सामोरी गेली. रिस्टरचा देवावर आणि धर्मावर विश्वास होता. जर तुम्हाला धर्मामध्ये किंवा आध्यात्मिकतेमध्ये सुख मिळत असेल तर या गोष्टी जागृत करण्याने तुम्हाला अढळ विश्वास टिकवून ठेवण्यासाठी मदत होते.

धर्म आणि आध्यात्म हे अढळ विश्वासावर बाहेरून आधारित असलेले स्रोत आहेत. पण, अजून अनेक आहेत. नेहमी एक प्रशिक्षक किंवा एक मार्गदर्शक हा अढळ विश्वासाचा चांगला स्रोत असतो. मला ही द मॅट्रिक्स या चित्रपटातील कल्पना आवडते. आठवतं? लॉरेन फिशबर्नचं पात्र, मोर्फस कीआनु रिव्ह्जच्या पात्राला सांगत असतं, 'निओ, तोच 'तो' होता?' जोपर्यंत निओ त्यावर विश्वास ठेवत नाही की तोच तो होता आणि त्याला त्याच्या क्षमता पूर्ण वापरण्याची संधी मिळाली. त्याचप्रमाणे, जेव्हा तुम्हीच ते आहात असा विश्वास ठेवता, जे पात्र आहेत, लायक आहेत आणि जगातील इतर कोणत्याही माणसाप्रमाणे सक्षम आहेत – तेव्हा तुम्हाला तुमच्या अमर्याद क्षमता वापरण्याची पूर्ण संधी मिळते.

त्याचप्रमाणे, माझा माझ्यावर विश्वास होता, मी तो माझ्या कटकोमधल्या जेस लेविन या पहिल्या व्यवस्थापकाकडून उधार घेतला होता (तोच जेस लेविन ज्याने मला पाच मिनिटांचा नियम शिकवला होता). जेसचा माझ्या कटको कंपनीतील विविध विक्रीचे विक्रम मोडण्याच्या क्षमतांवर विश्वास होता. आम्ही भेटलो त्या पहिल्या दिवसापासूनच त्याला विश्वास होता, की मी आजवर कोणी केल्या नाहीत त्या गोष्टी करून दाखवेन.

सुरुवातीला, जरी त्याने असं म्हणणं मनाला आणि ऐकायला चांगलं वाटायचं, तरी त्याच्या बोलण्यावर माझा विश्वास नव्हता. आयुष्यभराची असुरक्षितता आणि स्वतःवर शंका घेण्याची सवय यामुळे मी माझ्या आतील

माझ्याच अमर्याद क्षमतांशी सुरू असलेल्या संघर्षाला तोंड देत होतो. जेसला वाटतं की मी काहीही करायला सक्षम आहे, पण त्याला हे माहीत नाही की मला आत कुठेतरी अपयशाची भीती वाटते. पण अखेरीस त्याच्या माझ्यावरील अढळ विश्वासामुळे मी विचार करायला लागलो की तो म्हणतो आहे तर ते खरं असेल. कदाचित मी काहीही करून दाखवायला सक्षम असेन. अखेरीस जेसचा माझ्यावरील विश्वास माझा स्वतःवरील विश्वास बनला आणि तेव्हाच मी माझ्यातील असाधारण आयुष्याचं चमत्कार निर्माण करण्याच्या क्षमतेला जागृत केलं. जोपर्यंत तुमचा स्वतःवर विश्वास बसत नाही, तोपर्यंत कधीकधी तुम्हाला इतरांकडून त्यांचा तुमच्यावर असलेला विश्वास उधार घ्यावा लागतो.

तुमच्यासाठी कोणी मार्गदर्शक सहज उपलब्ध नाही याची चिंता वाटत असेल, तर काळजी करू नका, निवांत रहा. कारण एखाद्या पूर्णपणे अनोळखी व्यक्तीकडूनही तुम्ही अढळ विश्वास उधार घेऊ शकता. मी अशा व्यक्तीबद्दल बोलतो आहे ज्यांना तुम्ही दुरून पाहिलेलं आहे किंवा त्यांचा अभ्यास केला आहे. कदाचित मग ती व्यक्ती नुकतंच विश्वविजेतेपद मिळवलेला खेळाडू असेल किंवा ऑलिम्पिकपटू असेल जसं की मायकेल फेल्प्स, ज्याने अनेक सुवर्णपदकं मिळवली आहेत. कदाचित ती व्यक्ती कोणी सीईओ असेल किंवा एखादी स्वतःच्या मेहनतीने कोट्यधीश झालेली व्यक्ती असेल; थोडक्यात, अशी व्यक्ती ज्यांनी तुम्हाला इच्छित असलेल्या गोष्टी मिळवलेल्या आहेत. तुम्ही त्यांची पुस्तकं वाचू शकता, त्याच्या प्रगतीचा आलेख पाहू शकता, किंवा त्यांच्या मुलाखती ऐकू शकता, त्यांच्या मनोवृत्तीचा अभ्यास करू शकता आणि ते कसा विचार करतात याची झलक पाहू शकता :

'मी या क्षणाची कल्पना हजार वेळा केली होती.'

'आम्ही जिंकू याबद्दल माझ्या मनात कोणतीही शंका नव्हती.'

'मी उत्तम होण्यासाठी खूप कठोर मेहनत केली आहे.'

हे करताना तुम्हाला जाणवेल की पडद्याआड जेव्हा कोणीही बघत नसतं, तेव्हा हे विजेते - हे मिरकल मेव्हन - एक अढळ विश्वास जोपासत असतात. हीच मनोवृत्ती त्यांना विजेता बनवते. ते नेहमीच पुढील आव्हानासाठी तयार असतात. कारण त्यांना विश्वास वाटत असतो की ते करू शकतील. आणि जरी नाही करू शकले, तरी त्यांचा विश्वास डगमगत

नाही. कारण, त्यांना विश्वास वाटत असतो की पुढच्या प्रयत्नात ते नक्की करून दाखवतील, विजयी होतील. ते संधीपासून कधीही तोंड लपवत नाहीत, उलट ते संधीकडे धाव घेतात.

मी रेजी मिलरचं निक्सच्या विरुद्धचं प्रेरणादायी पुनर्पदार्पण कधीही विसरू शकणार नाही. त्यांनी १९९५मधील एनबीए ईस्टर्न कॉन्फरन्स सेमिफायनलमध्ये नऊ सेकंदांत आठ पॉइंट स्कोअर करण्यासाठी मिरॅकल इक्वेशनचा वापर केला होता. ते अशक्य वाटत होतं आणि संभव तर वाटतच नव्हतं. कोणाही खेळाडूने आजवर असा खेळ केलेला नव्हता आणि आजपर्यंतही केलेला नाही. अढळ विश्वास टिकवून ठेवण्याबाबतचे आणि अखेरच्या शक्य क्षणापर्यंत असाधारण प्रयत्न करण्याचे रेजी हे अजून एक उदाहरण आहेत. त्यांना विश्वास होता की ते अडचणीवर मात करतील आणि त्यांनी केली. अढळ विश्वास नेहमी तुमच्या आत सुप्त असलेल्या क्षमतांना बाहेर काढतो आणि तुम्हाला कधीकाळी आवाक्याबाहेर वाटणाऱ्या नवीन शक्यता समोर आणतो.

जर तुम्ही अढळ विश्वास असलेल्या व्यक्तींचा बाहेर शोध घेतच असाल तर तो तुम्ही ज्या लेखकाचे पुस्तक वाचत आहात, त्याच्याकडून उधार घ्या. (अर्थातच, तुम्ही त्याच्यापासून सुरुवात करू शकता.) मी वाचलेल्या प्रत्येक पुस्तकाच्या लेखकाला मी मार्गदर्शक किंवा गुरू मानतो. अगदी मग आम्ही कधी समोरासमोर भेटलो नसलो तरीही, मी अजूनही त्यांच्याकडून शिकत आहे.

तुम्ही नेहमीच या वैश्विक सत्याचा आधार घेऊ शकता की जर जगातील कोणा मनुष्याने तुम्हाला इच्छित अशी गोष्ट केली आहे, तर तो ती गोष्ट तुम्हीही करू शकता याचा पुरावा असतो. जगातील सर्व क्षेत्रांत सर्वोच्च कामगिरी करणारे लोक जाणीवपूर्वकपणे अढळ विश्वासावर जगण्याची निवड करू शकतात, तर तुम्हीही जाणीवपूर्वक ती निवड करू शकता आणि त्याची सुरुवात आताच करू शकता.

अढळ विश्वास टिकवून ठेवण्याचे एक साधन

एकदा का तुम्ही तुमची ध्येयं अढळ विश्वासाच्या चश्म्यातून बघण्याचा निर्णय घेतलात, की तुम्ही तो टिकवून ठेवला पाहिजे. जे अर्थातच करणं

सोपं नाही. अगदी लहानसहान अडचणीही तुम्हाला डगमगवतात. तुम्हाला दरवेळी तुमची आशा संपली आहे असं वाटण्यासाठी जीवन-मरणाच्या प्रसंगाला तोंड द्यायला लागेल असं नाही. आपण सर्व जण ज्या स्वतःवरील शंका घेण्याच्या वृत्तीला तोंड देतो ती वृत्ती दरवेळी आपल्याला काही अडचण आली की डोकं वर काढते. माझ्या बाबतीत, दरवेळी मी किमोथेरपीमुळे आजारी पडलो, की मला कमजोर झाल्यासारखं वाटायचं आणि सगळं सोडून द्यावं असं वाटायचं. पण, मी तसं केलं नाही.

मी माझ्या ध्येयावरील अढळ विश्वासावर माझं लक्ष केंद्रित ठेवण्यासाठी एका युक्तीचा किंवा साधनाचा - एका मंत्राचा - वापर केला, आणि तो म्हणजे मी ज्याला मिरॅकल मंत्र म्हणतो, तो मंत्र. तुम्हाला आठवत असेल, दुसऱ्या प्रकरणात मी या मंत्राची ओळख करून दिली होती : 'मी स्पर्धा कालावधीत २,००,००० डॉलर्सची विक्री करण्यासाठी अढळ विश्वास टिकवून ठेवण्यासाठी वचनबद्ध आहे आणि जोपर्यंत मी ते करत नाही तोपर्यंत असाधारण प्रयत्न करत राहीन मग भले काहीही होवो... दुसरा पर्यायच नाही.' हे एक वाक्य जेव्हाही माझी गाडी रुळावरून घसरली किंवा मला सगळं सोडून द्यावं असं वाटलं, तेव्हा मला पुढे घेऊन जात राहिलं आणि ते तुमच्यासाठीही तीच प्रेरणा बनेल. हे एक वाक्य हाच तुमचा मिरॅकल मंत्र आहे, ज्यामध्ये तुमच्या उद्देश्याप्रति तुमची वचनबद्धता आहे आणि तो तुम्हाला दीर्घ काळ अढळ विश्वास टिकवून ठेवण्याची आणि असाधारण प्रयत्न करण्याची आठवण करून देतो. या दोन गोष्टी तुमच्यासाठी चमत्कार वास्तवात उतरवतील.

मी कॅन्सरवर उपचार घेत होतो तेव्हा, मी पुढील मिरॅकल मंत्र अगणित वेळा म्हटला : 'मी कॅन्सरवर मात करेन आणि दीर्घ काळ माझ्या कुटुंबासह निरोगी जीवन जगेन हा अढळ विश्वास टिकवून ठेवण्यासाठी मी वचनबद्ध आहे आणि मी जोपर्यंत ते करत नाही तोपर्यंत काहीही झालं तरी... असाधारण प्रयत्न करत राहीन... दुसरा पर्यायच नाही.' हे पुन्हापुन्हा म्हणून मी माझ्यातील आंतरिक संघर्षावर मात केली आणि असाधारण प्रयत्न करत राहिलो; विशेषकरून जेव्हा मला प्रयत्न सोडून द्यावेसे वाटले, तेव्हा.

तुमचा मिरॅकल मंत्र तयार करण्यासाठी इथे एक प्राथमिक नमुना देतो आहे : 'मी अढळ विश्वास टिकवून ठेवण्यासाठी वचनबद्ध आहे

की मी ...... (इथे तुमचे उद्देश्य लिहा) आणि मी जोपर्यंत ते करत नाही तोपर्यंत असाधारण प्रयत्न करत राहीन. मग भले काहीही होवो, दुसरा पर्यायच नाही.'

आता तुमचा पहिला मिरॅकल मंत्र लिहून काढण्यासाठी थोडा वेळ घ्या.

तुमचा मिरॅकल मंत्र हा तुमचा दिशादर्शक असतो, जणू तुमचा ध्रुवताराच. तुम्हाला करून द्यायची आठवण. तो तुम्हाला तुम्ही वचनबद्ध असलेल्या गोष्टीवर लक्ष केंद्रित करण्यासाठी आणि स्वतःवर शंका घेणाऱ्या निरर्थक आवाजाकडे दुर्लक्ष करण्यासाठी मदत करतो. याकडे तुमच्या एकनिष्ठतेचा मेगाफोन असल्याप्रमाणे पहा. तो तुमचं ध्येय, उद्देश्य समोर ठेवतो आणि तुम्हाला सतत आठवण करून देतो : 'मी पूर्णपणे वचनबद्ध आहे, मग भले काहीही होवो... दुसरा पर्याय नाही.'

आता, तुम्हाला एका मिरॅकल मेव्हनची मानसिकता कशी निर्माण करायची आणि ती टिकवून ठेवायची हे समजलं आहे. पुढील प्रकरणात मिरॅकल इक्वेशनच्या दुसऱ्या भागाबद्दल, म्हणजे असाधारण प्रयत्नांबद्दल अधिक जाणून घेऊ. तुम्हाला इच्छित चमत्कार दृश्य रूपात साकार करणे शक्य आहे हा विश्वास निर्माण करण्याच्या पुढे कसे जायचे ते पाहू.

८

तुमचा दुसरा निर्णय : असाधारण प्रयत्न

तुम्हाला वाटतं त्यापेक्षा ते कमी असाधारण आहेत

'सर्व मानवी घटनांमध्ये प्रयत्न आणि परिणाम दोन्ही असतात आणि त्या प्रयत्नांच्या तीव्रतेवरून परिणामांचे मापन होते.'

–जेम्स ॲलेन

मला तुमच्या बाबत कल्पना नाही, पण मी स्वतःला नेहमीच खूप आळशी समजत आलो आहे. मी लहान असताना मला कठोर मेहनत करण्याची कल्पना भयावह वाटायची. त्यामुळे, मी ज्यामध्ये 'कठोर मेहनत' करावी लागणार असेल, ते सर्व टाळायचो. मला चांगलंच आठवतं, जेव्हा सुट्टीत माझ्या कुटुंबीयांबरोबर एकत्र राहायचो, तेव्हा प्रत्येक जण आपापला पसारा आवरत असत. त्या वेळी जोवर सगळ्यांचं आवरून होत नाही तोवर मी गायब होऊन माझ्या खोलीत जाऊन लपून बसत असे. मी आवराआवर टाळत असे. ज्या गोष्टीसाठी अगदी सामान्य प्रयत्न आवश्यक असतील, अशी गोष्ट कुठेही सापडणार नाही.

ते काम किंवा ती गोष्ट काय याच्याशी मला घेणं नव्हतं, मग तो शाळेचा अभ्यास असेल, की किंवा शाळेत असताना करत असलेल्या सुरुवातीच्या काही छोट्यामोठ्या नोकऱ्यांमधील कामं असतील, मला कमीतकमी कष्ट करण्याची सवय लागली होती आणि त्यामुळे नकारात्मक परिणाम भोगावे लागायचे; जसे की शिक्षा व्हायची, नाही तर कामावरून काढून टाकलं जायचं. आळशीपणा माझ्या व्यक्तिमत्त्वात अगदी मुरला होता.

मी जसजसा मोठा होत गेलो, तसतशा मी काही युक्त्या आणि शॉर्टकट्स शोधून काढले ज्यामुळे मला करावी लागणारी कामं तुलनेने सोपी होत. त्यामुळे मग ती कामं करणं मला कठोर मेहनत वगैरे वाटली नाही. एक तर मी त्यात गोंधळ घालायचो, स्वतःला एका वेळी अनेक कामं करायला लागू नयेत म्हणून लक्ष द्यायचो नाही किंवा माझं काम बहिणीला करायला सांगून मोकळा व्हायचो. कधीकधी मी एखादं मोठं काम करण्यासाठी पुरेसं उसनं अवसान आणायचो, पण माझ्या कामातल्या अत्यंत कमी उत्साहामुळे मला स्वतःला कधी शिस्तशीर माणूस वगैरे बनता आला नाही. आणि तेच माझ्यासमोरील मोठं आव्हान होतं. मला स्वतःला मी भूतकाळात होतो त्यापेक्षा चांगला कसा बनू शकेन हे समजत नव्हतं.

मी अगदी जरी आठवड्याला साठ तासांहून अधिक काळ काम केलं किंवा (वयाच्या एकोणिसाव्या वर्षी) विक्रमी विक्री केली असली, मिरॅकल मॉर्निंग लिहिण्यासाठी रोज पहाटे ३.३०ला उठत असलो किंवा

माझी (वयाच्या चाळिसाव्या वर्षी) पहिली (आणि शेवटचीही) अल्ट्रा मॅराथॉन धावण्याचा सराव म्हणून दर आठवड्याला वीसहून अधिक मैल धावत असलो, तरी माझी स्वतःची खराब झालेली प्रतिमा अजूनही एका आळशी माणसाचीच होती. एक असा आळशी माणूस ज्याने अल्प मेहनत करण्यासाठी काहीतरी युक्ती शोधली होती. मी काहीही केलं तरी, मी आयुष्यभर स्वतःला तोच आळशी मुलगा समजतो. याला खऱ्या अर्थाने क्षमतांचा अभाव आहे असं वाटण्याचा आजार (पोटेन्शिअल डिस्मॉर्फिया) असं म्हणता येईल. अध्येमध्ये काहीतरी कामगिरी केल्यानंतर मी पुन्हा माझ्या जुन्या कोणतेही नकारात्मक परिणाम टाळण्यासाठी आवश्यक तेवढीच कमीतकमी मेहनत करण्याच्या सवयीकडे वळलो, जसं मी लहानपणी करत होतो. आता फक्त मी माझ्या सातत्य नसण्यात सातत्य आणलं होतं.

तरीही आणि आश्चर्यकारक गोष्ट म्हणजे, अशा शॉर्टकट्स आणि स्वतःला चकवणाऱ्या युक्त्यांना खूप महत्त्व होतं. कारण, मला आळशी असूनही, मी स्वतःला लक्षणीय कामगिरी करण्यासाठी आणि आजवर कधी शक्य आहे असं न वाटलेल्या, किमान माझ्यासाठी तरी शक्य नसलेल्या, यशाच्या पायऱ्या गाठण्यासाठी कसा ढकलू शकतो हे आता मला चांगलं समजलं होतं. इतक्या वर्षांत, जितका अधिक मी स्वतःला युक्तीने कठोर मेहनत करायला लावली, भले अगदी थोड्या काळासाठी असेल, माझं व्यक्तिमत्त्व तितकं अधिक एका आळशी माणसाकडून एका शिस्तशीर माणसामध्ये बदलू लागलं. हळूहळू, पण खात्रीने मी जसं माझ्या व्यक्तिमत्त्वात सुधारणा केली, तशी मला माझ्या सातत्यामध्ये आणि परिणामांमध्येही सुधारणा दिसून आली.

तर मग एक स्वघोषित आळशी माणूस सातत्याने असाधारण प्रयत्न करणाऱ्या आणि चमत्कार घडवणाऱ्या एका शिस्तशीर, मेहनती व्यक्तीत कसा रूपांतरित होऊ शकतो? असाधारण प्रयत्नांना सोपे केल्याने... जेणेकरून ते खूप कमी असाधारण वाटतील!

या प्रकरणात, आपण जे करतो त्यात असाधारण प्रयत्न करणे म्हणजे काय ही गोष्ट सोपी करून सांगणार आहे आणि तुम्हाला दाखवणार आहे की नक्की कसे तुम्ही स्वतःला सातत्याने कृती करायला लावू शकता आणि अगदी जेव्हा तुम्हाला करू नये असं वाटतं तेव्हाही, जेणेकरून तुम्ही मिरॅकल इक्वेशन उपयोगात आणू शकता आणि तुमच्या जीवनातील सर्व पैलूंमध्ये चमत्कार अनुभवू शकता.

असाधारण प्रयत्न साधारण करणे

आपण चर्चा केल्याप्रमाणे, असाधारण प्रयत्न हा मिरॅकल इक्वेशन अमलात आणण्यासाठीचा तुमचा दुसरा निर्णय असतो. एकदा का तुम्ही विश्वास ठेवलात, की हे तुमच्यासाठी अशक्य नाही तर शक्य आहे, तुम्हाला ज्या तुमचं यश अपरिहार्य करतील अशा कृती कराव्या लागतील. चमत्कार घडवून आणण्यासाठी तुमची कृतिशील समरसता आणि शाश्वत प्रयत्न आवश्यक असतात. त्यासाठी वेळ देण्याची तुमची तयारी असली पाहिजे आणि अर्थपूर्ण परिणाम मिळवण्यासाठी आवश्यक मेहनत करण्याची तयारी असली पाहिजे. यामुळे तुम्ही स्वतःकडे कसं पाहता त्यात बदल होईल. पण, तुम्ही हे पुस्तक मिटण्याआधी, मला हेदेखील सांगायचं आहे की असाधारण प्रयत्न करणं म्हणजे तुम्ही मान मोडेपर्यंत काम करणार आहात आणि स्वतःला दमवणार आहात असा त्याचा अर्थ नाही. प्रत्यक्षात, ते याच्या अगदी उलट आहे.

असाधारण प्रयत्नाचे तीन घटक असतात :

✓ तुम्हाला तुमच्या आदर्श परिणामांच्या दिशेने नेतील अशा कृती
✓ तुम्हाला तुमच्या आरामाच्या कक्षेतून बाहेर काढतील अशा कृती
✓ दीर्घ काळ केलेले सातत्यपूर्ण प्रयत्न (मग तुम्हाला काहीही फलित मिळेना का)

हे तितकं भयंकर वाटत नाही, बरोबर? आता या तीनही घटकांकडे एकेक करून पाहू या.

तुम्हाला तुमच्या आदर्श परिणामांच्या दिशेने नेतील अशा कृती तुम्ही फक्त अल्पकालीन फायदा देणाऱ्या कृती करण्यात किंवा किमान प्रभाव असणाऱ्या फक्त तुम्हाला व्यग्र ठेवणाऱ्या आणि महत्त्वाच्या गोष्टींपासून विचलित करणाऱ्या कामांमध्ये वेळ वाया घालवणार नाही याची खातरजमा करतात. याचा अर्थ असा की तुम्ही तुमचं मन एकाग्र ठेवलं पाहिजे आणि कृती उत्पादक ठेवल्या पाहिजेत. स्वतःची दमवणूक करण्यापेक्षा, अशा कृती करा ज्या तुम्हाला ऊर्जा, उत्साह देतील. त्या कृती मोजण्यायोग्यदेखील

असल्या पाहिजेत आणि अर्थपूर्ण असल्या पाहिजेत. याबाबत या प्रकरणात अधिक जाणून घेऊ.

तुम्हाला तुमच्या आरामाच्या कक्षेतून बाहेर काढतील अशा कृतींमुळेच तुमची प्रगती होते. तुम्ही नेहमी करत आलेल्याच गोष्टी करत राहिलात तर तुम्ही कधी मिरॅकल मेव्हन बनू शकणार नाही. तुमच्या सुखाच्या, आरामाच्या कक्षेतून बाहेर पडल्यावर सुरुवातीला नेहमी अस्वस्थ वाटतं, पण नंतर हळूहळू त्याची सवय होते. तुमची नवीन उत्पादकता आणि प्रयत्न हे नवीन कक्षाबिंदू ठरवतात.

दीर्घ काळ केलेले सातत्यपूर्ण प्रयत्न (मग तुम्हाला काहीही फलित मिळेना का) हीच गोष्ट या सर्व गोष्टींना धरून ठेवते. जर तुम्ही काही पावलं उचलली नाहीत तर तुम्ही कुठेही जाणार नाही आणि मग हार पत्कराल. तुम्हाला लांबचा पल्ला गाठायचा असलयास दीर्घ काळ टिकून राहावं लागेल. याची दुसरी बाजू म्हणजे सातत्यामुळे गोष्टी सोप्या वाटतात. लक्षात ठेवा, तुम्हाला तुमच्या आरामाच्या कक्षेतून कसं बाहेर यायचं आहे? तर तुम्ही काही आठवडे स्वतःला आरामाच्या कक्षेतून बाहेर काढल्यानंतर, ते आता त्रासदायक वाटत नाही. तुम्ही तुमची आरामदायक कक्षा विस्तारली की, तुमच्यासाठी शक्य असलेल्या गोष्टींची कक्षाही विस्तारतात.

डेविड ऑसबॉर्न, न्यू यॉर्क टाइम्सचे सर्वाधिक खपाच्या Wealth Can't Wait: Avoid the 7 Wealth Traps, Implement the 7 Business Pillars, and Complete a Life Audit Today! या पुस्तकाचे आणि Miracle Morning Millionaires: What the Wealthy Do Before 8 AM That Will Make You Rich या पुस्तकाचे सहलेखक, नेहमी श्रीमंत होणं हा फक्त एक निर्णय आहे असं म्हणतात. जर तुम्ही श्रीमंत व्यक्तींचा अभ्यास केलात, त्यांची मानसिकता अंगीकारलीत, तर तुम्हालाही त्यांच्यासारखेच परिणाम

मिळतील. अर्थातच, तुम्ही 'श्रीमंत होणं' याच्या जागी तुम्हाला इच्छित असलेला आणि तुमच्यासाठी महत्त्वाचा असलेला परिणाम (आनंदी असणे, निरोगी असणे, उत्तम पालक असणे, वगैरे) निवडू शकता.

हे खरं आहे यावर तुमचा विश्वास असेल, आणि मला वाटतं अनेकांचा असतो, तर मग सगळे लोक श्रीमंत का नसतात? कारण असाधारण संपत्ती निर्माण करण्यासाठी असाधारण प्रयत्न आवश्यक असतात आणि इतर गोष्टी करण्यापेक्षा आपण जे करतो अगोदरच आहोत ते करत राहणं हे सोपं असतं. तुम्ही स्वतःला मेहनती आणि शिस्तशीर समजत असाल किंवा नसाल, आपल्यापैकी बहुतेक जण इच्छित परिणाम मिळवण्यासाठी शक्य तितके कमी प्रयत्न करतो आणि जोवर तुम्हाला कोणते प्रयत्न केल्याने इच्छित परिणाम मिळतील हे समजतं तोवर हे ठीक आहे.

आता तुम्ही कोणते प्रयत्न केल्याने तुम्हाला इच्छित परिणाम मिळतील आणि असाधारण प्रयत्न साधारण होतील हे कसे शोधाल ते सोपं करून पाहू या.

पहिले पाऊल : तुमची प्रक्रिया पूर्वनिश्चित करा.

एकदा का तुम्ही तुमच्या अधिक सक्षम आवृत्ती बनण्याच्या प्राथमिक उद्दिष्ट असलेल्या एकल उद्देश्यावर स्थिर झालात, आणि तुम्ही ते करू शकता यावर अढळ विश्वास टिकवून ठेवण्याचा निर्णय घेतलात, की तुम्ही तुमची प्रक्रिया काय असेल हे ठरवली पाहिजे. प्रत्येक ध्येय किंवा आपल्याला इच्छित परिणाम मिळण्यामागे आणि तो निर्माण होण्यामागे एक प्रक्रिया असते. ही प्रक्रिया म्हणजे इच्छित परिणाम आणि ते परिणाम आपल्यासाठी निर्माण करेल असं जीवन दोन्ही मिळवण्यासाठी केलेल्या विशिष्ट कृती.

तुम्ही दररोज इतर कामं करण्यापूर्वी कोणती कामं आधी कराल? जर तुम्हाला ती आधी करायची कामं कोणती असावीत हे नक्की माहीत नसेल, तर त्यावर थोडं संशोधन करा. गुगलवर तुम्हाला जे ध्येय प्राप्त करायचं आहे त्यासाठी आवश्यक पायऱ्या कोणत्या याचा शोध घ्या, किंवा अमेझॉनवर तुमच्या प्रकारातील सर्वाधिक खपाची पुस्तकं शोधा. एखाद्या मार्गदर्शकाची किंवा एखाद्या मिरॅकल मेव्हनची मदत मागा. तुमच्या प्रक्रियेतील पहिलं पाऊल जर संशोधन करणे आणि तुमची प्रक्रिया काय असली पाहिजे हे शोधणे हे असेल तरी ठीक आहे.

मी जेव्हा कटकोमध्ये काम करताना २,००,००० डॉलर्सच्या विक्रीचा टप्पा गाठायचं ठरवलं, तेव्हा मी पहिली गोष्ट काय केली असेल तर तो टप्पा अगोदरच गाठलेल्या माझ्या सहकाऱ्यांना फोन केला. माझ्याकडे असं भलंमोठं ध्येय प्राप्त करण्यासाठीच्या मानसिक व भावनिक पैलूंच्या बाबतच्या प्रश्नांची आणि त्याशिवाय, त्यांनी हे घडवण्यासाठी दररोज, प्रत्येक आठवड्याच्या आठवड्याला काय केलं याबाबतच्या प्रश्नांची यादी तयार होती. मला त्या पातळीवरील यश प्राप्त करण्याची त्यांची प्रक्रिया जाणून घ्यायची होती.

एकदा त्यांच्या मुलाखती घेतल्यावर मला लक्षात आलं की त्या सर्वांमध्ये एक गोष्ट सामाईक होती : सातत्य. ते मी करायचो त्यापेक्षा वेगळ्या अशा कोणत्या विशिष्ट गोष्टी करत नव्हते. त्यांच्याकडे कोणतीही विशेष बुद्धिमत्ता किंवा विक्रीच्या युक्त्या नव्हत्या. ते फक्त त्यांच्या आधी निश्चित केलेले फोन कॉल्सच्या संख्येच्या बाबतीत आणि त्यांच्या विक्री ध्येयासाठी आवश्यक पूर्वनिश्चित भेटींच्या संख्येच्या वेळापत्रकाशी वचनबद्ध होते. आता हे तर सगळेच विक्री प्रतिनिधी करतात. सर्वोच्च कामगिरी करणाऱ्या लोकांचं वेगळेपण यात असतं की ते दररोज ठरलेले फोन कॉल्स करतात आणि दर आठवड्याला ठरवलेल्या भेटी करतातच, अगदी न चुकता. मी लहर आली की काम करायचो, आराम करण्यासाठी पुरेसा पैसा कमावायचो आणि माझ्या मेहनतीची फळं उपभोगायचो. पण, ते लोक टिकून राहायचे आणि काहीही झालं तरी त्यांची पूर्वनिश्चित प्रक्रिया दररोज करत राहायचे. 'यशस्वी लोकांना अयशस्वी लोक जे फक्त काही काळ करतात ते नेहमी करण्याची सवय असते', अशी एक म्हण आहे; मला अचानक तिचं महत्त्व जाणवू लागलं.

मला त्यांच्या यशाचं फारसं आकर्षक नसलेलं गुपित समजल्यानंतर फक्त कृती करायची होती. मी माझं विक्री ध्येय गाठण्यासाठी दररोज किती भेटी ठरवाव्या लागतील याचा हिशोब केला आणि नंतर त्यावरून किती फोन कॉल करावे लागतील याचा हिशोब केला. मला लक्षात आलं की त्या वर्षी मी कटकोच्या उत्पादनांची २,००,००० डॉलर्सपेक्षा जास्त विक्री करायला हवी असेल, तर मला जर प्रत्येक आठवड्याला साधारण चौदा भेटी करायच्या असतील ज्यातील दहा ठिकाणी विक्री झाल्यास आठवड्याला

४००० डॉलर्सची विक्री होईल, तर सातत्याने दर आठवड्याला दोनशेहून अधिक (म्हणजे दररोज चाळीस फोन या हिशोबाने आठवड्याचे पाच दिवस) फोन कॉल्स करावे लागतील.

दिवसाला चाळीस फोन करणं हे तितकं असाधारण वाटत नव्हतं. मी दिवसाला चाळीस फोन यापूर्वी अनेकदा केले होते. मी फक्त कधी तितके फोन सातत्याने केले नव्हते. खरं तर या दोन वर्षांत, मी १,००,००० डॉलर्सचा टप्पा पार केला होता आणि आश्चर्य नव्हे पण मी आठवड्यातले पाच दिवस दिवसाला वीसपेक्षा जास्त फोन कॉल्स करत होतोच. त्यामुळे हे काही जगावेगळं नव्हतं. दुप्पट फोन कॉल्स, दुप्पट विक्री, दुप्पट उत्पन्न. चाळीस फोन करण्यासाठी मला दोन तास लागले आणि नंतर फक्त मी पूर्वनियोजित केलेल्या भेटी घेण्यासाठी जायचं होतं. अचानक ते दबाव आणणारं, मला कोणीतरी भीती घातलेलं आणि जे कंपनीच्या मागील पन्नास वर्षांच्या इतिहासात अगदी मूठभर लोकांनी साध्य केलं होतं ते ध्येय, मला खूप सोपं वाटायला लागलं. तुमच्या पूर्वनिश्चित प्रक्रियेची ही ताकद असते आणि तुमचे असाधारण प्रयत्न साधारण वाटू लागतात. नेहमी आपली महत्त्वाची ध्येयं खूप मोठी आणि भीतिदायक असतात; पण, प्रक्रिया कधीच भीतिदायक नसते. इतर उदाहरणांमध्ये खालील उदाहरणांचा समावेश आहे :

> अनावश्यक किलो कमी करण्याआधी नेहमी एक प्रक्रिया असते ज्यात व्यायाम, आणि तुमच्या आहारातील कॅलरी (आणि कदाचित कोणते पदार्थ तुमच्या शरीरासाठी योग्य असतील आणि कधी) यांचा समावेश असतो.
>
> जर तुम्हाला आर्थिकदृष्ट्या स्वतंत्र व्हायचं असेल, तर तुम्ही तिथे फक्त प्रक्रियेशी वचनबद्ध राहूनच पोहोचू शकता, ज्यामध्ये कमाई, खर्चापेक्षा बऱ्यापैकी जास्त बचत यांचा समावेश असेल.
>
> जर तुम्हाला मॅराथॉनमध्ये धावायचं असेल आणि २६.२ मैलांचा टप्पा ओलांडायचा असेल, तर प्रशिक्षण प्रक्रियेत साधारणपणे दररोज किंवा दर आठवड्याला ठरावीक मैल धावण्याचा समावेश असतो जेणेकरून तिथपर्यंत पोहोचाल.

> जर तुम्हाला एक पुस्तक प्रकाशित करायचं असेल, तर तुम्हाला सातत्याने लिखाण करण्याच्या प्रक्रियेशी वचनबद्ध राहावं लागेल. हे पुस्तक पूर्ण करण्यासाठी मी दररोज १००० शब्द लिहिण्यासाठी वचनबद्ध आहे, मग मला लिहावेसे वाटोत अगर नाही. (आणि विश्वास ठेवा, मला नेहमीच लिहावेसे वाटतात असं नाही.)

तुमची प्रक्रिया खूप क्लिष्ट आणि गुंतागुंतीची असावी असं नाही. जितकी सोपी तितकी चांगली. तुम्हाला फक्त जी प्रक्रिया तुम्हाला तुमचं उद्देश्य प्राप्त करायच्या मार्गावर ठेवेल ती प्रक्रिया काय असेल हे ठरवायचं आहे, त्या प्रक्रियेशी वचनबद्ध राहायचं आहे आणि ती प्रक्रिया तुमच्या वेळापत्रकात आणायची आहे. बास, याहून काही कमी नाही, किंवा जास्त नाही. तुम्ही तुमची त्या दिवसाची तुम्हाला ध्येय प्राप्त करणं अपरिहार्य करणारी कामं पूर्ण केलीत, की तुम्ही इतर ध्येयांच्या बाबतीत प्रगती करण्यासाठी मोकळे.

तुमची प्रक्रिया काय असावी हे ठरवण्यासाठी, फक्त स्वतःला विचारा: 'कोणत्या गोष्टी सातत्याने केल्यास, मला यश मिळणं अपरिहार्य होईल?'

दुसरं पाऊल : तुमच्या परिणामांशी असलेली भावनिक संलग्नता सोडा

आपल्या प्रक्रियेच्या बाबतीत, एकच गोष्ट निश्चित आहे आणि ती म्हणजे सगळेच दिवस सारखे नसतील. कधीकधी दिवसच नाही तर आठवडेही वाईट असतील. ते अपरिहार्य आहे हे माहीत असण्याने ते सहनीय होणार नाहीत. माणूस हा भावनिक प्राणी आहे. भावनिक असल्यामुळे आपण आपल्या परिणामांशी भावनिकदृष्ट्या संलग्न होतो. पण आपली भावनिक गुंतवणूक आपल्याला ध्येयमार्गावर ठेवणाऱ्या प्रक्रियेशी वचनबद्ध राहण्याच्या आपल्या क्षमतेला बाधा आणते. बहुतेक लोकांसाठी त्यांना जे प्राप्त करायचं आहे ते न केल्याने निराशा येते, थकवा येतो आणि निरुत्साह वाटतो. तुम्ही तुमच्या प्रक्रियेशी वचनबद्ध असाल आणि तुमच्या दैनंदिन परिणामांमधील भावनिक गुंतवणूक सोडून द्याल, तर तुमचे दीर्घकालीन परिणाम आपली आपण त्यांची काळजी घेतील. तुम्हाला त्यासाठी निराश व्हायचं कारण उरणार नाही.

हे वास्तव जीवनात कसं केलं जातं याची उदाहरणं पाहू :

१. माझ्या एका मित्राचं ध्येय आहे वजन कमी करणं. त्याने त्याची प्रक्रिया ठरवली आहे, जी कमी कॅलरी खाणे, वनस्पतींवर आधारित आहार दररोज व्यायाम करणे यावर आधारित आहे. एक दिवस त्याने मला फोन केला आणि म्हणाला, ''हाल, मी तुझ्या पूर्वनिश्चित प्रक्रियेच्या धोरणाचा अवलंब करण्याचा प्रयत्न करतो आहे. मागील तीन आठवडे, मी आठवड्यातले चार दिवस तीस-तीस मिनिटं व्यायाम करतो, पण माझं वजन कमी झालं नाहीये. खरं तर, एक पाउंड वजन वाढलं आहे, का ते मला समजत नाही. मला निरुत्साही वाटत आहे.'' मी त्याला त्याच्या शरीरातील चरबीचं प्रमाण मोजायला सांगितलं कारण त्याच्या स्नायूंमध्ये वाढ झालेली असण्याची शक्यता होती, ज्यामुळे वजन कमी होण्यात अडथळा आला असावा. आणि तेच झालं होतं. तीन महिन्यांनी, त्याच्या शरीरातील चरबीचं प्रमाण २४ टक्क्यांवरून १४ टक्क्यांवर आलं. आणि ते घडलं कारण तो दररोज त्याच्या प्रक्रियेशी वचनबद्ध राहिला. त्याने जर वजन कमी होत नाही म्हणून मध्येच सोडून दिलं असतं, तर त्याच्या आशेप्रमाणे तो आज निरोगी आणि तंदुरुस्त झाला नसता.

२. काही वर्षांपूर्वी माझे एक ग्राहक होते. ते त्यांच्या कंपनीच्या देशातील सर्वोच्च सेल्स टीमचं व्यवस्थापन करायचे. ते मोठी कामगिरी करणारे सुपरस्टार होते. आम्ही एकत्र काम करायचो त्या वेळी त्यांच्या सेल्स टीमकडून १३ लाख डॉलर्सची विक्री करून घेण्याचं त्यांचं ध्येय होतं. त्यादरम्यान शिकवून गेलेला प्रसंग म्हणजे, त्यांच्या टीमची विक्री काही आठवडे घसरलेली होती आणि त्यामुळे त्यांनी मला फोन केला. ते पुन्हापुन्हा त्यांच्या वार्षिक योजनेकडे आणि विशेषकरून आठवड्यातील विक्रीच्या अंदाजाकडे वळत होते जो अंदाज त्यांनी वर्षाच्या सुरुवातीला बांधलेला होता. त्यांना हे समजत नव्हतं की जे केलं पाहिजे ते सर्वकाही करूनही, त्यांच्या विक्री प्रतिनिधींना अंदाजाप्रमाणे विक्री का करता येत नव्हती.

मी त्यांना लक्षात आणून दिलं, की त्यांच्या टीमच्या अल्पकालीन, दररोजच्या विक्रीच्या परिणामांशी त्यांची भावनिक

संलग्नता त्यांचा त्यांच्या एकूण प्रक्रियेवरील विश्वास डळमळीत करू शकते. कारण, विक्री प्रतिनिधींच्या दैनंदिन विक्री परिणामांवर त्यांचं नियंत्रण नव्हतं, किमान थेट नियंत्रण नव्हतं. नक्कीच ते त्यांच्या विक्रीचे आकडे प्रभावित करू शकत होते; पण, त्यांच्या टीममधील प्रतिनिधींनी फोन केल्यानंतर किती संभाव्य ग्राहकांनी उत्तर द्यावं ते ग्राहकांच्या त्या वेळच्या मनोवस्थेवर अवलंबून असणार होतं. त्यांच्या टीममधील वैयक्तिक प्रतिनिधींनी ठरवलेल्या किंवा न ठरवलेल्या पूर्वनियोजित भेटीसाठी कोण येईल किंवा नाही येणार यावर त्यांचं नियंत्रण नव्हतं. त्यांच्या प्रतिनिधींकडून कोण उत्पादन विकत घेईल, त्यांना अजून शिफारशी देईल वगैरे यावर त्यांचं नियंत्रण नव्हतं. तरीही त्यांच्या भावना त्या सर्व परिणामांशी संलग्न होत्या. त्यांना जाणीव झाली की त्यांना फक्त ही खात्री करायची होती, की त्यांचे प्रतिनिधी फोन कॉल्स करतात आणि ती एकमेव गोष्टच त्यांच्या नियंत्रणात होती. त्यांचं काम एवढच होतं. त्यांनी नंतर कधीही त्यांचा मूड आणि प्रेरणा दोन्हींवर प्रतिनिधींच्या विक्रीमुळे परिणाम होऊ दिला नाही. एकदा त्यांनी हा निर्णय घेतला आणि त्यांच्या टीमने दररोज किती विक्री केली आणि अगदी त्यांनी आठवड्याचं विक्रीचं उद्दिष्ट गाठलं का नाही हे पाहणं सोडून दिलं. त्यांनी जे काही परिणाम मिळणार होते किंवा मिळाले होते त्यांचा स्वीकार केला. ('बदलू शकत नाही'बद्दलची चर्चा आठवते का?) त्यांनी आपलं लक्ष मोठ्या चित्रावर केंद्रित ठेवलं आणि त्यांना विश्वास होता की जर ते त्यांच्या प्रक्रियेतील त्यांचं काम, म्हणजे त्यांनी त्यांच्या प्रतिनिधींनी दररोज ठरलेले फोन कॉल्स करण्याचं काम ठरलेला काळ केलं आहे का नाही हे बघण्याचं काम सुरू ठेवलं तर त्याना अपेक्षित परिणाम मिळतील. जशी त्यांना जाणीव झाली, की त्यांना फक्त त्यांच्या प्रक्रियेवर लक्ष केंद्रित करायचं आहे, तसा त्यांना आलेला ताण हळूहळू विरताना जाणवला.

३. मी तुम्हाला अजून एक वैयक्तिक उदाहरण देतो. मिरॅकल मॉर्निंग प्रकाशित झालं तेव्हा, एखाद्या माणसाकडे सामान्यपणे पुस्तकाची जाहिरात करण्याची जी काही साधनं असतील, त्यापलीकडे

फारशी साधनं माझ्याजवळ नव्हती. माझ्याकडे कोणतं व्यासपीठ किंवा ईमेल्सची अशी भलीमोठी यादी नव्हती आणि मी तशी यादी असलेल्या कोणाला ओळखतदेखील नव्हतो. त्यामुळे मी फक्त स्वतःला प्रश्न विचारला की माझ्या नवीन पुस्तकाची जाहिरात करण्याचा उत्तम उपाय काय असावा? अनेक लेखकांशी बोलल्यानंतर आणि ऑनलाइन संशोधन केल्यानंतर, मी ठरवलं की मी पॉडकास्टवर मुलाखती देण्याच्या मूलभूत धोरणाचा अवलंब करायचं ठरवलं. मी पाहिलं, की तशा प्रकारचे पॉडकास्ट ऐकणारे लोक स्वतःच्या विकासासाठी गुंतवणूक करणारे असतात. हे धोरण खर्चाच्या बाबतीत प्रभावी होतं कारण पॉडकास्टवर मुलाखत देण्यासाठी फक्त तुमचा वेळ द्यावा लागतो.

मी तीनशेहून अधिक पॉडकास्टवर मुलाखती दिल्या आणि दोनशेहून अधिक माझे स्वतःचे 'अचिव्ह युवर गोल्स' पॉडकास्ट एपिसोड केले. पुस्तक प्रकाशित झाल्यावर जे पहिल्या महिन्यात विकलं गेलं आहे, ते पुन्हापुन्हा विकण्यासाठीच्या मुलाखतींसाठी मला अठरा महिने लागले. खालील आलेख तुमच्या प्रक्रियेशी दीर्घ काळ वचनबद्ध राहण्याचे परिणाम दाखवतो, मग भले तुमचे अल्पकालीन परिणाम काहीही असोत. त्या अठरा महिन्यांत मी पॉडकास्टवर मुलाखती येण्यासाठी खर्च केलेल्या वेळाच्या आणि प्रयत्नांच्या तुलनेतील विक्री तशी कमी दिसली. तुम्हाला त्या आलेखाकडे पाहिल्यास दिसेल की मी डिसेंबर २०१२ ते जून २०१४ दरम्यान फार पुस्तकं विकली नाहीत; ज्याचा अर्थ माझी मेहनत त्या अल्प काळात फळत नव्हती. मी जर मला मिळणाऱ्या परिणामांशी भावनिकदृष्ट्या संलग्न झालो असतो, तर मी हे कधीच करू शकलो नसतो. पण, माझ्या पुस्तकावर माझा विश्वास होता आणि मला माहीत होतं की ते लोकांचं आयुष्य बदलून टाकेल; त्यामुळे मी माझ्या प्रक्रियेस चिकटून राहिलो आणि मोठ्या चित्रावर लक्ष केंद्रित केलं. अखेरीस माझी माझ्या प्रक्रियेशी असलेली वचनबद्धता फळास आली. आजपर्यंत, मिरॅकल मॉर्निंगने दहा लाख प्रतींच्या विक्रीचा टप्पा ओलांडला आहे आणि त्यातील अर्ध्या इथे अमेरिकेत विकल्या गेल्या आहेत आणि उरलेल्या अर्ध्या

जगातील शंभर देशांमध्ये विकल्या गेल्या आहेत. लक्षणीय परिणाम मिळवण्यासाठी जरी आपल्या अपेक्षेपेक्षा जास्त वेळ लागत असला तरी जेव्हा आपण अढळ विश्वास टिकवून ठेवतो आणि दीर्घ काळ असाधारण प्रयत्न करत राहतो, तेव्हा आपण चमत्कार घडवून आणू शकतो याचा हा पुरावा आहे.

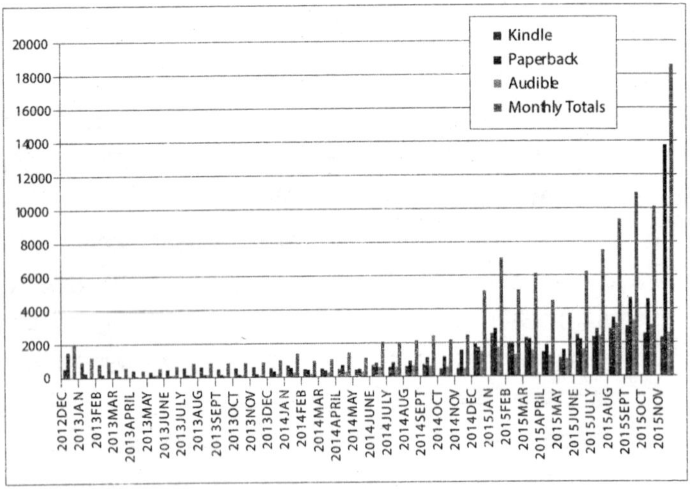

तिसरं पाऊल : तुमची प्रक्रियेचं वेळापत्रक बनवा

जिमसाठी नवीन कपडे आणले किंवा तुम्हाला शिकायची इच्छा असलेल्या विषयावरील काही पुस्तकं मागवली आणि ती न वापरता, न वाचता खोलीच्या एका कोपऱ्यात पडून राहिली, की कसं वाटतं हे तुम्हा सर्वांना माहीत आहे. आपण व्यग्र होऊन जातो, मुलं आजारी पडतात किंवा एखादा ग्राहक आपल्याला खूप कामाला लावतो. असं होतं.

तुम्ही तुमच्या प्रक्रियेचं नीट पालन कराल याची खातरजमा करण्याचा एक मार्ग म्हणजे तिचं वेळापत्रक ठरवा, आदर्शपणे एखादी पूर्वनियोजित भेट असल्याप्रमाणे वेळा ठरवा. तुम्ही तुमचा दिवस कसा घालवणार आहात आणि वेळ कसा व्यतित करणार आहात याबाबतीत कृतिशील असलं पाहिजे, अन्यथा काही बदलणार नाही.

तुमचं कॅलेंडर घ्या, मग ते प्रत्यक्ष असो किंवा डिजिटल कॅलेंडर असो आणि त्यामध्ये तुम्ही तुमची प्रक्रिया दररोज कशी पूर्ण कराल आणि विशेषकरून त्या प्रक्रियेत काय आहे हे लिहा/ टाइप करा. जर तुम्हाला पदव्युत्तर शिक्षण घ्यायचं आहे, तर तुम्ही दर सहामाहीत किती तास शिक्षण घ्याल याच्याशी वचनबद्ध राहाल आणि अभ्यास आणि गृहपाठ करण्यासाठी वेळ ठरवाल. जर तुम्ही डिजिटल कॅलेंडर वापरत असाल (ज्याची मी शिफारस करतो), ती पुन्हापुन्हा करण्यासाठी वेळ पूर्वनिश्चित करा. यानंतर फक्त तुम्हाला त्या वेळा पाळायच्या आहेत. जर तुम्हाला तुमच्या मुलांसोबत जास्त वेळ घालवायचा असेल, तर तुमच्या कॅलेंडरमध्ये त्यासाठी वेळ ठेवा. जर तुमच्या स्वतःसाठी जास्त वेळ देणं हे तुमचं उद्दिष्ट असेल, तर त्याचेही वेळापत्रक करा. सर्वांत महत्त्वाचं म्हणजे, तुम्ही ठरवलेल्या वेळामध्ये कशालाही हस्तक्षेप करू देऊ नका. जो वेळ तुमच्या प्रक्रियेसाठी आवश्यक आहे आणि तुमचं ध्येय साध्य करण्यासाठी आवश्यक आहे तो सुरक्षित ठेवा. अशा प्रकारेच तुमचं उद्देश्य 'शक्य ते संभाव्य'च्या दिशेने सरकेल आणि जे आपल्याला साध्य करायचं आहे त्या दिशेने म्हणजे, तुमचं उद्देश्य अपरिहार्य करण्याच्या दिशेने सरकेल.

मला कल्पना आहे, की ही थोडी अतिशयोक्ती वाटेल, कारण मी तुम्हाला जरा जास्त खेचतो आहे. पण, जर एखादी गोष्ट तुमच्या वेळापत्रकात येण्याइतकी महत्त्वाची नसेल, तर ती गोष्ट घडण्याच्या, किमान सातत्याने तरी घडण्याच्या शक्यता फार कमी आहेत.

तुमच्याकडे अगोदरच खूप काम आहे आणि तरीही त्यात अजून भर पडते आहे असं तुम्हाला वाटलं, तरीही ते करा आणि तुमच्या उर्वरित दिवसाच्या वेळापत्रकाचा आढावा घ्या. तुम्ही अजून कुठे अधिक कार्यक्षम होऊ शकता किंवा कमी प्राधान्य असलेल्या कामाच्या जागी तुमच्या उद्देश्याच्या दृष्टीने अधिक महत्त्वाची कामं करू शकता ते पहा. कदाचित तुम्ही तुमच्या काही गोष्टी तुलनेने स्वस्त सेवा देणाऱ्या लोकांकडून करवून घेऊ शकाल (आजकाल अशा सेवा देणारी बरीच मोबाइल ॲप्लिकेशन्स उपलब्ध आहेत), जसे की इन्स्टाकार्ट, अमेझॉन प्राइम नाऊ, किंवा उबर ईट्स, फेवर, ग्रबहब आणि डोअर डॅशसारखी खाद्यपदार्थ घरपोच करणारी ॲप्लिकेशन्स. मी या सर्व (आणि अजूनही इतर) सेवा वापरतो जेणेकरून

मला माझा वेळ माझ्यासाठी जे सर्वांत जास्त महत्त्वाचं आहे, त्यावर केंद्रित करता येईल, माझ्या उद्देश्यावर आणि इतर ध्येयांवर केंद्रित करता येईल. किंवा तुम्ही तुमच्या मुलांशी खेळता यावं म्हणून टीव्ही बघण्याचा एखादा तास कमी करू शकता. किंवा, तुमचा नवीन व्यवसाय सुरू करताना जास्त काम करण्यासाठी सकाळी लवकर उठू शकता. तुम्हाला जे साध्य करायचं आहे, जिथे पोहोचायचं आहे ते साध्य करणं, किंवा तिथे पोहोचणं सोपं असतं, फक्त तुम्हाला त्यासाठी नक्की कोणत्या कृती केल्या पाहिजेत याबाबत स्पष्टता हवी. अशा स्पष्टतेने तुम्ही त्या कृती तुमच्या वेळापत्रकात व्यवस्थित लिहून काम केल्यास तुम्ही तुमचं ध्येय साध्य करालच.

चौथे पाउल : जबाबदारीच्या मदतीने यश संरक्षित करा

इतर कोणाहीपेक्षा आपण स्वतःला जास्त ओळखतो. म्हणून तुम्हाला तुमच्या प्रक्रियेप्रति वचनबद्ध होण्यासाठी, ती वचनबद्धता टिकवून ठेवण्यासाठी काय करावं लागेल हे तुम्हालाच माहीत असेल. तुम्ही बऱ्यापैकी आत्मनिर्भर व्यक्ती आहात का? आणि एकदा एखाद्या गोष्टीप्रति वचनबद्धता स्वीकारली की तुम्ही तुम्हाला कोणी जबाबदार धरले किंवा नाही, तरीही काम करत राहता का? जर तसं असेल, तर तुम्ही स्वतः आपले आपण मिरॅकल इक्वेशन अमलात आणू शकता. अनेकांना सुरुवातीला खूप उत्साह वाटतो आणि नंतर मध्ये कुठेतरी तो गळपटतो.

खरं तर, अर्थपूर्ण निष्पत्तीसाठी दीर्घ काळ एखाद्या गोष्टीशी वचनबद्ध राहणं इतकं सोपं नाही. जर तसं असतं, तर प्रत्येकाला ते करणं जमलं असतं आणि या पुस्तकाची गरजच उरली नसती. तरीही, स्वयंशिस्त ही सामान्य गोष्ट नाहीये. जर आपल्या सर्वांमध्ये ती शिस्त असती, तर सर्वांना त्यांची सर्व ध्येयं साध्य करता आली असती. आपण सहाव्या प्रकरणात याबद्दल चर्चा केली आहे, पण तरीही ते पुन्हा सांगण्याइतकं महत्त्वाचं आहे : 'तुम्ही प्रयत्न सुरू ठेवाल याची खातरजमा करण्याचा एक उत्तम मार्ग म्हणजे सहकाऱ्यांबरोबर जबाबदारी निर्माण करा.' त्यामुळे तुम्ही प्रामाणिकपणे प्रयत्न कराल आणि पुढे जात राहायला मदत होईल.

जबाबदारी म्हणजे कोणाला, किंवा कशालातरी किंवा कोणत्या कृतीसाठी किंवा परिणामांसाठी जबाबदार राहण्याची एक परिस्थिती आणि

ती अनेक आकारांत, रूपांत येऊ शकते. काही लोक त्यांना ठरावीक मुदत दिल्यासच उत्तम काम करू शकतात. तर काही जण नकारात्मक परिणाम टाळण्याच्या भीतीने आणि तरीही चांगले परिणाम मिळण्यासाठी चांगलं काम करतात. तुम्हाला सर्वांत जास्त प्रोत्साहन कशामुळे मिळते हे तुम्ही शोधून काढणं महत्त्वाचं आहे आणि मग ते कृतीत उतरवणं महत्त्वाचं आहे. अनेकदा तुम्हाला कोणीतरी जबाबदार धरावं यासाठी त्यांना विनंती करणं महत्त्वाचं ठरतं आणि त्याहीपेक्षा एकमेकांप्रति जबाबदार असणं हे अजून चांगलं.

आपल्या ध्येयप्राप्तीसाठी कोणाकडे मदत मागणं ही कमजोरी ठरत नाही किंवा त्यामुळे तुम्ही कार्यक्षम ठरत नाही. त्यामुळे तुम्ही हुशार ठरता. मला असा एक तरी फॉर्च्युन ५०० सीईओ दाखवा, ज्याला असाधारणपणे जबाबदार धरलेलं नाही. तो किंवा ती त्यांचे शेअर होल्डर, कर्मचारी, कंपनीचे अधिकारी मंडळ आणि अनेकदा प्रशिक्षक यांना जबाबदार असतात. तुम्हाला जबाबदार धरण्यासाठी अन्य कोणाला (किंवा एखाद्या गटाला) विनंती करणं तुमची वचनबद्धता अजून मजबूत करते. विचार करा : तुमचा प्रशिक्षक तुमची वाट बघत असेल तर जिमला जाणं सोपं होतं का नाही? आणि जेव्हा तुम्ही एखाद्या मित्राबरोबर धावायला जाता, तेव्हा जास्त अंतर धावणं सोपं वाटतं का नाही? तुमचं ध्येय काहीही असो, तुम्हाला जबाबदार धरण्यासाठी जोडीदार नक्की मिळू शकतो. तुमच्या मार्गदर्शकाला तुम्ही काय काय केलं आहे ते विचारण्यासाठी विनंती करा, तुम्हाला जबाबदार धरेल अशी स्वतःची टीम उभी करा (इतरांना तुम्हाला जबाबदार धरायला लावण्यापेक्षा स्वतःला काही करण्यासाठी जबाबदार धरण्यापेक्षा अजून चांगलं काही असू शकत नाही), किंवा तुम्हाला तुमच्या ध्येयापर्यंत पोहोचायला मदत करण्यासाठी एखाद्या मार्गदर्शकाची नेमणूक करा. लक्षात ठेवा, तुम्हाला जबाबदार धरणाऱ्या व्यक्तीकडून जास्तीतजास्त फायदा करून घेण्यासाठी, ती व्यक्ती कठोर असली पाहिजे, तिच्यात सातत्य असलं पाहिजे आणि त्या व्यक्तीला तुमच्या आणि तुमची यशाची काळजी असली पाहिजे.

पाचवं पाऊल : तुम्हाला मिळणारे परिणाम/ फलित मोजत रहा आणि त्यानुसार तुमची प्रक्रिया समायोजित करा

तुम्ही तुमची प्रक्रिया सुरू ठेवलेली असताना, तुम्हाला काय परिणाम मिळत आहे याकडे लक्ष देणं खूप महत्त्वाचं आहे. जर दोन महिन्यांनी तुमच वजन काट्यावर अजूनही तिथेच असेल, तर तुम्हाला तुमच्या आहारात किंवा व्यायामात काहीतरी बदल करावा लागेल. जर तुम्ही तुमचं विक्रीचं उद्दिष्ट गाठू शकत नसाल, तर विक्री संबंधातील कृती वाढवाव्या लागतील. जर पुस्तकाच्या कल्पनेबाबत तुम्ही काहीही लिहिलं नसेल, तर तुमच्या वेळापत्रकात डोकावा आणि बघा की तुम्हाला लिखाणासाठी वेळ कसा काढता येईल.

मी सुचवेन की तुम्ही दर आठवड्याचे किंवा महिन्याचे वेळापत्रक तपासा आणि पहा की तुमची प्रक्रिया काही परिणाम देते आहे का नाही. तुमची प्रक्रिया स्पष्ट आणि शक्य तितकी सोपी व्हावी हाच यामागील उद्देश असेल, कारण त्यामुळे तुम्ही ती करत राहाल. जर त्यामध्ये काही अडथळा येत असेल तर असं अध्येमध्ये तपासून पाहिल्यास तुम्हाला बदल करता येतात.

तुम्ही चमत्कार घडवला आहे. आता पुढे काय?

लक्षात ठेवा, मिरॅकल इक्वेशन फक्त एक चमत्कार घडवणे आणि मग पुन्हा जसं जगत होतो तसं जगण्याबाबत नाही आहे. आपल्याला मिरॅकल मेव्हन्सची पातळी गाठायची आहे, जे जीवनाच्या सर्व क्षेत्रांत पुन्हापुन्हा दृश्य आणि मोजण्यायोग्य चमत्कार घडवत राहतात. त्यासाठी, तुम्हाला जितकं अधिक यश मिळेल, तितके तुम्ही वर जात राहाल आणि तुमची ध्येयं प्राप्त कराल.

तुम्ही या प्रवासादरम्यान शिकलेले धडे अचूकपणे अंतर्गत करा आणि तुम्हाला तुमच्या पुढच्या ध्येयाच्या दिशेने पुढे ढकलण्यासाठी त्यांचा उपयोग करा. अगोदर म्हटल्याप्रमाणे, मी माझ्या कुटुंबीयांसोबत जास्त वेळ घालवता यावा असं ध्येय निश्चित केलं होतं. एकदा ते आपोआप स्वयंचलितपणे घडू लागलं तेव्हा मी आयुष्यभर कॅन्सरमुक्त राहण्याचं उद्देश्य निश्चित केलं. एकदा ते स्वयंचलितपणे होऊ लागल्यानंतर, मी माझं लक्ष हे पुस्तक लिहिण्याकडे वळवलं. तुम्ही वचनबद्ध असलेलं प्रत्येक उद्देश्य तुम्हाला मिरॅकल मेव्हन होण्यासाठी तुमच्या क्षमता विकसित करेल आणि मग त्यानंतर कोणताही चमत्कार घडवणं तुमच्या आवाक्याबाहेर नसेल.

तुमची प्रक्रिया कृतीत आणा

या जगातील माझ्या आवडत्या संगीतकाराचं नाव आहे जेरेमी रायझिग, ज्यांना 'ब्रोथा जेम्स' या नावानेही ओळखलं जातं. ते एक अतिशय अद्वितीय बुद्धिमत्ता असलेले संगीतकार आहेत, जे त्यांच्या गाण्यांच्या माध्यमातून खूप सकारात्मकता आणतात. त्यांचं संगीत तुम्हाला छान वाटावं अशा प्रकारे रचना केलेलं असतं. खरं तर, मला माहीत असलेले ते एकमेव संगीतकार आहेत, जे सकारात्मक विधानांना उडत्या चालींमध्ये संगीतबद्ध करतात. त्यामुळे तुम्ही ऐकलेला प्रत्येक शब्द तुमच्या सुप्त मनाला अधिक आनंद आणि यश मिळण्यासाठी आज्ञा देतो.

त्यांच्या संगीतातील करीअरच्या सुरुवातीला, जेरेमी यांनी एका फंक बँडबरोबर एक टुर केली. त्यांनी अनेक वाद्यं वाजवली आणि रॅप केलं, पण त्यांना गायची इच्छादेखील होती. पण, बँडमधील सदस्यांनी त्यांना पुन्हापुन्हा नकार दिला कारण त्यांच्या मते जेरेमी यांचा आवाज पुरेसा चांगला नव्हता.

म्हणून, बँडबरोबर चार वर्षं काम केल्यानंतर २०१३मध्ये त्यांनी गायचं आणि गीतकार होण्याचं प्रशिक्षण घ्यायचं ठरवलं. त्यांना बँडमधील मुख्य गायक होण्याचं त्यांचं स्वप्न पूर्ण करायचं होतं. त्यांनी काही लोकांना त्यांना सामील होण्यासाठी विनंती केली, पण त्यांनाही जेरेमी यांचा आवाज फारसा चांगला नाही असं वाटल्याने त्यांनी नकार दिला. ओऽह!

आपलं स्वप्न वास्तवात उतरवण्यासाठीची अढळ वचनबद्धता घेऊन त्यांनी कामाला सुरुवात केली. ते दोन शिक्षकांकडे गायनाचे धडे घेऊ लागले. त्यांनी दररोज पंधरा ते तीस मिनिटं सराव केला आणि एक दिवस आपण आपल्या ध्येयापर्यंत पोहोचू यावर विश्वास ठेवला. त्यांचे असाधारण प्रयत्न फक्त दररोज पंधरा ते तीस मिनिटं सराव करणं इतकेच होते. हे ऐकायला खूप साधारण वाटतं. पण त्यांना २०१४ साली पहिला कार्यक्रम मिळेपर्यंत दीर्घ काळ टिकून राहिलेली वचनबद्धता आणि सातत्य यांमुळे ते असाधारण बनलं.

२०१५ सालच्या मध्यावर जेव्हा त्यांना पहिला पैसे देणारा कार्यक्रम मिळाला, तेव्हा त्यांची मेहनत फळाला आली.

आज, ब्रोथा जेम्स एक प्रेरणादायी संगीतकार म्हणून जगभर प्रवास करत त्यांचं स्वप्न जगत आहेत. ते अजूनही प्रशिक्षण घेतात आणि आठवड्यातील पाच दिवस पंधरा ते तीस मिनिटं सराव करण्याची वचनबद्धता पाळत आहेत. त्यांच्या शब्दांत सांगायचं तर, 'छोटी गोष्ट पुनःपुन्हा केल्याने मोठी होते.' जेरेमी यांची त्यांच्या प्रक्रियेप्रति असलेली वचनबद्धता त्यांना अजूनही यश देते आहे. त्यांचा आवाज वाईट.. तो चांगला...तो उत्तम झाला आहे. त्यांची नेहमीच प्रसिद्ध गायक जेसन म्राझ यांच्याशी तुलना केली जाते. जेरेमी अजूनही सुधारणा करत आहेत आणि त्यांचं संगीत अधिकाधिक लोकांपर्यंत पोहोचवत आहेत. गेल्या वर्षी, ब्रोथा जेम्स यांनी १५०हून अधिक विविध प्रकारच्या संगीत रचना केल्या. जेरेमी हे दीर्घ काळ आपल्या प्रक्रियेशी वचनबद्ध राहिल्यास यश अपरिहार्य कसे होते याचे उत्तम उदाहरण आहेत.

ज्या तुम्ही केल्याच पाहिजेत हे तुम्हाला माहीत आहे, अशा गोष्टी स्वतःला (तुम्हाला कराव्याश्या वाटत नसल्या तरी) कशा करायला लावाव्या?

मला माझे क्यायंट आणि वाचक यांच्याकडून एक प्रश्न नेहमी विचारला जातो, तो म्हणजे, 'ज्या गोष्टी मी केल्याच पाहिजेत हे मला माहीत आहे, त्या करण्यासाठी मी स्वतःला प्रोत्साहन कसे देऊ?' त्यांच्या बोलण्यातून मला बहुतेक वेळा निराशा किंवा हताशपणा जाणवतो.

आपण लहान असल्यापासून जे आपण केलंच पाहिजे ते करणं सोपं कधीच वाटलं नाही. आपल्याला निरोगी होण्यासाठी भाज्या खाणं किती आवश्यक आहे हे माहीत होतं, काटकसर करण्यात शहाणपणा आहे आणि ताणतणाव कमी होण्यासाठी रोजच्या जीवनातून थोडा वेळ मनाला विश्रांती देणं आवश्यक आहे हेदेखील आपल्याला माहीत असतं. तरीही आपण अनेकदा या गोष्टींकडे दुर्लक्ष करून स्वतःला ओढत राहतो. पण, जेव्हा

अर्थपूर्ण ध्येय निश्चित करण्याची वेळ येते, तेव्हा चालढकल करण्याच्या प्रलोभनांवर मात करण्याचा मार्गदेखील शोधला पाहिजे. कारण, ज्या लोकांना फक्त जे करावंसं वाटेल तेच करतात... ते लोक फारसं काही करत नाहीत!

चालढकल करणं ही एक वृत्ती बनते ज्यामध्ये आपण सवयीने आपल्याला फारशा आरामदायक नसलेल्या, सिद्ध न झालेल्या किंवा अज्ञात गोष्टी पुढे ढकलत असतो. याच कृती आपल्याला जे मिळवायचं आहे, जिथे पोहोचायचं आहे त्यासाठी आवश्यक असतात. म्हणून मग आपण स्वतःला जे केलंच पाहिजे हे माहीत आहे, ते करण्यासाठी कसं प्रवृत्त करू शकतो? मग भले ते करावं असं आपल्याला वाटत नसेल? चालढकल करण्याच्या मागील मूलभूत कारण समजून घ्या आणि मग त्यावर मात कशी करायची यासाठी काहीतरी करा. मला खात्री आहे की तुम्ही चालढकल का करता असं तुम्हाला वाटण्यामागची खूप कारणं द्याल, पण प्रत्यक्षात एकच कारण असतं : जी कृती करण्याचं तुम्ही पुढे ढकलत असता, त्याच्याशी तुम्ही काहीतरी वेदना, भीती किंवा त्रास संलग्न केलेला असतो.

चालढकल करण्याच्या वृत्तीवर मात करण्यासाठी, हे समजून घ्या की तो सगळा त्रास, दुःख, भीती हे काल्पनिक आहे. ते सगळं तुमच्या डोक्यात आहे आणि तुम्हाला जे त्रासदायक, वेदनादायक, भीतिदायक वाटतं ते करायला सुरुवात केल्यावर मग त्याला फारसं महत्त्वच उरत नाही. नक्कीच, एखादी गोष्ट करण्याचा विचार करणं भीतिदायक असतं. तुम्ही जितका जास्त विचार कराल, तितकं जास्त भीतिदायक. पण, प्रत्यक्षात तसं करणं? तुम्ही ज्या गोष्टी केल्याच पाहिजेत हे तुम्हाला माहीत आहे आणि तुम्ही ज्या गोष्टींचा विचार करता, त्या गोष्टी प्रत्यक्षात केल्याने मुक्तता वाटते. प्रत्यक्ष कृती करणं तुम्हाला भीतीपासून मुक्त करतं आणि जितकं तुम्ही स्वतःला ते वेदनादायक आहे असं सांगत असता, तितकं ते कधीच नसतं. आणि लवकरच त्यामुळे कल्पना केलेली अस्वस्थता तुमच्या सहजतेच्या कक्षात हळूच ओढली जाते.

म्हणून तुम्ही सवयीने पुढे ढकलत असलेल्या गोष्टी करण्यासाठी प्रोत्साहन शोधण्याकरता हालचाल केली पाहिजे. तुम्ही पहिलं पाऊल उचललं पाहिजे आणि ते पाऊल, ती हालचाल तुम्हाला पुढे जात राहण्याचं प्रोत्साहन देईल. पण, पहिलं पाऊल उचलणं तुमच्याच हातात आहे.

जर तुम्हाला जिमला जाण्यासाठीच्या चालढकल करण्यासाठी प्रोत्साहन हवे असेल, तर फक्त जिमची बॅग भरून व्यायामाच्या वेळी कारमध्ये बसा. त्याबाबत विचार करू नका, फक्त सरळ जाऊन कारमध्ये बसा. जिमला जाण्याच्या दिशेने उचललेलं पहिलं पाऊल उचलल्याने तुम्ही जिमच्या (तुम्ही ज्याची फी अनेक महिने भरत आहात)दिशेने कार चालवण्याची शक्यता वाढते. आणि जेव्हा तुम्ही कार जिमच्या पार्किंगमध्ये उपलब्ध असलेल्या पहिल्या रिकाम्या पार्किंगमध्ये लावाल, तेव्हा मी खात्रीने सांगतो की तुम्ही तुमची जिमची बॅग मागील सीटवरून उचलून जिममध्ये जाण्याचं प्रोत्साहन मिळेल. किमान तुम्ही घरी तुमच्या सोफ्यावर बसलेले होतात, स्वतःशीच जिमला जाण्याचा विचार करत होतात, त्यापेक्षा जास्त प्रोत्साहन मिळेल. तुम्ही जिमच्या आत जाता, आणि स्पीकर्सवर मोठ्याने सुरू असलेलं उत्साहवर्धक संगीत ऐकता, आणि लोकांना वजनं उचलताना, ट्रेडमिलवर धावताना पाहता, तेव्हा मला खात्री आहे, की तुम्ही त्यांच्यात सामील व्हाल. तुम्हाला जाणवेल, चालढकल करण्याचा पर्याय हा असा पर्याय आहे, जो तुम्ही तसं का करता हे तुम्हाला स्पष्ट कळलं, की तुम्हाला स्वस्थ बसू देत नाही.

चालढकल करण्यावर मात करणं म्हणजे तुम्हाला अपेक्षित इच्छित परिणाम मिळवण्यासाठी जे केलं पाहिजे त्या दिशेने फक्त पहिलं, तसं विसंगत वाटणारं पाऊल उचलण्याचा प्रश्न असतो. एकदा का तुम्ही हालचाल करायला सुरुवात केली, की तुम्ही चालढकल करण्यावर मात केलेली असते. आता प्रश्न फक्त त्याच दिशेने पुढे जाण्याचा असतो. तुमच्या पूर्वनिश्चित केलेल्या प्रक्रियेच्या बाबतीतही तेच करा आणि लक्षातही येण्यापूर्वी तुमचा हा चालढकल करण्याच्या विरुद्ध सुरु असलेला संघर्ष कसा होता हे ही तुम्ही विसरून जाल.

मी तुम्हाला सांगितलं की असाधारण प्रयत्न हे तितकेसे असाधारण नसतात. त्यासाठी तुम्हाला फक्त एक साधी-सोपी वारंवार करता येईल अशी

प्रक्रिया हवी जी तुम्ही तुमच्या कॅलेंडरमध्ये बसवू शकता. आणि दैनंदिन परिणामांपासून अलिप्तता (ज्यामुळे दररोज जे होईल ते जे काही असेल त्याचा स्वीकार करायचा), सहकाऱ्यांबरोबर जबाबदारी आणि पुढे जाता जाता थोडं मागेही वळून पाहणं आवश्यक आहे. तुमची प्रक्रिया तुम्हाला हवी त्याप्रमाणे सोपी (किंवा किचकट) असेल. ब्रोथा जेम्स त्यांच्या गात्या आवाजापर्यंत दररोज पंधरा ते तीस मिनिटं सराव करून कसे पोहोचले ते लक्षात ठेवा. मी माझं पहिलं सहा आकडी उत्पन्न दिवसाला चाळीस फोन कॉल्स करून कमावलं, ज्यासाठी मला रोज फक्त दोन तास लागत. तुमचा माझ्यावर आता विश्वास बसणार नाही, पण लवकरच तुम्ही स्वतःच्या प्रक्रियेत दररोज गुंतले जाण्याची वाट पाहाल. एकदा का त्याकडे कसं जायचं हे समजलं की मग मोठं, भयानक वाटणारं ध्येय मजेशीर वाटू लागतं.

मिरॅकल इक्वेशनचा वापर करण्यासाठी काय करायचं ते आता तुम्हाला माहीत आहे. त्यामुळे पुढील प्रकरणात आपण ही प्रक्रिया वारंवार कशी करत राहायची आणि जीवनाच्या प्रत्येक अंगामध्ये पुन्हापुन्हा चमत्कार कसे घडवून आणायचे यावर चर्चा करू.

९

चमत्कार टिकवून ठेवणे

वारंवार असाधारण परिणाम निर्माण करा

'तुमचा जर चमत्कारांवर विश्वास असेल,
तरच चमत्कार घडतात.'

–पॉउलो कोएलो

दृश्य, मोजण्याजोगे परिणाम निर्माण करण्याच्या बाबतीत उत्साहित होण्यासारखी एक गोष्ट आहे. आपल्या जीवनातील स्वप्न साकार करण्याची गुरूकिल्ली सापडल्यास कोण उत्साहित होणार नाही? कदाचित तुम्हाला आर्थिक स्वातंत्र्य किंवा स्थिरता हवी असेल. किंवा कदाचित तुम्ही एखाद्या खास नात्यासाठी प्रयत्न करायचा असेल किंवा आता ज्या नात्यात आहात ते नातं दुरुस्त करायचं असेल. कदाचित तुम्ही अर्थपूर्ण कामाच्या शोधात असाल किंवा तुम्हाला स्वास्थ्यपूर्ण, अधिक तंदुरुस्त व्हायचं असेल आणि अधिक शारीरिक ऊर्जा हवी असेल; किंवा तुम्हाला आनंदी व्हायचं असेल. या जीवन सुंदर करणाऱ्या गोष्टींच्या शक्यतांनी उत्साहित वाटणं हे त्या शक्यता प्रत्यक्षात अपरिहार्य करण्यापेक्षा वेगळं आहे.

जर मिरॅकल मेव्हन्सप्रमाणे गुणवैशिष्ट्ये विकसित करून ती अंगीकारायची हे तुमचं अंतिम ध्येय असेल, जेणेकरून तुम्ही कधीही तुमच्या इच्छेनुसार चमत्कार घडवून आणू शकाल, तर आधी तुम्ही मिरॅकल मेव्हन्सप्रमाणे विचार करायला आणि कृती करायला सुरुवात केली पाहिजे. आणि तुम्ही तसा विचार आणि कृती बहुतांश वेळा केली पाहिजे.

तुम्ही भीतीवर आधारित विचार करण्याऐवजी विश्वासाधारित विचार केला पाहिजेत. गतकाळापासून वागवलेल्या कोणत्याही मर्यादा सोडून देण्याची तुमची तयारी असली पाहिजे आणि स्वतःला लायक, पात्र आणि जगातील इतर कोणत्याही माणसाप्रमाणे तुम्हाला जे हवे ते निर्माण करण्यासाठी सक्षम समजलं पाहिजे. मला माहीत आहे की मी ही कल्पना काही वेळा (कदाचित त्याहून अधिक) नमूद केली आहे, पण आता मी तुम्हाला ते करण्यासाठी बौद्धिक आणि भावनिक पातळीवर मदत करणार आहे, ज्यामुळे तुम्हाला तुमची जुनी आणि नवीन सुधारित आवृत्ती बघता येईल. यामुळे तुम्हाला अशा 'तुमच्या' स्वतःशी जुळवून घेता येईल जो वर्तमानात तुम्ही बनू इच्छित असलेल्या आवृत्तीशी वचनबद्ध आहे आणि भविष्यात तुम्ही जे बनू इच्छिता, निर्माण करू शकता त्याच्याशीदेखील वचनबद्ध असेल.

अर्ल नाइटिंगेल, त्यांच्या प्रेरणादायी ऑडिओ आणि पुस्तकांसाठी प्रसिद्ध होते. ते म्हणाले होते, ''आपण जे विचार करतो तसे बनतो.'' बुद्ध म्हणाले होते, ''आपण जसा विचार करतो तसे असतो. सर्वकाही आपल्या विचारांपासून सुरू होते. आपल्या विचारांतून आपण जग निर्माण करू शकतो.'' आणि मी तुम्हाला हीच आठवण करून देतो आहे की आपली मानसिकताच आपल्या व्यक्तिमत्त्वाला आणि आपल्या वास्तवाला आकार देण्यासाठी जबाबदार असते. पण, तुम्ही तुमची मानसिकता तयार करण्यासाठी ठरवून नक्की किती वेळ दिला पाहिजे? या प्रकरणात, आपण तुमच्या मनाला नव्याने आज्ञा देऊन कसे आचार-विचाराने सतत मिरॅकल मेव्हन असण्यासाठी तयार करायचे यावर खोलात चर्चा करू. सुदैवाने, यासाठी परिपूर्णपणे कामी येईल अशी कोणतीही विशिष्ट एक पद्धती नाही.

तुम्ही अमलात आणली पाहिजे अशी एकच पद्धती आहे, ती म्हणजे मिरॅकल इक्वेशन

माझ्या मिरॅकल मॉर्निंग या पुस्तकात मी एक लाइफ S.A.V.E.R.S. नावाच्या रचनेची ओळख करून दिली आहे. हा शॉर्टफॉर्म म्हणजे मानवी इतिहासातील अत्यंत कालातीत, वैश्विकरीत्या वापरता येतील अशा, सहा शास्त्रीयदृष्ट्या सिद्ध वैयक्तिक विकास पद्धती आहेत (ज्यातील एकाचाही मी शोध लावलेला नाही) : सायलेन्स (शांतता), अफर्मेशन्स (पुष्टीकरण), व्हिज्युअलायझेशन (कल्पना करणे), एक्झरसाइज (व्यायाम), रीडिंग (वाचन), आणि स्क्रीबिंग (लिखाण). या पद्धती रोज अमलात आणाव्यात असं मी सुचवू इच्छितो, विशेषकरून रोज सकाळी. यामुळे तुमची त्या दिवसाप्रति तुमची मानसिकता आणि एकाग्रता जास्तीतजास्त होईल.

या सहा पद्धतींपैकी प्रत्येक पद्धत तुमच्यात बदल घडवू शकणारी असली, तरी मला अनेकदा मुलाखतींमध्ये विचारलं जातं, की यांपैकी माझी सर्वांत आवडती पद्धत कोणती आहे. मी यासाठी सर्वतोपरी योग्य उत्तर काय असेल याची कल्पना करतो आणि मला वाटतं की, कदाचित ते उत्तर, 'अर्थातच नाही; त्या सर्व पद्धती एकसारख्याच महत्त्वाच्या आहेत.' तरीही, फक्त तुम्हाला सांगतो की मला सर्वतोपरी बरोबर उत्तर देण्यापेक्षा प्रामाणिक पारदर्शी उत्तर द्यायला आवडतं (अनेकदा ती चूक ठरते).

त्यामुळे, हो, माझी आवडती अशी पद्धत आहे, जी माझ्या अनुभवावर आधारित आहे आणि माझ्यासाठी आजवर सर्वांत प्रभावी ठरलेली आहे. वैयक्तिक विकास आणि बदल यासाठी माझी या S.A.V.E.R.S.पैकी आवडती पद्धत आहे अफर्मेशन्स, म्हणजे पुष्टीकरण. परंतु, (आणि हा अजून एक मोठा किंतु-परंतु आहे) ती तुम्ही विचार करत असाल त्याप्रमाणे आवडती नाही.

आता असं पहा, पुष्टीकरणांबद्दल वाईट समजही आहेत. त्यांकडे नेहमी खूप अप्रभावी किंवा अतिशयोक्त म्हणून पाहिलं जातं. पुष्टीकरणंदेखील व्हिजन बोर्डच्या प्रकारात मोडतात. तुम्ही जर भिंतीवर काही फोटो चिकटवले आणि समोर बसून त्यांकडे बघत स्वप्नं वास्तवात उतरतील अशी वाट पाहत बसलात, तर कदाचित तसं होणार नाही. त्याचप्रमाणे, तुम्ही नुसतं बोलत राहिल्याने तुम्हाला नवीन व्यक्तिमत्त्व प्राप्त होणार नाही. तरीही तुम्ही त्यांचा वापर करू शकता, पण बहुतेक स्व-मदत क्षेत्रातील गुरू करत असतील असं तुम्हाला वाटत असेल, तर त्याप्रमाणे नाही.

मी तरुण होतो तेव्हा मलाही इतर लोकांप्रमाणे पुष्टीकरणं खूप अतिशयोक्त आणि अप्रभावी वाटायची. मला ती विधानं म्हणजे खूप जास्त- छान छान वाटायला लावणारी विधानं वाटायची ज्यांचा वास्तवाशी काही संबंध नाही आणि त्यामुळे फक्त लोकांना काही क्षण चांगलं वाटतं. माझ्यासारखे लोक ज्यांना निष्पत्तीच्या ध्यासाने काम करतात ते आणि तुम्हाला माहीत आहे, शहाणे लोक फक्त आपल्यातील असुरक्षिततेला बुरखा पांघरण्यासाठी पुन्हापुन्हा अशी विधानं म्हणण्याचे कष्ट घेत नाहीत. त्यामुळे प्रत्यक्षात उत्तम परिणाम मिळतील याबाबत मला अजिबात खात्री नव्हती.

मी जसा विशीत आलो आणि वैयक्तिक विकासाचा अभ्यास सुरू केला, तशी पुष्टीकरणांशी माझी बदल घडवण्याचे योग्य साधन म्हणून नव्याने ओळख झाली. वारंवार काही विशिष्ट वाक्य म्हटल्याने माझं आयुष्य बदलेल या वचनावर माझा विश्वास नव्हता. मला लहानपणापासून मी आळशी आहे आणि तसाच वागतो हे माहीत होतं, त्यामुळे माझ्यासाठी ही पद्धत अगदीच योग्य होती. मी विचार केला, की यात मला काहीच करावं लागणार नाहीये. त्यामुळे मी ते स्वीकारलं.

तोपर्यंत मी तसा नव्हतो. बहुतेक लोकांना जी अडचण येते, तीच मलाही यायला फारसा काळ लागला नाही. मी स्व-मदत क्षेत्रातल्या गुरूंनी शिकवलेल्या सामान्य पद्धतीने ती वाक्यं म्हणत होतो तेव्हा काहीही घडलं नाही. मी ज्या चांगल्या आयुष्याबद्दल बोलत होतो, ते समोर आलं नाही. 'मी कोट्यधीश आहे' असं पुन्हापुन्हा म्हटल्याने माझ्या बँक खात्यात एक दमडीदेखील जमा झाली नाही. खरं तर, 'मी आहे' असं विधान करून मी कोणीतरी असल्यासारखं मला बनावटी वाटलं.

नंतर एक दिवस मला साक्षात्कार झाला. मला लक्षात आलं, की त्या विधानांमध्ये काही चूक नव्हती. ती चुकीची शिकवली आणि वापरली गेली होती आणि त्यांच्या बाबतीत गैरसमज झाला होता. मी अखेरीस त्या दोन चुका शोधल्या ज्यामुळे मी अशा विधानांकडे बघण्याचा माझा दृष्टीकोन पूर्णपणे बदलला आणि मी त्यांची अधिक वास्तविक, कृतिशील आणि सातत्याने दृश्य आणि मोजण्याजोगे परिणाम देऊ शकतील अशी रचना केली.

पुढील पानांमध्ये, मी तुम्हाला मिरॅकल इक्वेशन अफर्मेशन्स करण्याचे समीकरण टप्प्याटप्प्याने देणार आहे. ही पुष्टीकरणं सत्यावर आधारित असतील आणि तुम्हाला मिरॅकल इक्वेशनचा वापर जलद गतीने करता यावा यासाठी धोरणात्मक पद्धतीने रचना केलेली असतील. पण, आपण ते करण्यापूर्वी, एक क्षण त्या दोन चुका कोणत्या आहेत आणि त्या काय अडचणी निर्माण करतात ते पाहू या.

१. असत्य विधानांमुळे तुम्हाला बनावटी असल्याची भावना येते.

आपल्या सर्वांना जीवनातील कोणत्या ना कोणत्यातरी पैलूमध्ये किंवा संपूर्णपणे सुधारणा व्हावी असं वाटतं. आपल्याला पैसा, प्रेम, निरोगी शरीर हवं असतं आणि त्यासाठी आपण कदाचित दिवसाचा पंचविसावा तास देत असतो. आपल्याला या (सर्व) गोष्टी अढळ विश्वास आणि असाधारण प्रयत्नांच्या मदतीने प्राप्त करता येतात. आपण स्वतःशी खोटं बोलून त्या प्राप्त करता येत नाहीत. आणि प्रत्यक्षात अशाच प्रकारे, अनेक सेल्फ हेल्प गुरू आपल्याला आपल्या विधानांची आणि पुष्टीकरणांची आपल्याला रचना करायला सांगत असतात.

आपल्या सर्वांना अशी वाक्यं वारंवार म्हणायला सांगितलेली असतात:

'मी यशस्वी आहे.'

मी पैशांचा लोहचुंबक आहे.

'माझं शरीर उत्तम आहे.'

'मी प्रेमळ नातेसंबंधांमध्ये वचनबद्ध आहे.'

पण, जर ही विधानं खरी नसतील तर आत कुठेतरी खोलवर तुम्हाला माहीत असतं की ती खरी नाहीयेत. आणि त्यांचा वारंवार उच्चार केल्याने तुम्ही स्वतःशी खोटं बोलत असता. तुमचं सुप्त मन या असत्याला विरोध करेल आणि त्यामुळे आंतरिक संघर्ष निर्माण होईल (जसा काही आपल्याला आधीच संघर्ष कमी होता). यामुळे तुम्हाला सुरुवातीपेक्षा अजूनच भावनिकदृष्ट्या अजून वाईट वाटू शकते. २००९ साली केल्या गेलेल्या मानसिकशास्त्राच्या एका अभ्यासातून असं दिसून आलं, की ज्या लोकांमध्ये आधीच आत्मविश्वासाची कमतरता होती त्यांना 'मी प्रेमकरण्यायोग्य आहे' हे विधान वारंवार म्हणून अजूनच वाईट वाटलं. विचार करा, जर तुमचा- 'तुम्ही प्रेम करण्यायोग्य नाहीत' (मग ते खरं असेल किंवा नसेल) यावर विश्वास असेल, तर फक्त ते विधान वारंवार म्हटल्याने तुमची अगोदरच नकारात्मक असलेल्या प्रतिमेत 'खोटारडा' असण्याची भर पडेल.

अशा प्रकारच्या पुष्टीकरणांमध्ये तुमच्या स्वतःवर असलेल्या विश्वासाचे अजून तुकडे करण्याची क्षमता असते, जी तुम्ही मिरॅकल मेव्हन बनण्याच्या तुमच्या नवीन व्यक्तिमत्त्वाच्या जाण्याच्या अगदी विरुद्ध काम करते. जरी अशी पोकळ पुष्टीकरणं तुमच्यावर असलेला ताणतणाव आणि चिंता काही क्षणांसाठी कमी करत असेल, तरी ती तुम्हाला जे अखेरीस साध्य करायचं आहे त्यापासून तुम्हाला रोखून धरतील. सत्य - तुमचं सत्य - ते अखेरपर्यंत तसंच राहणार आहे.

२. निष्क्रिय भाषा तुम्हाला कृती करण्यापासून रोखते.

लोक जेव्हा त्यांच्या आयुष्यात सुधारणा करू इच्छितात, तेव्हा त्यांना सामान्यपणे येणारी मोठी अडचण म्हणजे, मी आधी/ नंतर काय करू? हा प्रश्न पडतो. त्यांचे हातपाय गळतात कारण त्यांना ज्या कृती करायच्या त्या कोणत्या क्रमाने करायच्या ते कळत नाही. आणि त्यामुळे ते एका जागी

खिळून उभे राहतात आणि अखेरीस नाद सोडून देतात. बहुतांश पुष्टीकरणं त्यांच्या निष्क्रिय भाषेमुळे कृती न करण्याला मदतच करतात. ती तुम्ही प्रत्यक्षात काहीतरी करायचं आहे या गोष्टीवर भर देत नाहीत. तुमच्या भिंतीवर लटकत असलेल्या जादूई व्हिजन बोर्डप्रमाणेच, ती पुष्टीकरणं असं भासवतात की तुम्ही फक्त काही न करता तुम्हाला जे पाहिजे ते आकर्षित करू शकता.

पैसा सहजपणे तुमच्याकडे चालत येईल. तुमचं प्रेम तुमच्या दरवाजाबाहेर तुमची वाट बघत आहे. असं झालं तर किती छान, नाही का? आपल्याला आपल्या आरामखुर्चीत बसूनच मग चमत्कार निर्माण करता येतील. आपल्या परसबागेत पैशांचं झाड नाही आहे. आणि मला तुमच्या बाबतीत माहीत नाही, पण जर कोणी अनोळखी व्यक्ती माझ्या दाराबाहेर घुटमळत असेल, तर मी पोलिसांना बोलावेन (अर्थात, आधी खात्री करून घेईन की तो अमेझॉनचा डिलिव्हरी बॉय नाहीये ना!). अशा प्रकारची पुष्टीकरणंसुद्धा असत्यच असतात. आपल्याला आपली ध्येयं साध्य करण्यासाठी काहीतरी करावं लागतं, काहीतरी विशिष्ट कृती करावी लागते. लक्षात ठेवा, तुम्हाला जीवनात हवी असलेल्या प्रत्येक निष्पत्तीमागे काही ना काहीतरी प्रक्रिया असते. तुम्हाला तुमची प्रक्रिया काय आहे याची व्याख्या करून ती अमलात आणावी लागते. हे पटत असेल तरच तुम्ही पुढे जाऊ शकाल.

आपण पुढील विभागाकडे वळण्याआधी आणि प्रभावी पुष्टीकरण तयार करण्याआधी, माझे काही आवडते सुविचार किंवा विधानं देऊ इच्छितो जी पुष्टीकरणांचे फायदे स्पष्ट करतात आणि ते अजून पक्के करतात.

> ‘पुष्टीकरणांचा पुनरुच्चार केल्याने त्यांवर विश्वास बसतो. आणि एकदा का तो विश्वास खात्रीमध्ये बदलला, की गोष्टी घडू लागतात.’
>
> –मोहम्मद अली

> ‘जो विचार सुप्त मनाकडे पुरेसा वारंवार आणि पुरेशा खात्रीपूर्वकपणे पाठवला जातो, तो अखेरीस स्वीकारला जातो.’
>
> –रॉबर्ट कॉलीयर, ‘सेल्फ हेल्प’ लेखक आणि प्रकाशक

'पुष्टीकरणं ही वर्तमानाच्या वास्तवापलीकडे जाणारी विधानं असतात जी तुम्हाला तुम्ही आता वापरत असलेल्या शब्दांतून भविष्य निर्माण करतात.'

–लुइस एल. हे, लेखक प्रकाशक आणि हे हाउसचे संस्थापक

'तुम्ही तुमच्या जीवनावर विजय मिळवण्याआधी तुमच्या मनावर विजय मिळवला पाहिजे.'

–जॉन एडिसन, नेतृत्व विषयावरील व्याख्याते आणि लेखक

पुष्टीकरणं कृतीत उतरवणे

मिरांडा मार्ट, या मिरॅकल मॉर्निंग कम्युनिटी फेसबुक ग्रुपच्या सदस्या आहेत आणि पुष्टीकरणं तुमचं जीवन कसं बदलतात याचं उत्तम उदाहरण आहेत.

मिरांडा यांची मिरॅकल मॉर्निंग या पुस्तकाशी तीन वर्षांपूर्वी ओळख झाली. त्यांचा तेव्हा नुकताच घटस्फोट झाला होता आणि त्याच्यावर दोन मुलांच्या एकल पालकत्वाची जबाबदारी होती. त्यांनी नवीन करीअरलादेखील सुरुवात केली होती, ज्यामध्ये त्यांना ज्या क्षेत्राचा शून्य अनुभव आहे अशा क्षेत्रात त्यांना पूर्णपणे कमिशनवर आधारित एजन्सी सुरू करायची होती. त्यांना नैराश्य आलं होतं, लोकांमध्ये मिसळताना चिंता वाटत होती आणि शिवाय १,५०,००० डॉलर्सचं कर्ज आपलं आपण फेडायचं होतं. आयुष्य अगदी एकामागोमाग येणाऱ्या अडथळ्यांची शर्यत असल्याप्रमाणे वाटत होतं.

त्यांनी मिरॅकल मॉर्निंग दिनचर्या पाळण्याला प्राधान्य दिलं. त्या दर तीन महिन्यांनी ते पुस्तक वाचत आणि पुष्टीकरणं करत, कल्पना करत आणि दररोज काही लिहीत. त्यांनी त्यांच्या पुष्टीकरणांची तीन भागांत विभागणी केली आणि त्यांना लक्षात आलं की त्या पुष्टीकरण लिहिण्यात जितक्या अधिक कुशल बनत होत्या, त्यांचं त्यांच्या विचारांवर तितकं अधिक नियंत्रण येत होतं. मनातील सैतान आता त्यांना नियंत्रित करू शकत नव्हता.

> त्यांच्या दररोजच्या सरावामुळे त्यांनी अखेरीस पूर्ण कंपनीमध्ये एक हजारापेक्षा जास्त विक्रेत्यांमधून सर्वोच्च महिला निर्मातीपर्यंतचा प्रवास साध्य केला आणि स्वतःची एजन्सी सुरू केली. पण, त्या तिथे थांबल्या नाहीत. त्यांनी पुष्टीकरणं सुरू ठेवली आणि त्यांच्या हाताखाली सहा एजन्सी विकसित केल्या, त्यांचं उत्पन्न चौपट झालं आणि त्यांनी कंपनीतील सर्वोच्च कॉन्ट्रक्ट पातळी गाठली. या असाधारण यशाचं श्रेय त्या मिरॅकल मॉर्निंगला आणि विशेषकरून त्यांच्या पुष्टीकरणांना देतात.

हे लक्षात ठेवा, की तुमची पुष्टीकरणे तुमच्या सद्य विश्वासप्रणालीशी संघर्ष करत नाहीत ना हे पाहणं जास्त महत्त्वाचं आहे. संघर्ष करण्याऐवजी, ती सुसंगत असावीत, विकसित व्हावी आणि तुमच्यातील भयावर मात करणारी असावीत. तुम्हाला तुमच्या मनाचे दरवाजे नवीन शक्यतांसाठी हळुवारपणे उघडायचे आहेत; जेणेकरून तुमचा मेंदू त्यांवर विश्वास ठेवेल आणि तुम्हाला पक्का विश्वास असलेल्या तर्काचा वापर करण्याची आवश्यकता आहे. यासोबतच तुम्ही दृश्य परिणामांच्या दिशेने पुढे जाण्यासाठी तुम्ही ठरवलेली प्रक्रिया करायची आहे.

तुमचं मिरॅकल इक्वेशनचं पुष्टीकरण तुम्हाला तुमच्या मिरॅकल मेव्हन बनण्यासाठी आवश्यक असलेल्या व्यक्तिमत्त्वाशी सुसंगत आचार-विचार ठरवायला, स्पष्ट करायला आणि ते अमलात आणायला मदत करतात आणि तुम्ही तुमच्या अद्यतनित व्यक्तिमत्त्वात प्रवेश करता. ही पुष्टीकरणं तुमच्या सुप्त मनाला अढळ विश्वासाच्या मदतीने दृश्य, मोजण्याजोगे परिणाम निर्माण करण्यासाठी आवश्यक असाधारण प्रयत्न करण्यासाठी कृतिशील करतात.

थोडक्यात, मिरॅकल इक्वेशन पुष्टीकरणे तुम्हाला दोन परिणाम मिळवून देतील :

- तुमचे पाऊल मागे खेचणारे जन्मजात संघर्ष कमी करून किंवा पूर्ण काढून टाकून तुमच्या सुप्त मनाला अद्यतनित करा आणि पुन्हा सूचना द्या आणि तुम्हाला जे प्राप्त करायचे आहे त्यासाठी आवश्यक अढळ विश्वास जागृत करा.

- तुमच्या जागृत मनाला तुम्हाला ज्या गोष्टी करणे जास्त महत्त्वाचे वाटते त्या दिशेने थेट वळवा आणि तुमच्या सर्वांत मोठ्या ध्येयाच्या दिशेने जाण्यासाठी, शक्य ते अपरिहार्य हा प्रवास करण्यासाठी आवश्यक असाधारण प्रयत्न करण्यात गुंतवा.

आता वास्तविक, परिणाम देणारी मिरॅकल इक्वेशन अफर्मेशन निर्माण करण्यासाठी आणि अमलात आणण्यासाठी तुम्ही ज्या प्रक्रियेचा वापर कराल, ती तुमच्या मनाला दृश्य, मोजण्याजोगे चमत्कार निर्माण करण्यासाठी तयार करेल.

पहिले पाऊल : तुमच्या मिरॅकल मंत्रापासून सुरुवात करा.

७व्या प्रकरणात तुम्हाला तुमचा मिरॅकल मंत्र तयार करण्याची संधी मिळाली होती. ते एक असं वाक्य होतं ज्यात तुमची तुमच्या ध्येयाप्रतिची वचनबद्धता, तसेच जोपर्यंत तुम्ही चमत्कार वास्तवात आणत नाही, तोपर्यंत दीर्घ काळ तुमचा अढळ विश्वास टिकवून ठेवण्याप्रतिची आणि असाधारण प्रयत्न करण्याप्रतिची वचनबद्धता यांचा समावेश होता.

तुमचा मिरॅकल मंत्र अजूनदेखील असं एकमेव प्राथमिक साधन आहे जे मिरॅकल इक्वेशन लागू करण्यासाठी आणि टिकवून ठेवण्यासाठी मदत करते आणि ते तुमच्या पुष्टीकरणांमध्येही सामील करणे महत्त्वाचं आहे. तुम्ही ते जितके जास्त स्वतःशी पुनःपुन्हा म्हणाल, तितकं अधिक खोलवर कोरलं जाईल.

> ***कृती :*** *तुमची वही घ्या किंवा स्मार्टफोन घ्या किंवा तुमचा आवडता वर्ड प्रोग्राम घ्या आणि तुमची पुष्टीकरणे तुमच्या मिरॅकल मंत्राबरोबर लिहून काढा.*
>
> ***नमुना :*** *मी माझा अढळ विश्वास टिकवून ठेवण्यासाठी वचनबद्ध आहे, जो मी .... (६व्या प्रकरणातील तुमचं उद्देश्य इथे लिहा) आणि मी जोपर्यंत करू शकेन तोपर्यंत असाधारण प्रयत्न करत राहीन, मग काहीही होवो... दुसरा पर्यायच नाही.*

दुसरे पाऊल : तुमचं उद्देश्य खूप अर्थपूर्ण का आहे ते स्पष्ट करा.

लक्षात ठेवा, तुमचं उद्देश्य जग बदलवून टाकणारं असलं पाहिजे असं आवश्यक नाही, जरी ते तसं असू शकतं. ते तुमच्या आवडीप्रमाणे लहान किंवा मोठं असू शकतं, सोपं किंवा किचकट असू शकतं. महत्त्वाची गोष्ट अशी की ते तुम्हाला अर्थपूर्ण वाटलं पाहिजे. ते महत्त्व 'का' - हेच तुमच्यासाठी प्रेरक बनेल आणि म्हणूनच तुम्ही स्वतःला रोज त्याची आठवण करून देणं महत्त्वाचं आहे आणि हे काम तुमची पुष्टीकरणं करतील.

काहीतरी हवं असणं आणि ते प्राप्त करणं यांमधील दुवा नेहमी समतोल साधतो आणि तुमच्यासाठी खूप अर्थपूर्ण असलेला 'का' तुम्हाला तो समतोल साधून देतो. माझे एक सन्मित्र जॉन ब्रोमन नेहमी म्हणतात, 'जेव्हा तुमच्या 'का'ला मन प्राप्त होतं, तेव्हा तुमच्या 'कसे' याला गती मिळते.' आपण नेहमी काहीतरी मिळवायचं असतं किंवा कशाततरी सुधारणा करायची असते म्हणून ध्येय निश्चित करतो. पण, जसं ती गोष्ट मिळवणं किंवा सुधारणा करणं अवघड होऊ लागतं, आपला 'का' (किंवा त्याचा अभाव) आपल्याला रुळावर आणतो. जर आपला हा 'का' कमजोर असेल, तर आपण सहजपणे प्रयत्न सोडून देतो. पण तेच जर तो खूप महत्त्वाचा असेल, लक्षणीय असेल तर त्याचा अर्थ त्यापेक्षा जगात दुसरं काही जास्त महत्त्वाचं नाही– तर अशा वेळी आपण कोणत्याही आव्हानाला सामोरे जातो आणि आपलं ध्येय साध्य करण्यासाठी काहीही करतो... मग भले काहीही होवो... दुसरा पर्याय नाही.

कृती : तुमचं उद्देश्य तुमच्यासाठी इतकं अधिक अर्थपूर्ण का आहे हे स्पष्ट करा. तुमचा हा खूप अर्थपूर्ण 'का' हेच कारण (किंवा कारणं) असेल जे तुम्हाला तुमच्या ध्येयाशी आणि तुमचं ध्येय जोपर्यंत वास्तवात उतरत नाही तोपर्यंत वचनबद्ध ठेवेल. तुमचा हा खूप अर्थपूर्ण 'का' हा महत्त्वाचा फायदा असतो जो तुम्ही तुमच्या ध्येयप्राप्तीमुळे अनुभवाल. तुम्ही कोण बनाल त्याचा तो अदृश्य फायदा असेल किंवा अधिक दृश्य फायदा असेल जसं की आर्थिक लाभ, दुरुस्त झालेलं नातं किंवा घटवलेलं वजन.

नमुना : मी माझ्या ध्येयाशी वचनबद्ध असण्याचे कारण (इथे तुमचा खूप अर्थपूर्ण 'का' लिहा) – तो लक्षणीय फायदा जो तुम्ही तुमचं ध्येय प्राप्त करण्यादरम्यान किंवा प्राप्त केल्यावर अनुभवाल.

तिसरं पाऊल : तुमचे असाधारण प्रयत्न वाढवा आणि तुमच्या प्रक्रियेशी वचनबद्ध राहून तुमचं ध्येय प्राप्त करणं (तुम्हाला मिळणाऱ्या परिणामांपासून अलिप्त राहून) अपरिहार्य करा.

हे पाऊल उचलल्याने तुमची एका सामान्यपणे वाटणाऱ्या गोष्टीबाबतची- 'मी हे कसे प्राप्त करणार आहे?' - याबाबतची काळजी कमी होते. यामुळे तुमच्या मेंदूला तुमचं ध्येय साध्य करण्याजोगे आहे यावर विश्वास ठेवण्यासाठी आवश्यक तर्क मिळतो आणि तुमच्या असाधारण प्रयत्नांसाठीच्या अपेक्षा निश्चित होतात. हे पाऊल म्हणजे तुमच्या इच्छा आणि निर्मिती यांच्यामधील पूल आहे असे समजा.

> **कृती :** तुमची प्रक्रिया लिहा - जे तुमचं पहिलं पाऊल होतं- जे तुम्ही तुमचं ध्येय प्राप्त करण्यासाठी आवश्यक ठरवलं आहे आणि त्या कृती करण्यासाठी तुम्ही वचनबद्ध आहात याचाही समावेश करा. हे शक्य तितके स्पष्ट आणि नेमके लिहा. आदर्शपणे बघितलं तर तुम्ही स्वतःला न दमवण्यासाठी केवळ एक मोजण्याजोगी कृती वारंवार कराल. याशिवाय, तुम्ही ही प्रक्रिया दिवसातून किती वेळा आणि कधी कराल तेही लिहायला विसरू नका.

> **नमुना :** माझं ध्येय साध्य करणे अपरिहार्य आहे याची खात्री करण्यासाठी, मी माझ्या... (प्रक्रिया लिहा) च्या प्रक्रियेशी .... (तारखा आणि वेळ) ला परिणामांपासून अलिप्त राहून वचनबद्ध राहीन.

चौथे पाऊल : तुमचा ज्ञानातून प्राप्त हक्क स्थापन करा.

मिरॅकल मेव्हन्सची अशी मानसिकता असते की त्यांना जे पाहिजे ते ते मिळवू शकतात, ज्या गोष्टीशी वचनबद्ध असतात ती गोष्ट मिळवतीलच, आणि जे करण्याची त्यांची तयारी असते ते सर्वकाही मिळवण्यास ते पात्र असतात. मिरॅकल मेव्हनची गुणवैशिष्ट्ये विकसित करण्यामध्ये पात्रतेची भावना निर्माण करण्याचा समावेश असतो, जी भावना तुमच्या अढळ विश्वासाला चालना देते आणि त्याबदल्यात असाधारण प्रयत्नांनाही. तुमचे मिरॅकल इक्वेशन पुष्टीकरण तुम्हाला ज्ञानातून मिळवलेला अधिकार स्थापित करण्यासाठी आणि मजबूत करण्यासाठी मदत करेल. यामुळे तुम्हाला तुम्ही

कोणत्याही गोष्टीसाठी आणि आयुष्यात तुम्हाला जे काही पाहिजे आहे त्यासाठी पात्र आहात असे वाटेल.

> **कृती :** तुम्ही कोणत्याही इतर व्यक्तीप्रमाणेच तुम्हाला हवे असलेले सर्वकाही मिळवण्यासाठी पात्र आणि सक्षम आहात (आणि त्यासाठी वचनबद्ध आहात).
>
> **नमुना :** मी माझ्या ध्येयाप्रति आणि दररोज मिरॅकल मेव्हनप्रमाणे जगण्यासाठी वचनबद्ध आहे कारण मला माहीत आहे की मी पृथ्वीतलावरील इतर कोणत्याही व्यक्तीप्रमाणेच दृश्य आणि मोजण्याजोगे चमत्कार निर्माण करण्यास आणि मला इच्छित सर्वकाही मिळवण्यास पात्र, लायक आणि सक्षम आहे.

तुम्ही यातील शब्दन्शब्द जसाच्या तसा घेऊ शकता किंवा त्यात तुम्हाला पाहिजे तसा बदल करू शकता. हे लक्षात ठेवा, की आपण सर्व जण वेगवेगळ्या शब्दांना आणि वाक्यांना आपल्याशी जे मिळतेजुळते असते त्या आधारे वेगवेगळ्या प्रकारे प्रतिसाद देतो. त्यामुळे तुम्ही जी भाषा वापरता त्याबाबत काळजी घेणं खूप महत्त्वाचं आहे. त्या भाषेमुळे तुम्हाला चालना मिळाली पाहिजे आणि ती तुमच्याशी मिळतीजुळती असली पाहिजे. हे वर दिलेल्या प्रत्येक पावलाच्या बाबतीत लागू आहे. उदाहरणार्थ, जर तुम्हाला स्वतःला मिरॅकल मेव्हन म्हणणे विचित्र वाटत असेल, तर (जरी ते स्वतःबाबत बोलताना सुरुवातीला थोडं विचित्र वाटलं तरीदेखील) ठीक आहे. तुम्ही त्या जागी, 'मी दररोज माझ्या उत्तम आवृत्तीप्रमाणे जगण्यासाठी वचनबद्ध आहे', असं म्हणू शकता. किंवा तुम्ही 'मला पाहिजे असलेले सर्वकाही' च्या जागी 'माझ्या स्वप्नातील आयुष्य' असे म्हणू शकता किंवा 'चमत्कार' शब्दाच्या जागी 'परिणाम' शब्द वापरू शकता. पुन्हा एकदा सांगतो की जी भाषा तुमच्या सोयीची असेल, ती वापरा.

पाचवे पाऊल : तुमची मिरॅकल इक्वेशन अफर्मेशन्स (भावनांसहित) म्हणा. दररोज.

खूप लोक हा टप्पा किंवा हे पाऊल उचलणे त्यांच्यासाठी खूप महत्त्वाचं असलं, तरीही या टप्प्यावर वचनबद्ध राहू शकत नाहीत. ते त्यांची

अफर्मेशन्सची म्हणजेच पुष्टीकरणांची रचना चांगल्या प्रकारे करण्यासाठी बऱ्यापैकी वेळ देतात जेणेकरून त्यांचे शब्द त्यांचं नवीन व्यक्तिमत्त्व बरोबर त्यात सामावून घेऊ शकेल. शिवाय ते त्यांची प्रक्रिया तयार करण्यासाठीही खूप वेळ घेतात, पण त्याला चिकटून राहू शकत नाहीत. हे अगदी तसंच आहे जसं आपण नवीन वर्षांचे संकल्प किंवा आपलं नवीन डाएट यांना चिकटून राहत नाही. हा मानवी स्वभाव आहे. एकदा का तो सुरुवातीचा उत्साह किंवा त्यातलं 'नावीन्य' संपलं, की आपल्याला आपलं लक्ष इतर अधिक नवीन किंवा उत्साहवर्धक गोष्टीकडे वळवावंसं वाटतं. आणि इथेच आपली अधोगती होते.

तुमचं सातत्य हीच चमत्कार करून दाखवण्याची गुरूकिल्ली आहे. तुम्ही शक्य तितकं तुम्हाला जीवनात ज्या मुक्कामावर पोहोचायचं आहे तिथे पोहोचेपर्यंत वचनबद्ध राहिलं पाहिजे. आणि त्यासाठीचा सुरुवात केल्यानंतर तुमचं मिरॅकल इक्वेशन पुष्टीकरण रोज म्हणण्याइतका सोपा मार्ग कोणता नाही. एक पाऊल पुढे जाऊन सांगतो, की तुम्ही तुमची पुष्टीकरणं रोज त्याच भावनेसहित म्हणण्यात शहाणपणा आहे. यामुळे तुमच्या मेंदूला आताच्या मानसिकतेकडून तुम्हाला इच्छित मानसिकतेकडे जाण्यासाठी मदत होते. तुम्ही स्वतःशी खोटं बोलत नाही आहात; तुम्ही फक्त तुमच्या मेंदूला तुम्हाला कसं वाटायला हवं आहे हे सांगता आहात. तुम्हाला हे पूर्णपणे त्यामध्ये शिरून 'करता' यायला हवं.

आपल्याला काहीतरी बौद्धिकरीत्या समजलं तरी ते जोपर्यंत भावनिकरीत्या समजत नाही, तोपर्यंत ते खरोखरी मिळत नाही. जसं आपण एखादी गोष्ट संकल्पना किंवा तर्क ते भावना या दृष्टीने समजून घेतो, तसंच. उदाहरणार्थ, जेव्हा तुमच्यासाठी महत्त्वाची असलेली व्यक्ती एखाद्या गोष्टीबाबत त्याला/ तिला कसा खूप त्रास होतोय तक्रार करते, (आणि मी एक पुरुष म्हणून हे इथे बोलतोय) तेव्हा जरी आपण ती व्यक्ती काय म्हणते आहे हे ऐकून घेतलं, आणि ते बौद्धिकरीत्या मेंदूत शिरलं, तरी अनेकदा ते आपल्याला समजलेलं नसतं. जर तीच व्यक्ती रडू लागली आणि तुम्हाला तिचं दुःख दिसतं, ऐकू येतं आणि कधीकधी जाणवतं, तेव्हा तुम्हाला ते 'भावनिक' पातळीवर खऱ्या अर्थाने समजतं.

म्हणून, तुम्ही जेव्हा पुष्टीकरण म्हणता, तेव्हा तुमच्या शब्दांमधील सत्य भावना जाणवू द्या. मिरॅकल मेव्हन म्हणून जगण्याची वचनबद्धता

जेव्हा तुम्ही अढळ विश्वास आणि असाधारण प्रयत्नांसह रोज म्हणता, तेव्हा एक दीर्घ श्वास घ्या आणि जसा तो श्वास आत घेता तेव्हा तुमचं नवीन व्यक्तिमत्त्व तुमच्यात हळूहळू पसरेल. हे कसं दिसेल, कसं ऐकू येईल आणि कसं वाटेल याचा विचार करा. असं केल्यामुळे तुम्हाला तुमच्या नवीन व्यक्तिमत्त्वाचा अनुभव बौद्धिकरीत्या आणि भावनिकरीत्या घेण्यासाठी मदत होईल.

कृती : मिरॅकल इक्वेशनची गुरूकिल्ली म्हणजे तुमचं सातत्य आणि याची सुरुवात तुम्ही दररोज तुमची तुमची निर्बंध/अमर्याद मानसिकता टिकवून ठेवण्याचे आणि विस्तारण्याचे पुष्टीकरण म्हणून करून शकता. त्याच बरोबरीने तुम्ही तुमच्या प्रक्रियेवरही एकाग्र राहायचं आहे. मला हे मिरॅकल इक्वेशनचे पुष्टीकरण म्हणण्यासाठी एकच वेळ पाळणं उत्तम असते असं वाटतं. मग ती वेळ तुम्ही रात्री झोपण्यापूर्वीची असेल, किंवा सकाळी उठल्यावरची असेल किंवा ती तुम्ही मिरॅकल मॉर्निंग वैयक्तिक विकासाचा सराव करता तेव्हा असेल. वेळ कोणतीही असली, तरी तुम्ही फक्त त्याचा तुमच्या दैनंदिन वेळापत्रकात समावेश करा आणि तुम्ही जेव्हा तुम्ही पुष्टीकरण म्हणता त्या वेळी त्या भावना त्यात आणून म्हणण्याचा प्रयत्न करा. जर तसं करू शकलात, तर शक्य तितका वेळ त्या भावनेमध्ये रहा. वैयक्तिकरीत्या मला मी पुष्टीकरण म्हटल्यानंतर लगेच ध्यान करायला आवडतं आणि त्या वेळी मी त्यामुळे निर्माण झालेली मानसिकता आणि भावना पूर्णपणे शोषून घेतो. असे केल्याने तुमच्या जीवनावर मिरॅकल इक्वेशनच्या पुष्टीकरणांचा प्रभाव अधिक खोलवर होतो.

डाउनलोड करता येण्याजोगा स्रोत : जर तुम्हाला मिरॅकल इक्वेशन अफर्मेशन्सचा सर्व पायऱ्यांचा समावेश असलेला एक पानी नमुना डाउनलोड करायचा असेल, तर www.tmebonuses.com http://www.tmebonuses.com> ला भेट द्या.

मिरॅकल इक्वेशन पुष्टीकरणे

१. मी अढळ विश्वास टिकवून ठेवण्यासाठी (इथे तुमचे ६व्या प्रकरणातील ध्येय लिहा) आणि मी जोपर्यंत ते साध्य करत नाही तोपर्यंत असाधारण प्रयत्न करण्यासाठी वचनबद्ध आहे, मग भले काहीही होवो... दुसरा पर्याय नाही.

२. मी माझ्या उद्देश्याशी वचनबद्ध आहे कारण (इथे तुमचे अर्थपूर्ण कारण/ 'का' ते लिहा- त्याचे ते उद्देश्य प्राप्त करताना आणि/ किंवा नंतर मिळणारे लक्षणीय फायदे लिहा).

३. माझ्या उद्देश्याची प्राप्ती अपरिहार्य होईल याची खातरजमा करण्यासाठी मी माझ्या ... (इथे तुमची प्रक्रिया लिहा) प्रक्रियेशी .... (तारीख आणि वेळ)ला, परिणामांशी भावनिकदृष्ट्या अलिप्त राहून, वचनबद्ध असेन.

४. मी माझ्या उद्देश्याशी आणि दररोज मिरॅकल मेव्हन म्हणून जगण्याशी वचनबद्ध आहे, कारण मला मी चमत्कार घडवून आणण्यासाठी आणि जगातील इतर कोणत्याही व्यक्तीप्रमाणेच मला हवी असलेली कोणतीही गोष्ट प्राप्त करण्यासाठी पात्र, लायक आणि सक्षम आहे हे माहीत आहे.

वैयक्तिक उदाहरण : मी माझ्या मिरॅकल इक्वेशन पुष्टीकरणाची सद्य आवृत्ती तुमच्याबरोबर शेअर करणार आहे. तुम्हाला त्यातील काही शब्द वर दिलेल्या नमुन्यांपेक्षा वेगळे आहेत असं दिसून येईल. कारण मी याअगोदर असं नमूद केलं आहे की तुम्ही तुमच्याशी मिळत्याजुळत्या भाषेचा वापर करणं जास्त महत्त्वाचं आहे. मी माझी पुष्टीकरणं सतत अद्यतनित करत असतो कारण मी सतत नवीन शिकतो, विकसित होतो आणि नवीन दृष्टीकोन प्राप्त करतो.

१. मी कॅन्सरमुक्त आणि दीर्घ काळ, निरोगी जीवन (१०० वर्षांचे, जेव्हा सोफी ७० वर्षांची असेल आणि हालस्टन ६७ वर्षांचा सेल) जगण्याशी आणि मी दररोज, उर्वरित आयुष्यभर असाधारण प्रयत्न करत राहण्याशी वचनबद्ध आहे, मग काहीही होवो... दुसरा पर्याय नाही.
२. मी माझ्या उद्देश्याशी वचनबद्ध आहे कारण, सोफी आणि हालस्टन यांना सकारात्मकरीत्या प्रभावित करण्यासाठी जिवंत राहणे आणि माझं जीवन उर्सुलाबरोबर व्यतित करणे माझ्यासाठी जगातील इतर कोणत्याही गोष्टीपेक्षा महत्त्वाचं आहे.
३. मी दीर्घ निरोगी आणि १००हून अधिक वर्षं आयुष्य जगेन याची खातरजमा करण्यासाठी मी माझ्या सर्व दैनंदिन प्रक्रियेशी वचनबद्ध राहीन आणि माझ्या अलोपॅथी उपचारांच्या बरोबरीने समग्र कॅन्सरविरोधी पथ्य पाळण्याशी वचनबद्ध राहीन जेणेकरून मला दोन्हींचे जीवनदायी फायदे मिळतील.
४. मी माझ्या ध्येयाशी आणि दररोज मिरॅकल मेव्हनप्रमाणे जगण्याशी वचनबद्ध आहे कारण मला हे माहीत आहे की मी जगातील कोणत्याही इतर माणसाप्रमाणे माझ्या कुटुंबासमवेत दीर्घ, निरोगी, १०० वर्षांहून जास्त आयुष्य जगण्यासाठी पात्र, लायक आणि सक्षम आहे.

तुमच्या पुष्टीकरणांमध्ये काळासोबत बदल करा.

आवश्यकतेनुसार आणि तुमच्या दैनंदिन बदल होणाऱ्या व्यक्तिमत्त्वाच्या आणि ध्येयांच्या गरजेनुसार तुमच्या पुष्टीकरणांमध्येही बदल करा, ती अद्यतनित करा. तुम्ही जसे मोठे होता, विकसित होता आणि बदलता, तशीच पुष्टीकरणंदेखील बदलली पाहिजेत. आणि तुम्ही जसे दृश्य, मोजण्याजोगे चमत्कार घडवण्यात यशस्वी होता, तशी तुम्हाला नवीन ध्येयांसाठी आणि नवीन उद्देश्यांसाठी नवीन पुष्टीकरणं लिहिणं, तयार करणं आवश्यक असते. हळूहळू तुमची पुष्टीकरणं विकसित करणं हे थोडं वेगळ्या प्रकारचं असेल. अनुभवातून तुम्हाला कसं लिहायचं, तुमच्यासाठी काय योग्य आहे आणि

तुमच्या पुष्टीकरणांचा वापर अढळ विश्वास टिकवून ठेवण्यासाठी आणि तुमच्या नवीन ध्येयासाठी असाधारण प्रयत्न कसा करायचा ते कळत जाईल.

वास्तविक पाहता, आपण सर्वांनी खूप बदल करायला हवेत. आपण अनेक वर्षं मर्यादित विश्वास आणि आंतरिक संघर्ष घेऊन जगत आलेलो आहोत; ते शोधून काढून आपल्याला त्यावर मात करायची आहे. अखेरीस मी असं सुचवेन, की तुम्ही तुमची जीवनातल्या प्रत्येक अंगासाठी पुष्टीकरणं लिहा, ज्यामध्ये काही विशिष्ट ध्येयांचा समावेश असू शकतो आणि त्या त्या वेळी तुमचं लक्ष्य काय होतं यावर त्यातील बदल अवलंबून असतील. काही दिवशी सकाळी मी माझी पुष्टीकरणं वाचतो/ म्हणतो. इतर वेळी मी मला जी जास्त प्रभावी वाटतात ती वाचतो. जर मी एका विशिष्ट उद्देश्याच्या दिशेने काम करत असेन, तर मी ते उद्देश्य साध्य होईपर्यंत ते वाचेन हे नक्की पाहतो.

माझ्या मूलभूत पुष्टीकरणांच्या विषयांची यादी देत आहे, ज्यातील प्रत्येक विषयात मी ध्येयं ठेवलेली आहेत:

- माझं आरोग्य आणि तंदुरुस्ती (कॅन्सरमुक्त राहणे)
- माझं उद्देश्य आणि हेतू
- माझी पत्नी
- माझी मुलं
- माझे इतर कुटुंबीय
- मित्र
- उत्पन्न आणि आर्थिक स्वातंत्र्य
- वैयक्तिक विकास
- आध्यात्मिकता
- सामाजिक कार्य

याशिवाय, पुष्टीकरणं लिहिण्याचे अनेक मार्ग आहेत, अनेक शब्दयोजना आहेत आणि मी विविध हेतूंसाठी वेगवेगळ्या प्रकारे शब्दरचना करतो. आपण नुकताच एकेक करून हे कसे करायचे त्या समीकरणाचा अभ्यास केला. ते समीकरण मिरॅकल इक्वेशन अमलात आणण्यासाठीचे आहे.

सोप्या भाषेत सांगायचं झालं, तर पुष्टीकरणं ही आपल्यासाठी सर्वांत जास्त महत्त्वाचं काय आहे याची आठवण करून देणारी असतात. ती आठवण एखाद्या महत्त्वाच्या धेयाची असेल, दैनंदिन कृतीची असेल, बळ देणाऱ्या भावनेची असेल, मूलभूत मानसिकतेची असेल; मूल्य, हेतू किंवा तुमच्या मनासमोर राहणं आवश्यक आहे अशा कोणत्याही गोष्टीची असेल. मला खात्री आहे की तुम्ही, 'ज्यावर लक्ष केंद्रित कराल, त्याचा विस्तार कराल' ही म्हण नक्कीच ऐकली असेल. पुष्टीकरणे तुम्हाला तुम्ही नेहमीच तुम्हाला सर्वांत जास्त महत्त्वाच्या ज्या गोष्टींचा विस्तार करायचा आहे त्यावर एकाग्र राहाल याची खातरजमा करतात.

उदाहरणार्थ, माझं एक पुष्टीकरण असं आहे, 'मी आज माझ्या पत्नीला आनंद होईल असं काहीतरी करेन.' हे दररोज सकाळी वाचल्याने, मला कृतिशील राहण्याची आठवण करून दिली जाते आणि तिच्या आयुष्यात मोलाची भर पडेल अशी किमान एक गोष्ट करण्याची आठवण करून दिली जाते. त्यामध्ये सहसा छोट्या छोट्या गोष्टींचा समावेश असतो, जसं की भांडी घासणे, तिच्यासाठी फुलं विकत आणणे, माझं तिच्यावर किती प्रेम आहे हे तिला सांगणे, तिला झोपू देणे, किंवा तिचा दिवस सुकर व्हावा म्हणून तिच्या वाटणीचे एखादे काम करणे. कधीकधी, या गोष्टी मोठ्याही असतात, जसं की सुट्टीतील सहलीची योजना करणे, किंवा मुलांना कुठेतरी बाहेर नेऊन तिला तिच्यासाठी निवांत वेळ काढू देणे. काहीही असेल तरी माझी पुष्टीकरणं वाचण्याची दैनंदिन सवय मला आठवण करून देते, की मी एक कृती केल्याने माझ्या पत्नीच्या आयुष्यात काहीतरी मूल्यवृद्धी होणार आहे. तुम्हाला माहीतच असेल, असं म्हणतात की, 'आनंदी पत्नी, आनंदी जीवन.'

तुमची ध्येयं आणि उद्देश्यं काळानुसार बदलत राहतील, पण तुमचं मिरॅकल मेव्हनचं व्यक्तिमत्त्व बदललं नाही पाहिजे– जर तुम्हाला चमत्कार घडवून आणायचे असतील तर नक्कीच नाही. तुम्ही सातत्याने अढळ विश्वास

आणि असाधारण प्रयत्नांची निवड केली पाहिजे. तुम्ही सातत्याने तुमच्या आंतरिक संघर्षाशी लढत राहिलं पाहिजे, जेणेकरून तुम्ही खरोखर किती शक्तिशाली आहात याची तुम्हाला आठवण होईल. तुम्ही सातत्याने तुमची ध्येयं तुमच्यासाठी का महत्त्वाची आणि अर्थपूर्ण आहेत याची आठवण करून दिली पाहिजे. तुम्ही आताच शिकल्याप्रमाणे, पुष्टीकरणं. या सर्व गोष्टी प्राप्त करण्यासाठी, साध्य करण्यासाठी मदत करतात. आणि त्यासाठी तुमच्या दिवसभरातील काही एकाग्र मिनिटांची आवश्यकता असते.

आता तुम्हाला नक्की कशा प्रकारे तुमची मिरॅकल इक्वेशन पुष्टीकरणे निर्माण करायची हे माहीत झालं आहे (तुम्ही ती तयार करण्यासाठी वेळ काढा किंवा त्यांचा नमुना डाउनलोड करा); तर आता आपण आतापर्यंत शिकेलेलं सर्वकाही एकत्रित करून ते अमलात आणण्याचा प्रयत्न केला पाहिजे. पुढील प्रकरणात, मी तुम्हाला तुमच्या पहिल्या ३० दिवसीय मिरॅकल इक्वेशन आव्हानासाठी आमंत्रित करेन. माझे पहिले मार्गदर्शक म्हणायचे, ''इथूनच तर प्रवासाला खरी सुरुवात आहे!''

टीप : जर तुम्हाला तुमची मिरॅकल इक्वेशन पुष्टीकरणं लिहिताना काही प्रश्न विचारायचे असतील, किंवा काही मदत हवी असेल, किंवा प्रतिक्रिया द्यायच्या असतील, तर त्या मिरॅकल मॉर्निंग कम्युनिटीवर मोकळेपणाने पोस्ट करा किंवा www.mytmmcommunity.com http://www.mytmmcommunity.comवर पोस्ट करा. तिथे तुम्हाला तुमच्यासारखेच १,५०,०००हून अधिक लोक भेटतील जे अशा प्रकारच्या पुष्टीकरणांचा दररोज उपयोग करत आहेत, एकमेकांना मदत करत आहेत आणि तुम्हाला मदत करण्यासाठीही तयार असतील.

१०

मिरॅकल इक्केशन - ३० दिवसांचे आव्हान

तुमच्या पहिल्या उद्देश्याची सुरुवात

‘अस्वस्थ होण्याची तयारी ठेवा. अस्वस्थतेमध्ये सहज रहा. हे अवघड वाटू शकेल, पण तुमच्या स्वप्नातील जीवन जगण्याची ही छोटीशी किंमत आहे.’

–पीटर मॅकविल्यम्स, लेखक

कल्पना करा, की तुम्ही आयुष्याच्या अखेरीस पोहोचला आहात आणि आज तुमचा या जगातला शेवटचा दिवस आहे. तुम्ही केलेली कामगिरी मागे उरणार आहे. करण्यासारखे काहीही बाकी उरलेले नाही– आता अजून मोठे होण्यासाठी, वैयक्तिक विकासासाठी किंवा ध्येयाच्या मागे जाण्यासाठी वेळ उरलेला नाही. तुम्ही या जन्मात जे जे करणं शक्य होतं, ते ते केलं आहे.

आता अजून थोडं वास्तव सोडून देऊ आणि अशी कल्पना करा की तुम्हाला जशी व्यक्ती बनायचं होतं, – तुमच्या क्षमतांचा पूर्णपणे वापर करून जगणारी व्यक्ती – तशी व्यक्ती तुमच्यासमोर येते. आणि तुम्हाला आश्चर्य वाटत नाही, पण असं वाटतं की त्या व्यक्तीची आणि तुमची खूप पूर्वीपासून ओळख आहे आणि अगदी सहजपणा वाटतो. तुम्ही काही वेळ एकमेकांशी बोलता जे तुम्हाला स्वतःची १०व्या पातळीवरील यशाची आवृत्ती असल्याप्रमाणे वाटण्यासाठी पुरेसं असतं : त्याची/ तिची मानसिकता, कामगिरी, समाजसेवा आणि समाधानाची पातळी. तुमच्या या आवृत्तीने जीवन पूर्णपणे जगून झालं आहे, त्याच्या किंवा तिच्याकडे असलेले सर्वकाही समर्पित करून झाले आहे, त्याची उत्तम फळं नंतर चाखली आहेत आणि इतर कोणाही यशस्वी माणसाप्रमाणे आता समाधानी जीवन जगत आहेत.

आता, तुमच्या वर्तमान स्थितीकडे पाहता, तुम्हाला या दोन आवृत्त्यांमध्ये खूप साम्य वाटतं का खूप फरक वाटतो?

हा जरा अवघड प्रश्न आहे, पण जर तुम्ही स्वतःशी प्रामाणिक असाल तर तुमचं जीवन आता किती उत्पादक आणि समाधानी आहे हे मोजण्याचा हा एक उत्तम मार्ग आहे. सर्वांत दुःखद गोष्ट म्हणजे तुम्ही तुमचं सर्वकाही देऊनही काही कामगिरी करत नाही आहात हे माहीत असताना ते जीवन जगणं. तरीही आपल्यापैकी अनेक जण या जाळ्यात सापडतात. जरी तुम्ही आयुष्यात काही बाबतींत अगोदरच खूप यशस्वी असलात, तरी अशी दाट शक्यता असते, आयुष्यातील इतर बाबतींत तुमच्या क्षमता वापरता येऊ शकतात अशा अनेक संधी असतात.

हे अखेरचे प्रकरण तुम्हाला तुम्ही या पुस्तकात आतापर्यंत शिकलेलं सर्वकाही अमलात आणायची संधी देईल, जेणेकरून तुम्ही तुमच्या १०व्या पातळीवरील आवृत्तीच्या जवळपास पोहोचू शकाल. एका महिन्यात, मिरॅकल इक्वेशन तुमच्या जाणिवेत इतके खोलवर रुजेल, की तुम्हाला त्याबाबत जाणीवपूर्वकपणे विचार करण्याची वेळच येणार नाही. ते तुमच्या व्यक्तिमत्त्वाचा एक भाग बनेल. अढळ विश्वास तुमच्या मानसिकतेत आपोआपच येईल. असाधारण प्रयत्न साधारण वाटतील. पुढील ३० दिवस एक साधा, पण बदल घडवणारा प्रवास असेल, जो तुम्ही जीवनातील सर्व पैलूंमध्ये दृश्य आणि मोजण्यायोग्य परिणाम किंवा चमत्कार घडवून आणणाऱ्या मिरॅकल मेव्हन्सच्या व्यक्तिमत्त्वाची ओळख अंगीकारून संपेल.

साधारणपणे तुम्हाला कोणत्या अडचणी येतील आणि त्यांवर मात कशी कराल

तुम्हाला माहीतच आहे, मला तुमचा मिरॅकल मेव्हन्स होण्याचा मार्ग शक्य तितका सोपा करायचा आहे. गोष्टी असतात त्यापेक्षा (जे आपलं मन बहुतेक वेळा करत असतं) जास्त अवघड करणं हे अनुत्पादक आणि अनावश्यक आहे. म्हणून मला आता तुम्हाला सामान्यपणे कोणत्या अडचणी येतील त्याबाबत सांगायचं आहे जेणेकरून तुम्ही त्यासाठी तयारीत राहाल आणि जर त्या आल्या तर त्या कशा (आणि केव्हा) ओलांडायच्या ते समजेल.

साधारणपणे येणारी पहिली अडचण येते ती म्हणजे आपली अतार्किक भीती - अपयशाची भीती, यशाची भीती, बदलाची भीती- ज्यामुळे आपण चालढकल करतो. प्रत्येकाला जेव्हा ते एखाद्या लक्षणीय ध्येयाच्या दिशेने जाऊ लागतात, तेव्हा भीती वाटते आणि अडकल्याप्रमाणे वाटतं. आपण जेव्हा आपल्या आरामाच्या कक्षेच्या बाहेर पाऊल टाकण्याची हिंमत करतो, तेव्हा त्रास वाटतो, अस्वस्थ वाटतं. तुमच्यासाठी जे महत्त्वाचं आहे, विशेषकरून आजवर जे तुम्ही कधी केलेलं नाही ते करणं, खूप भीतिदायक असतं. अशा भावना येणं हे खूप सामान्य आणि अपेक्षित आहे.

आपल्याला काय करायचं आहे तर तुम्हाला प्रक्रियेच्या त्या भागातून पटकन आणि सहजपणे पुढे न्यायचं आहे. जर तुमचा मेंदू मागे वळून त्याच्या ताणतणावाच्या प्रतिक्रियेकडे जातोय आणि तुमच्या ध्येयाबद्दल

किंवा उद्देश्याबद्दल नकारात्मक विचार करतोय असं वाटलं, तर एक मोठा खोल श्वास घ्या, आणि तुमचा मिरॅकल मंत्र म्हणा. त्यामुळे तुमचं लक्ष पुन्हा ज्या गोष्टीची भीती वाटते त्याकडे वळण्याऐवजी, जे शक्य आहे आणि ज्याच्याशी तुम्ही वचनबद्ध आहात त्याकडे एकाग्र होईल, केंद्रित होईल. लक्षात ठेवा, तुम्ही तुमच्या विचारांच्या आणि त्यामुळेच वास्तवाच्या नियंत्रणात आहात. तुमचा मिरॅकल इक्वेशन मंत्र दररोज म्हटल्यामुळे (जो तुमच्या ३० दिवसांच्या आव्हानातील एक पायरी असेल), तुमच्या मेंदूला त्यातील भय सोडून तुम्ही ज्या गोष्टीशी वचनबद्ध आहात आणि ज्या कारणामुळे वचनबद्ध आहात त्यावर लक्ष केंद्रित करण्यासाठी वाव मिळेल.

जर तुम्हाला अजूनही भीती वाटत असेल किंवा अडकल्याप्रमाणे वाटत असेल, तर मी सुचवेन की तुम्ही प्रकरण ३ पुन्हा वाचा आणि पहा की तुम्हाला खालीलपैकी कोणत्या जन्मजात संघर्षाचा अनुभव जाणवतो आहे का?

- संधीची भीती विरुद्ध एकाच जागी राहणे टिकवून ठेवण्याची अतार्किक भीती : तुम्हाला संधींची भीती वाटते का?
- चुकीच्या निर्देशाने मिळालेले हक्क विरुद्ध ज्ञानातून मिळवलेले हक्क : तुम्हाला अपात्र असण्याची भीती वाटते का?
- क्षमता नसण्याची विरुद्ध क्षमतांची जाणीव : तुम्हाला तुमच्यातील खऱ्या क्षमता दिसत नाहीत का?
- जग तुमची व्याख्या करते विरुद्ध तुम्ही स्वतःची व्याख्या करता : तुम्ही इतरांना तुम्हाला मर्यादा घालू देता का?

तुम्हाला कोणती गोष्ट मागे खेचते आहे हे समजून घेणं हे त्यावर मात करण्याच्या दिशेने उचललेलं पहिलं पाऊल असतं.

दुसरी अडचण, जी माझ्या हे ३० दिवसांचे आव्हान स्वीकारलेल्या क्लायंट व मित्रांच्या बाबतीत पुन्हापुन्हा आलेली आढळून येते, ती म्हणजे अल्पकालीन परिणामांपासून अलिप्त कसं राहायचं किंवा त्यातील भावनिक गुंतवणूक कशी काढून घ्यायची? तुम्हाला माझा जो मित्र त्याची प्रकिया पाळून (कॅलरीज कमी करून आणि दररोज व्यायाम करून) वजन कमी करत होता तो आठवतो का? त्याच्या भावनिक गुंतवणुकीमुळे त्याने बहुतेक

प्रयत्न सोडूनच दिले होते. पण जेव्हा त्याला जाणवलं की शरीरातील चरबीचं प्रमाण कमी करत करत त्याचं शारीरिक वजन तसच राहिलं होतं. त्याचे प्रयत्न कामी येत होते.

आता तुम्हीच विचार करा की मी विक्रीत लक्षणीय वाढ झालेली दिसेपर्यंत 'द मिरॅकल मॉर्निंग'ची जाहिरात करण्यासाठी किती असाधारण प्रयत्न करत होतो. शंभरहून अधिक पॉडकास्टवर पाहुणा म्हणून उपस्थित राहून, माझे स्वतःचे पन्नासहून अधिक पॉडकास्ट प्रसिद्ध करून, मी माझ्या प्रक्रियेशी वचनबद्ध राहिलो. पुस्तकाने उचल घेण्यापूर्वी डझनभर मॉर्निंग टेलिव्हिजन शोज आणि खूप काही केलं. जर मी अल्पकालीन परिणामांमध्ये (जे खूपच सामान्य होते) भावनिकरीत्या गुंतलो असतो, तर मी दोन.. चार किंवा ... बारा महिन्यांत सोडूनच दिलं असतं आणि नक्कीच अठराव्या महिन्यापर्यंत टिकून राहिलो नसतो. नशिबाने, मला समजलं आहे की जर यशाचे खरे गुपित असले तर ते म्हणजे : तुमच्या परिणामांशी भावनिकदृष्ट्या अलिप्त राहून तुमच्या प्रक्रियेशी वचनबद्ध रहा. प्रत्येक परिणामाच्या अगोदर एक प्रक्रिया असते आणि जोपर्यंत तुम्ही त्या प्रक्रियेशी दीर्घ काळ वचनबद्ध राहता, यश हे खऱ्या अर्थाने अपरिहार्य होतं.

अजून एक अडचण येते ती म्हणजे अधीरपणा. आपण अशा काळात आणि संस्कृतीमध्ये राहतो जिथे तत्काळ समाधान हवं असतं. आपण मित्रांना टेक्स्ट मेसेज करून तत्काळ संपर्क करू शकतो. आपण फक्त फोनवर स्वाइप करण्याचा अवकाश, की आपल्या आवडीचा कोणताही मीडिया तत्काळ पाहू शकतो. आपण नवीन शूज, वाणसामान त्याच दिवशी पोहोच व्हावं अशा प्रकारे ऑर्डर करू शकतो. तुमच्या वाट बघण्याची, संयमाची किंमत बहुधा बाजूला फेकली जाते आहे.

परंतु, जेव्हा चमत्कार घडवून आणण्याची वेळ येते, तेव्हा संयम फार महत्त्वाचा घटक आहे. काही चमत्कार घडायला खूप वेळ लागतो. उदाहरणार्थ, जर तुम्ही एखादं पुस्तक लिहायला सुरुवात केली असेल, तर ते एका दिवसात (जर ते अगदीच छोटं पुस्तक नसेल तर) लिहून होणार नाही. त्यासाठी चिकाटी लागेल, मग तुम्ही जरी एका दिवशी किती शब्द लिहावे लागतील आणि किती तारखेपर्यंत संपवावं लागेल या सगळ्याचा हिशोब केलेला असलात तरी चिकाटीने प्रयत्न करणं आवश्यक असेल.

मी लिहिलेलं प्रत्येक पुस्तक, ज्यामध्ये या पुस्तकाचाही समावेश आहे, लिहिण्यासाठी मला अपेक्षित असलेल्यापेक्षा जास्तच वेळ लागला. माझं पहिलं पुस्तक लिहायला मला सहा वर्षं लागली. माझ्या दुसऱ्या पुस्तकासाठी तीन वर्षं लागली. हे पुस्तक मी सहा महिन्यांत (मी तीन महिन्यांतच करू शकलो असतो असं माझ्या माझ्या प्रकाशकांना सांगितल्यानंतर) लिहिलं.

अधीरपणामुळे तुम्हाला ताण येईल आणि त्यामुळे तुमच्या प्रक्रियेशी वचनबद्ध राहणं खूप कठीण जाईल. अधीरपणा तुमच्या सर्जनशीलतेला मारक ठरतो, तुमच्यातील एकाग्रतेला बाधा आणतो आणि त्यादरम्यान समस्या सोडवण्याच्या तुमच्या क्षमता झाकोळून टाकतो. जर तुम्हाला असं आढळून आलं की तुम्ही अजून तुमच्या ध्येयापर्यंत पोहोचले नसल्याने अस्वस्थ होऊन पाय हलवत आहात किंवा त्रास करून घेता आहात, तर लक्षात ठेवा, की तुम्हाला हे खूप काळ करायचं आहे आणि ही एक जीवनपद्धती आहे.

आता तुम्हाला सामान्यपणे येणाऱ्या काही अडचणींवर मात करण्यासाठीच्या युक्त्या आणि माहिती मिळालेली आहे. ती वापरून तुम्ही मिरॅकल मेव्हन बनू शकता. तर चला, या ३० दिवसांच्या आव्हानामध्ये सहभागी होऊ या.

तुमचे मिरॅकल इक्वेशन – ३० दिवसीय आव्हान

डाउनलोड करण्याजोगे स्रोत : डाउनलोड करता येण्याजोगे मिरॅकल इक्वेशन ३० दिवसीय आव्हानाचा व्यवसाय मिळवण्यासाठी www.tmebonuses.com http://www.tmebonuses.com>ला भेट द्या.

मिरॅकल इक्वेशन ३० दिवसीय आव्हानामध्ये सहा पायऱ्या आहेत, त्यांतील तीन तुम्ही हे पुस्तक वाचतानाच पार केल्या असतील. जर असं असेल तर अभिनंदन, तुम्ही तुमच्या आव्हानातील अर्धा टप्पा अगोदरच पार केला आहात! जर तुम्ही वाचताना खूप उत्साहित झाल्यामुळे तल्लीन होऊन वाचतच राहिलात आणि त्यामुळे तुम्हाला पहिल्या तीन पायऱ्या पार करण्यासाठी वेळ मिळाला नसेल, तर (त्याबद्दल मी तुम्हाला दोष देणार नाही, कारण मीही नेहमी तसेच करतो!), मी तुम्हाला खाली दिलेल्या

पायऱ्या एकदा वाचा असं सुचवतो आणि मग पुन्हा मागे जाऊन त्या त्या संबंधित प्रकरणामधील प्रत्येक पायरी तुम्ही आता पूर्ण करू शकता.

३० दिवसीय आव्हान कृतीत उतरवणे

ही पहिलीच वेळ आहे की मिरॅकल इक्वेशन ३० दिवसीय आव्हान संपूर्णपणे जगासमोर आणले आहे; त्यामुळे माझ्याजवळ तुम्हाला सांगण्यासाठी ढीगभर उदाहरणं नाही आहेत. तरीही मिरॅकल इक्वेशन ३० दिवसीय आव्हान हे मिरॅकल मॉर्निंग ३० दिवसीय आव्हानावर बेतलेले आहे, जे आता जगभरातील शेकडो हजारो लोकांनी अमलात आणलं आहे. आणि त्याचे परिणाम आश्चर्यकारक आहेत. केवळ ३० दिवसांत, ओंटारिओ, कॅनडा येथील डॉन पोग यांची कामगिरी :

- त्यांनी धूम्रपान सोडले (धूम्रपानमुक्त ३० दिवस)
- त्यांनी दररोज व्यायाम केला (३० दिवस चढाईचे प्रशिक्षण)
- त्यांनी कॅफिन सोडले (३० दिवस विनाकॉफी)
- त्यांनी आकार कमी केला (११ पाउंड वजन कमी केले आणि ४२ इंच कमी केले)
- त्यांनी त्यांचा आत्मविश्वास पुन्हा निर्माण केला

सालेम, ओरेगॉन येथील गिलियन पर्किन्स

- तीन पुस्तकं वाचू शकल्या
- त्यांचा व्यवसाय ३० टक्क्यांनी वाढवला
- त्यांच्या पुढील घरासाठी रोख रक्कम देण्यासाठी ५००० डॉलर्सची बचत केली
- आठवड्यातून तीन वेळा व्यायाम केला
- त्यांच्या शरीरातील चरबीचे प्रमाण ३६ टक्क्यांवरून २३ टक्क्यांवर आणले
- त्यांचे पहिले पुस्तक लिहायला सुरुवात केली
- त्यांचे संपूर्ण घर स्वच्छ करून आवरले

कलोन, जर्मनी येथील जिओर्जीओस ग्रिओराकीस यांनीही खूप कामगिरी केली. त्यांनी–

- त्यांच्या ब्लॉगवर तीन लेख लिहून प्रकाशित केले
- हाफ मॅराथॉन पूर्ण केली
- सातत्याने योग्य आहार घेतला
- व्यायाम करताना वीसहून अधिक पॉडकास्ट ऐकले आणि
- त्यांचा आत्मविश्वास, चिकाटी आणि स्वयंशिस्त वाढवली. त्यांना यशस्वीरीत्या ३० दिवसीय आव्हान पूर्ण केल्यामुळे स्वतःबद्दल अभिमान वाटला.

यातून तुम्हाला दिसून येईल, की तुम्ही लक्षणीयरीत्या फक्त ३० दिवसांत कसं तुमचं जीवन बदलू शकता. आता तुमची पाळी आहे.

पहिली पायरी : तुमचं पहिलं उद्देश्य ठरवा.

सहाव्या प्रकरणात मी माझ्या बावन्न मैल अल्ट्रा मॅराथॉन धावण्याच्या ध्येयाच्या वचनबद्धतेबद्दल सांगितलं होतं. मी ते ठरवलं कारण मला धावण्याची नावड होती आणि मला तसा बनण्यासाठी – ते अंतर धावू शकेल अशा त्या माणसाला भेटायचं होतं. आता तुमची पाळी आहे. तुमची अल्ट्रा मॅराथॉन कोणती आहे? म्हणजेच तुमच्या आरामाच्या कक्षेच्या बाहेर राहण्यासाठीचे उद्देश्य काय आहे, जे तुम्हाला जसं बनायचं आहे त्याची तुम्हाला कल्पनाही नाही; पण, तुम्हाला त्याला किंवा तिला भेटायला आवडेल आणि तसं बनायला आवडेल.

तुमचं उद्देश्य ठरवण्यासाठी, फक्त तुमच्या सर्व ध्येयांकडे बघा आणि स्वतःला विचारा : 'यातील कोणते ध्येय मला आयुष्यात सर्वकाही मिळवण्यासाठी जसा बनणं आवश्यक आहे तसा बनण्याची ताकद देईल?' या प्रश्नाचं उत्तर हेच तुमचं उद्देश्य असेल.

तुमचं उद्देश्य तुम्हाला प्रोत्साहन देणारं आणि ऊर्जा देणारं असावं. पण, त्याची तुम्हाला थोडी भीती किंवा दरारा वाटला पाहिजे, किंवा खूप

जास्तसुद्धा. ते तुम्हाला तुमच्या वर्तमान जीवन जगण्याच्या पद्धतीतून बाहेर काढेल असं लक्षणीय असावं आणि तुमच्या क्षमतांना पुढील पातळीवर नेण्यासाठी आव्हान देणारं असावं. तुम्ही तुमची मूल्यं आणि तुम्हाला सर्वांत जास्त महत्त्वाचं काय वाटतं हे लक्षात घेतलं आहे याची खात्री करा, कारण तुमचं उद्देश्य खूप अर्थपूर्ण असायला हवं. नंतर दृश्य, मोजण्याजोगा चमत्कार निश्चित करा, जो तुमच्या आताच्या जीवनातील मूल्य खूप मोठ्या प्रमाणावर वाढवू शकेल. हे तुमचं पहिलं उद्देश्य असेल.

दुसरी पायरी : तुमची प्रक्रिया पूर्वनिश्चित करा.

स्पष्टता असण्याने आपल्याला ताकद मिळते. जेव्हा आपल्याला माहीत असतं की यापुढे नक्की काय करायचं आहे, तेव्हा ते करण्याने आपण जिथे पोहोचायचं आहे त्या दिशेने पुढे सरकतो. अपरिहार्य यशाची संभाव्यता आपल्याला प्रोत्साहन देते. लक्षात ठेवा की तुमची प्रक्रिया सोपी आणि शक्य तितकी कृतिशील असली पाहिजे. साधारणपणे एका वेळी एक काम करणं हे उत्तम. जर तुम्हाला तुमची प्रक्रिया कशी असावी हे अजून माहीत नसेल, तर तुमची सुरुवातीची प्रक्रिया ही असेल की तुम्ही प्रक्रिया कशी असावी याबाबत संशोधन करा आणि ते ठरवा. गुगलवर तुमच्या उद्देश्याशी संबंधित मोफत असलेले लेख शोधा. अमेझॉनवर तुमच्या विषयाशी संबंधित उच्च दर्जाची पुस्तकं शोधा. जर तुमच्या उद्देश्यात एखादी क्षमता विकसित करणे, एखाद्या कौशल्यामध्ये प्रावीण्य मिळवणे किंवा एखाद्या विषयातील विशेषज्ञ बनणे यांचा समावेश असेल, तर तुमची सुरुवातीची प्रक्रिया कदाचित सराव करणे/ शिकणे ही असेल. लक्षात ठेवा, ही एक जीवनपद्धती आहे.

रसेल सिमॉन्स यांनी त्यांच्या 'डू यू! : १२ लॉ'ज टू ॲक्सेस द पावर इन यू टू अचिव्ह हॅपिनेस अँड सक्सेस' या पुस्तकात म्हटलं आहे, 'मला माहीत आहे की काही लोक म्हणतात, 'तुमची नजर बक्षिसावर ठेवा,' पण मी त्याच्याशी असहमत आहे. जेव्हा तुमची नजर बक्षिसावर रोखलेली राहते, तुम्ही अडखळणार आणि धडपडणार. जर तुम्हाला खरोखर पुढे जायचं असेल, तर तुम्हाला तुमची नजर त्या मार्गावर ठेवली पाहिजे.' या संदर्भाने, तो मार्ग म्हणजे तुमची प्रक्रिया. लक्षात ठेवा, की प्रत्येक परिणामाच्या आधी एक प्रक्रिया असते आणि सातत्याने ध्येय साध्य करणे म्हणजे परिणामांपासून भावनिकदृष्ट्या अलिप्त राहून तुमच्या प्रक्रियेशी वचनबद्ध राहणे.

तिसरी पायरी : तुमची मिरॅकल मॉर्निंग इक्वेशनची पुष्टीकरणे म्हणण्यासाठी वेळ निश्चित करा. रोज. दररोज.

हे लक्षात ठेवा, की फक्त सातत्याने (दररोज) पुनःपुन्हा म्हटल्यामुळे आपण आपले मन नवीन शक्यतांसाठी खुले करणार आहोत. तुम्ही ही पुष्टीकरणे फक्त एकदा किंवा फक्त दहा वेळा म्हणून तुमच्या विचारांमध्ये बदल होईल अशी अपेक्षा करू शकत नाही. तुमच्या भीतीचे विश्वासात रूपांतर करण्यासाठी तुम्हाला खात्री केली पाहिजे की तो विश्वास डगमगणार नाही. त्यासाठी तो तुम्हाला दररोज ठसवावा लागेल. म्हणून आताच तुमचे वेळापत्रक पहा आणि स्वतःबरोबर ही पुष्टीकरणं म्हणण्यासाठी एक वेळ सुनिश्चित करा. यासाठी तुम्हाला फक्त काही मिनिटं लागतील आणि तुम्ही तुमच्या प्रवासाच्या पथावर असाल.

चौथी पायरी : तुमच्या प्रक्रियेचे वेळापत्रक करा आणि त्यासाठी जबाबदार रहा.

असाधारण प्रयत्न म्हणजे सातत्य. तुम्ही पूर्वनिश्चित केलेली प्रक्रिया अमलात आणणे आणि दररोज तुमच्या उद्देश्याच्या जवळ नेईल असे किमान एक पाऊल उचलणे. माझ्या वेळापत्रकात माझी साठ मिनिटांची वारंवार असणारी वेळ ठरवलेली आहे, ज्याला मी 'मिशन टाइम' नाव दिलं आहे. यामुळे मी इतर काही करण्याआधी माझी प्रक्रिया माझं सर्वांत महत्त्वाचं प्राधान्य असेल याची खातरजमा केली जाते. कदाचित तुमच्यासाठी ही आठवड्यातून पाच ते सात दिवस तीस मिनिटे किंवा साठ मिनिटे असू शकेल, सकाळी किंवा संध्याकाळी, कामाच्या आधी किंवा नंतर असू शकेल. किंवा ती तुम्ही कुटुंबीयांबरोबर वेळ घालवण्यापूर्वी किंवा आराम करण्यापूर्वी शनिवारी चार तास आणि रविवारी चार तास असेल. एका गोष्टीची खात्री करून घ्या की ते करताना तुम्ही एकदम चांगले उत्साहात असाल, जेव्हा तुमची ऊर्जा आणि क्षमता एकाग्रतेसाठी उच्च पातळीवर असतील. माझ्यासाठी ती वेळ सकाळची असते. दुपारनंतर माझा मेंदू काम करत नाही.

ही पायरी ओलांडण्यापूर्वी, तुमच्या आयुष्यातील लोकांबरोबर चर्चा करा, की तुमच्या वचनबद्धतेसाठी तुम्हाला कोण जबाबदार धरू शकेल. आणि ते तुम्हाला कसे (दररोज किंवा आठवड्याला चौकशी करून) रुळावर

ठेवू शकतील आणि तुम्ही संवाद कसा साधाल. इथे तुमची वचनबद्धता ताबा घेऊ लागते, म्हणून या पायरीवर विचारपूर्वकपणे काम करा आणि खात्री करा की तुम्ही ठरवलेली वेळ रास्त आणि सातत्यपूर्ण आहे.

पाचवी पायरी : दररोज तुमची प्रक्रिया आणि प्रगती तपासा.

तुम्हाला तुमच्या अल्पकालीन परिणामांमध्ये भावनिकरीत्या गुंतायचं नसलं, तरी त्याबाबत जागरूक राहायचं आहे. कधीकधी आपल्याला आपल्या प्रक्रियेची पुनर्रचना करण्याची आवश्यकता असते. इतर वेळी, ती तुमच्या प्रगतीचा आरसा दाखवण्यासाठी मदतशीर ठरते. मी तुम्हाला असं सुचवेन की तुम्ही दररोज लिहिण्याची सवय लावा जी तुम्हाला तुमच्या उद्देश्याची आठवण करून देते आणि तुम्हाला गतिशील ठेवते. काहींना हे सकाळी करायला आवडतं कारण त्याचा उर्वरित दिवसावर प्रभाव पडतो. तर काहींना लिखाण त्या दिवशीच्या घडामोडींनंतर रात्री करायला आवडतं. जे तुम्हाला जास्त प्रभावी वाटतं, ते करा.

सुरुवात करण्यासाठी काही प्रश्न असे असू शकतात :

१. मागील चोवीस तासांत माझा सर्वांत मोठा विजय कोणता होता?
२. मी माझ्या प्रक्रियेचं पालन केलं का?
३. सर्वांत जास्त सुधारणा कोणत्या भागात करायला हवी होती?
४. अशी कोणती गोष्ट आहे जी मी वेगळेपणाने किंवा अधिक चांगली केली असती?
५. मी आतापर्यंत काय धडे शिकलो?
६. मी माझ्या प्रक्रियेत काही बदल किंवा तडजोडी करण्याची गरज आहे का?
७. मी कोणाकडे मदत किंवा सल्ला मागू शकेन असे कोणी आहे का?

डाउनलोड करण्याजोगे स्रोत : वर दिलेले (आणि इतरही अनेक) प्रश्न मिरॅकल इक्रेशन ३० दिवसीय आव्हान व्यवसायात समाविष्ट केलेले आहेत. www.tmebonuses.com http://www.tmebonuses.com>

चौथी पायरी : प्रत्येक उद्देश्यपूर्तीनंतरचा तुमचा अनुभव तपासून पहा. यशस्वी व्यक्तींमध्ये आणि संघांमध्ये एक सामाईक गुणवैशिष्ट्य आढळून येतं आणि ते म्हणजे, ते प्रत्येक प्रॉजेक्टनंतर काय धडे शिकले आणि त्यांचा पुढे जाण्यासाठी काय उपयोग होऊ शकतो यावर विचार करतात. तुम्हाला माहीतच आहे, की तुमचं प्रत्येक ध्येय महत्त्वाचं आहे, पण तुमच्या ध्येयांमधून तुम्ही काय मिळवू शकता तर तुम्ही त्या प्रक्रियेदरम्यान जे गुण आणि वैशिष्ट्य विकसित करता ते (म्हणजे तुम्ही जे बनता). तुम्ही तुमच्या ध्येयाच्या दिशेने जाताना जे आत्मसात केलत आणि नंतर अंगीकारलंत ते मिरॅकल मेव्हन होण्यासाठी सर्वाधिक महत्त्वाचं आहे.

तुम्हाला सुरुवात करता यावी म्हणून काही प्रश्न दिले आहेत :

१. मी माझ्या ध्येयापर्यंत पोहोचलो का?
२. असे काही आहे का जे मी वेगळेपणाने किंवा अधिक चांगल्या प्रकारे केले असते?
३. मी यातून काय शिकलो?
४. माझ्या पुढील मिरॅकल मिशनकरता मी काय बदल करेन?

तुम्ही निघण्यापूर्वी...

तुम्ही तुमच्या पहिल्या उद्देश्यासाठी तयारी करताना, हे माहीत असू द्या, की दररोज मिरॅकल मेव्हन म्हणून जगण्यासाठी आणि तुम्ही कल्पना करू शकाल असं सर्वांत असाधारण आयुष्य निर्माण करण्यासाठी तुम्हाला जे सर्वकाही लागेल ते सर्व तुमच्याकडे अगोदरच आहे. प्रत्यक्षात, त्या क्षमता तुमच्यामध्ये नेहमी होत्याच; मी फक्त त्या चमकाव्या म्हणून त्यांवर प्रकाशाचा झोत सोडला आहे. मी आशा करतो की तुम्ही आपल्या या एकत्र असण्यादरम्यान तुम्हाला जे आवश्यक होतं ते शिकलात आणि मी तुम्हाला तुमच्या पहिल्या उद्देश्याच्या आणि त्यानंतरच्या उद्देश्यांच्या प्रवासासाठी शुभेच्छा देतो. आता तुमच्या आणि तुमच्या सर्वोच्च ध्येयांना शक्य... ते संभाव्य... ते अपरिहार्य करण्याच्या मध्ये फक्त दोन निर्णय उभे आहेत. आता चमत्कार निर्माण करण्याची सुरुवात करण्याची वेळ आहे.

निष्कर्ष

आता तुम्ही काय कराल?

'आता हा अंत नाही. ही त्या अंताची सुरुवातही नाही. पण, हा कदाचित सुरुवातीचा अंत आहे.'

-विन्स्टन चर्चिल

आतापर्यंत आपण एकत्रपणे खूप काही शिकलो आहोत आणि मी शेवटपर्यंत माझ्याबरोबर आल्याबद्दल तुमचे आभार मानू इच्छितो, जे अर्थातच, तुमच्या प्रवासाच्या खूप जवळ आहे. मी चमत्कार अशा प्रकारे सोपे करून समोर ठेवण्याचा प्रयत्न केला आहे, की त्यामुळे तुम्हाला ते व्यावहारिक आणि वास्तविकपणे कसे प्राप्त करायचे ते दिसेल. जेव्हा हे पुस्तक हातात घेतलं तेव्हा अनेक लोकांनी काय विचार केला असेल किंवा तुम्ही काय विचार केला असेल की चमत्कारांपेक्षा गूढ काही नाही- किमान दृश्य, मोजण्याजोगे चमत्कार जे तुम्ही उत्साहाने ओळखाल आणि निर्माण कराल त्याहून गूढ काही नाही.

मिरॅकल इक्वेशनचे पालन करून आणि आपण चर्चा केल्या, त्या युक्त्या व पद्धती यांचा वापर करून पुन्हा पुन्हा चमत्कार घडवून आणणे ही तुमची जीवनपद्धती बनेल. जोपर्यंत तुम्ही या पुस्तकात दिलेले दोन निर्णय टिकवून ठेवाल, तोपर्यंत तुमचं यश अपरिहार्य असेल आणि तुम्हाला जे काही पाहिजे असेल ते मिळवणं शक्य होईल. मला कल्पना आहे की हे मोठं वचन आहे, पण मी अनेक वेळा यावर विश्वास ठेवून पाहिला आहे.

मला जीवनाला धोका असणाऱ्या आव्हानांवर मात करण्यासाठी आणि मला जे नेहमी हवं होतं असं आयुष्य निर्माण करण्यासाठी संधी मिळाल्या. हे मला दोन दशकं मिरॅकल इक्वेशनबाबत असलेल्या अढळ वचनबद्धतेमुळे शक्य झालं. मला इतर लोकांच्या चमत्कारांचा भाग होण्याचा विशेष अधिकारही मिळाला आणि त्यांना त्यांच्या आतंरिक संघर्षावर मात करून त्यांना कधीकाळी अशक्य असलेल्या गोष्टींपलीकडे जाताना पाहण्याची संधी मिळाली. व्हिजन बोर्डकडे बघत बसण्यामुळे नाही; तर, कृतिशीलपणे दोन निर्णय घेण्यामुळे आणि ते दोन निर्णय टिकवून ठेवण्यामुळे, जे जगातील सर्वांत महान कामगिरी केलेल्या व्यक्तींनी केलं आहे- ते दोन निर्णय म्हणजे अढळ विश्वास आणि असाधारण प्रयत्न.

तुम्हीही हा अनुभव घेऊ शकता. तुम्ही तुमच्या आयुष्यात असाधारण बदल आणू शकता आणि तुम्हाला आजवर शक्य वाटलेलं त्यापेक्षा अधिक वेगाने करू शकता. पुढील तीस दिवसांत, तुम्ही तुमच्या भयांवर, शंकांवर

आणि तुम्हाला मागे खेचणाऱ्या आंतरिक संघर्षांवर मात करू शकता. तुमच्यामध्ये अगोदर जे तुम्हाला अशक्य वाटलं होतं ते खेचून आणण्याची ताकद आहे. तुमच्यासाठी काही मर्यादा नाहीत. तुम्हाला हवं असलेलं आयुष्य आणि जे निर्माण करण्याची तुमची तयारी आहे ते आयुष्य हा तुमचा जन्मसिद्ध अधिकार आहे.

तुमच्या सर्वांत मोठ्या ध्येयाला शक्यतेपासून संभाव्यतेकडे आणि संभाव्यतेकडून अपरिहार्यतेकडे नेण्याबाबत, हे लक्षात घ्या की हे तुम्ही कराल का करणार नाही हा प्रश्न नाही आहे. आज ना उद्या तुम्ही करालच. जेव्हा तुम्ही मिरॅकल इक्वेशनचा वापर कराल, तेव्हा सर्वांत मोठा घटक फक्त काळ असतो, म्हणजेच तुम्हाला तुमचं उद्देश्य प्राप्त करण्यासाठी किती वेळ लागेल. आपल्याला वाटतं त्यापेक्षा अनेकदा जास्त वेळ लागतो. पण, त्याचे जे परिणाम प्राप्त होतात ते त्यासाठी घेतलेल्या कष्टांचं आणि संयमाचं चीज करणारे असतात.

लक्षात ठेवा, तुम्हाला कधी आढळून आलं की तुम्ही आहात त्यापेक्षा पुढे जाऊ इच्छिता किंवा तुम्ही जिथे आहात त्याची अन्य कोणी आहे त्या पातळीशी तुलना करत आहात, तर त्या वेळी हे मनात ठेवा की जेव्हा तुम्ही ज्या दिशेने जाण्यासाठी मेहनत करता आहात, तिथे पोहोचाल त्या वेळी तुम्हाला कधी ते आधी का घडलं नाही असं वाटेल. त्याउलट, तुम्ही त्या प्रवासाकडे बघितलं तर ती वेळ अगदी योग्य आहे असं दिसेल. तुमच्या प्रगतीसाठी ती आव्हानं आणि अडथळे अवाश्यक होते. त्यामुळे आता तुम्ही कोणत्याही पातळीवर असाल तरी जिथे आहात त्याचा स्वीकार करा आणि दररोज सातत्याने प्रगती करताना पुढे जाण्यासाठीच्या घाईची निरोगी भावना बाळगा. सातत्याने प्रयत्न केल्यामुळे तुम्हाला जिथे कुठे पोहोचायचे असते तिथे पोहोचता येते. तुम्ही तिथे पोहोचाल, आणि ती वेळ योग्य असेल.

तुम्हाला आठवत असेल तर, पुस्तकाची ओळख करून देताना मी या पुस्तकाद्वारे जो चमत्कार घडवून आणण्याशी वचनबद्ध होतो तो म्हणजे एका

वेळी एका व्यक्तीच्या जाणिवेची पातळी उंचावणे. तुम्ही प्रथम ते वाचल्यावर तुम्ही डोळे मोठे केले असतील याची मला कल्पना आहे. पण मला आशा वाटते, की ते उद्देश्य किती शक्य आहे हे तुम्हाला आता समजलं असेल. जोपर्यंत मला ते साध्य झालं आहे असं वाटत नाही, तोपर्यंत दररोज मी मिरॅकल इक्वेशनचा वापर करत राहणार. अगदी सरळ सोपं. मला माहीत आहे की कालांतराने माझं उद्देश्य शक्य ते संभाव्य आणि संभाव्य ते अपरिहार्य हा प्रवास करेल. दुसरा पर्यायच नाही आहे.

मग... तुमचं काय? तुम्ही तुमचं पहिलं उद्देश्य काय असेल ते ठरवलं का? तुम्ही ३० दिवसीय आव्हानासाठी तयार आहात का?

तुम्ही सुरुवात कराल तेव्हा मी तुम्हाला तुमचे विचार फक्त स्वतःच्या पलीकडे जाऊन थोडे ताणण्याची विनंती करेन. आपल्या वैयक्तिक गोष्टींबाबत चमत्कार करणं नक्कीच चांगलं आहे (आणि हे चमत्कार महत्त्वाचे असतात). पण, याहून मोठ्या चित्राची कल्पना करा. आता तुम्हाला दृश्य, मोजण्याजोगे चमत्कार कसे निर्माण करायचे हे माहीत आहे आणि तुमच्यावर कोणते चमत्कार निर्माण करायचे हे ठरवण्याची जबाबदारीदेखील आहे. तुमची आजूबाजूच्या जगाकडे एक नजर टाका. काय कमी आहे? तुम्हाला अजून काय पाहायला आवडेल? तुमचा वैयक्तिक ठसा कुठे उमटवायला आवडेल? तुम्ही काय मागे उरवून जाल? हो, स्वतःपासून आणि तुमच्या कुटुंबापासून सुरुवात करा. पण, त्यानंतर तुमच्या समाजाचा विचार करा आणि मग त्यापुढे जाऊन विचार करा. मिरॅकल मेव्हन म्हणून तुमची इतरांना प्रभावित करण्याच्या क्षमतादेखील अमर्याद आहेत आणि ही जबाबदारी कोणीही हलक्यात घेऊ नये.

तुम्हाला माहीत आहे की या दोन निर्णयांशी सुसंगत जीवन जगण्यामुळे तुमच्यासाठी नवीन शक्यतांची कवाडे खुली होतील आणि तुम्ही कोणत्या शक्यतांना अपरिहार्यतेकडे नेण्याशी वचनबद्ध होण्याचा निर्णय घ्याल ते तुमच्यावर अवलंबून आहे. कोणतेही ध्येय किंवा स्वप्न, किंवा उद्देश्य खूप मोठं नसतं. कारण तुम्ही अपयशी होऊ शकत नाही. तुम्ही शिकू शकता, प्रगती करू शकता, आणि आजवर होतात त्यापेक्षा अधिक चांगले होऊ शकता. मी तुम्ही निर्माण केलेल्या चमत्कारांबद्दल ऐकण्यासाठी उत्सुक आहे.

आभार

जर एखाद्या लहान मुलाला मोठं करण्यासाठी संपूर्ण गावाला मेहनत घ्यावी लागत असेल, तर एक पुस्तक लिहिण्यासाठी दोन गावांना मेहनत घ्यावी लागत असेल. मला खालील लोकांचे आभार मानायचे आहेत ज्यांनी या पुस्तकासाठी मला मदत केली आहे :

माझ्या स्वप्नातली स्त्री आणि माझी पत्नी उर्सुला. तू सर्वांत उत्तम पत्नी आहेस, आई, आणि माणूस आहेस जिच्यासोबत माझं आयुष्य जगण्याची कधी कल्पनाही केली नव्हती. तुझ्या अढळ आधारामुळे तू मी करतो ती प्रत्येक गोष्ट शक्य करतेस. माझं हृदय तुझंच आहे आणि अजून दोन व्यक्तींना माझ्या हृदयात जागा देण्यासाठी तुझं वचन हवं आहे.

त्या व्यक्ती म्हणजे आपली मुलं, सोफी आणि हालस्टन. तुम्ही दोघे माझी प्रेरणा आहात आणि तुम्ही दोघे मला जगातील इतर कोणत्याही गोष्टीपेक्षा जास्त महत्त्वाचे आहात.

माझे आईवडील, मार्क आणि ज्युली. जर मला पुन्हा आयुष्याची सुरुवात करता आली, तर मी पुन्हा पालकांची निवड करायची असेल तर मी तुम्हा दोघांचीच निवड करेन! मी आज जो कोणी आहे तो तुमच्या माझ्यावरील निस्सीम प्रेमामुळे आणि प्रभावामुळे आहे.

माझी बहीण, हेली, जिने नेहमीच माझ्यावर विश्वास दाखवला आणि जिच्यावर माझं खूप प्रेम आहे आणि जिच्याबद्दल खूप आदर आहे.

टिफनी स्वाइनहार्ट, माझी डायरेक्टर ऑपरेशन्स. तिने माझ्या जीवनात जी मूल्यवृद्धी केली आहे त्याबद्दल आणि मला तिचं किती कौतुक आहे याबद्दल माझ्याकडे शब्दच नाहीत. तू सर्वोत्तम आहेस टिफ.

जॉन बरगॉफ, माझे जवळचे मित्र आणि व्यावसायिक भागीदार. मी जेव्हा हॉस्पिटलमध्ये कॅन्सरशी लढत होतो, तेव्हा तुम्ही येऊन अनेक प्रकारे मला आणि माझ्या कुटुंबाला खूप आधार दिलात. तुझ्यावर प्रेम आहे मित्रा.

होनोरी कॉर्डर, माझी मैत्रीण आणि 'द मिरॅकल मॉर्निंग' या पुस्तकांच्या मालिकेची सहनिर्माती. मी हॉस्पिटलमध्ये कॅन्सरशी झुंजत असताना तूदेखील मला आणि माझ्या कुटुंबाला मदत करण्यासाठी पुढे आलीस (मला वाटतं तू त्या मालिकेतील दोन पुस्तकं प्रकाशित केलीस!) HC, तुझ्यावर खूप प्रेम आहे!

जॉन मास आणि सेलेस्टी फाइन, माझ्या स्टर्लिंग लॉर्ड लिटरिस्टिकमधील जागतिक दर्जाच्या एजंट्स, यांचे त्यांच्या अढळ विश्वासाबद्दल आणि हे पुस्तक वास्तवात उतरवण्यासाठीच्या असाधारण प्रयत्नांसाठी आभार.

एमिली क्लीन, मला माझ्या ADHD मेंदूवर लक्ष केंद्रित करण्यास मदत करण्यासाठी आणि या पुस्तकाच्या वाचकांसाठी माझ्या अनेकदा अस्पष्ट असलेला संकल्पना स्पष्ट केल्याबद्दल.

डायना बरोनी आणि पेंग्विन रँडम हाउसच्या टीमचे 'द मिरॅकल इक्वेशन' वर विश्वास दाखवल्याबद्दल आणि ते या जगात आणल्याबद्दल आभार.

ग्लोबल मिरॅकल मॉर्निंग कम्युनिटीच्या प्रत्येक सदस्याचे दररोज तुमच्या क्षमतांचा पूर्ण वापर करण्यासाठी आणि एकमेकांना ते करण्यास मदत केल्याबद्दल आभार. आपण मिळून मानवतेची जाणीव उंचावतो आहोत, एका वेळी एक सकाळ. तुम्हा सर्वांना खूप प्रेम.

अनुवादक परिचय

एल.एल.एम., एम.पी.एम. अशी शैक्षणिक पार्श्वभूमी असलेल्या मृणाल काशीकर-खडक्कर यांनी पुण्यातील नामवंत शैक्षणिक संस्थांमध्ये दहा वर्षे एमबीए कोर्ससाठी पूर्णवेळ अध्यापन केले आहे. एमबीए अभ्यासक्रमातील उद्योग जगताशी निगडित कायदे अत्यंत सोप्या पद्धतीने शिकवण्यात त्यांची हातोटी होती.

सध्या त्या लेखक आणि अनुवादक म्हणून काम करतात. त्यांना करिअर कौन्सलिंगचा अनुभव आहे. पर्सनॅलिटी डेव्हलपमेंट, करिअर, मॉरल स्टोरीज (नीतिकथा) अशा विषयांवर त्या वर्तमानपत्रात लेख लिहितात. तसेच, त्यांचे स्फुट लेख, ललित लेख आणि काही लघुकथा मासिकांमधून आणि वर्तमानपत्रांमधून सदराच्या रूपात प्रसिद्ध झाल्या आहेत.